భగత్‌సింగ్

REVISED EDITION

రచన :

కందిమళ్ళ ప్రతాపరెడ్డి

 నవచేతన పబ్లిషింగ్ హౌస్

BHAGATHSINGH - *K. Prathap Reddy*

ప్రచురణ నెం. : 2015/158
ప్రతులు : 1000
ఎన్.పి.హెచ్. ముద్రణ : జూలై, 2016
గతముద్రణలు: 1983, 1984, 1990, 2001, 2004, 2006, 2008, 2010, 2012, 2013, 2014

వెల : ₹ 110/-

ప్రతులకు : **నవచేతన పబ్లిషింగ్ హౌస్**
గిరిప్రసాద్ భవన్, జి.యస్.ఐ పోస్టు, బండ్లగూడ(నాగోల్),
హైదరాబాద్-500068. తెలంగాణ. ఫోన్: 24224453/54
E-mail: navachethanaph@gmail.com.

నవచేతన బుక్ హౌస్
అబిడ్స్ & సుల్తాన్‌బజార్, యూసఫ్‌గూడ, కూకట్‌పల్లి,
బండ్లగూడ - హైదరాబాద్, హన్మకొండ, కరీంనగర్,
నల్లగొండ, ఖమ్మం.

ప్రజాశక్తి బుక్ హౌస్ (అన్నిబ్రాంచీలలో)
నవ తెలంగాణ బుక్ హౌస్ (అన్ని బ్రాంచీలలో)

ముద్రణ: **నవచేతన ప్రింటింగ్ ప్రెస్,** హైదరాబాద్- 68.

నా మాట

అదీ! 1971వ సంవత్సరం-

రాష్ట్ర యువజన సమాఖ్య ప్రధాన కార్యదర్శిగా వున్నాను. హుగ్సనీకాల భగత్‌సింగ్ స్మారక స్థూపం నుండి - కేరళలోని త్రివేండ్రం వరకు జెండా ర్యాలీ నిర్వహించాలని అఖిల భారత యువజన సమాఖ్యలో నిర్ణయం తీసుకున్నాం. నెలరోజులపాటు జరిగే యాత్రలో 15 రోజులు ఆంధ్రప్రదేశ్‌లో వుండాలని కోరాను. అది ఆమోదం పొందింది. ఆంధ్రప్రదేశ్‌లో 'జాతీయ ఎర్రజెండా జైత్రయాత్ర'గా నామకరణం చేశాము. ఆదిలాబాదు - మహారాష్ట్ర సరిహద్దు ప్రాణహిత నదివద్దున, నేను ఎర్రజెండాను అందుకున్నాను. అప్పటికే జైత్రయాత్రతో పాటు సమయం, వివరాలతో కార్యక్రమం రూపొందించబడింది.

ఆదిలాబాద్ జిల్లాలో వందలమంది యువజన సమాఖ్య కార్యకర్తలు, వంద డప్పులు వాయిద్యాలతో నాతోపాటు అందరం స్వాగతం పలికాం. అక్కడి నుండి పల్లెల్లో, పట్టణాల్లో వేలాదిమంది, ఊరుబయట రెండు - మూడు కిలోమీటర్ల దూరం వరకూ మళ్లీ స్వాగతం పలికారు. జెండానూ, నన్నూ పూలదండలతో ముంచెత్తారు. రూపాయినోట్లు దండలుగా గుచ్చి మెడలో వేశారు. జెండాకు హారతులిచ్చారు. కొబ్బరికాయలు కొట్టారు. సందు సందుకు భగత్‌సింగ్ స్థూపం నుండి ఎర్రజెండా హవాన్ని తీసుకెళ్ళారు. అది అపురూప సంఘటన, మరచిపోలేని మధురస్వప్నాలు. దారి పొడవూనా జరిగిన సభల్లో భగత్‌సింగ్ గురించి, ఎర్రజెండా జైత్రయాత్ర గురించి ప్రసంగించారు.

దానికి ముందుగా, భగత్‌సింగ్ గురించి లభించిన సాహిత్యం చదివాను. జైత్రయాత్ర తర్వాత, 'భగత్‌సింగ్ జీవితం- సందేశం' గురించి యువజన సమాఖ్య కార్యకర్తలకు అందించాలన్న తలంపు కలిగింది. పాత పత్రికల్లో వ్యాసాలు, అజయ్‌ఘోష్, సోహాన్‌సింగ్ జోష్, విజయకుమార్ సిన్హా, శివవర్మ, మన్మదనాథ గుప్త, యశ్‌పాల్, బిపిన్‌చంద్ర, మిత్రోఖిన్, గార్ల రచనలు అనేకం చదివాను. మరి కొంత సమాచారం పంజాబు రాష్ట్ర సి.పి.ఐ కార్యదర్శి అవతార్‌సింగ్ మల్ హోత్ర అక్కడి యువజన సమాఖ్య మిత్రుల ద్వారా లభించింది. ఎలా రాయాలో తెలియదు. అప్పటి వరకు వ్యాసాలు రాశాను కానీ, ఒక విప్లవవీరుడు గురించిన చరిత్ర రాయాలంటే ఎలా ప్రారంభించాలి! ఇదే సంశయంలో 10 సంవత్సరాలు అదనపు సమాచారం కొరకు ప్రయత్నించాను.

1983 మార్చి 23, నాటికి పుస్తకాన్ని పూర్తిచేసి, ఆవిష్కరించాలని, నా ప్రియమిత్రుడు, సహచరుడు ఎ. పుల్లారెడ్డి పట్టుదలతో – నేను ఈ పుస్తకాన్ని పూర్తిచేశాను. అనుకున్నట్లుగానే ఆ రోజు భగత్‌సింగ్ వర్ధంతి సందర్భంగా పెద్ద బహిరంగ సభలో రాష్ట్రపార్టీ కార్యదర్శి కామ్రేడ్ నల్లమల గిరిప్రసాద్ ఈ పుస్తకాన్ని ఆవిష్కరించారు. వారిద్దరూ యిప్పుడు అమరులైనారు. వారికి హృదయపూర్వక శ్రద్ధాంజలి ఘటిస్తున్నాను.

సంవత్సరం తిరగకముందే అన్ని కాపీలు అమ్ముడయ్యాయి. పాఠకుల నుండి ప్రశంసలు, అభినందనలందాయి. అప్పటినుండి ఇప్పటివరకు అనేక ముద్రణలు పొందింది. వివిధ పత్రికల సమీక్షల్లో ప్రశంసలు వచ్చాయి.

ఈ గ్రంథానికి సహకారం అందించిన గ్రంథకర్తలకు, వ్యాసకర్తలకు, ఆయా పత్రికల అధిపతులకు ధన్యవాదాలు.

ఈ గ్రంథం 1990, నుండి 2014 వరకు అనేక సార్లు విశాలాంధ్ర ప్రచురణాలయం ప్రచురణగా వెలువడింది.

ఈ మధ్య కాలంలో 'భగత్‌సింగ్' గురించి మరికొన్ని విషయాలు వెలుగులోకి వచ్చాయి. వాటన్నిటిని క్రోడీకరించి, వివరణాత్మకంగా తెలియజేస్తూ ఈ ముద్రణను మరల ఈనాడు **'నవచేతన పబ్లిషింగ్ హౌస్'** వారి తరఫున నూతన అంశాలతో, ప్రథమ ముద్రణగా మీ ముందుకొస్తున్నది.

ఇంత వరకు నాకు సహకారం అందించిన మిత్రులకు, పెద్దలకు, పాఠకులకు, శ్రేయోభిలాషులకు, 'నవచేతన పబ్లిషింగ్ హౌస్' వారికి నా కృతజ్ఞతలు తెలియజేస్తున్నాను.

పాఠకులు, మిత్రులు, శ్రేయోభిలాషులు, ఈ రచనపై సలహాలు, సూచనలు, అమూల్యమైన మీ అభిప్రాయాలను తెలియచేస్తారని ఆశిస్తూన్నాను....

– కందిమళ్ళ ప్రతాపరెడ్డి

1-7-18/8, ఆజమాబాద్
హైదరాబాద్ - 500 020.
ఫోన్ : 9849080212

అంకితం

మిత్రుడు, ఆప్తుడు

సహచరుడు, అమరజీవి

ఎ. పుల్లారెడ్డికి.....

భగత్‌సింగ్

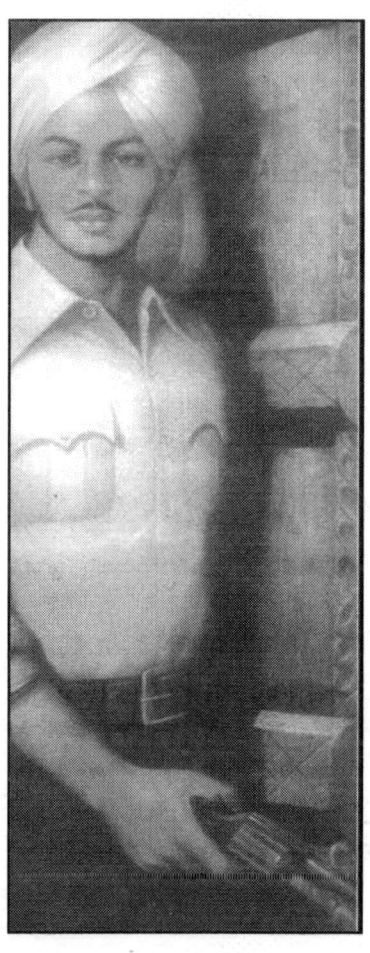

సంవత్సరాలు గడుస్తున్నా
తరాలు మారుతున్నా
తరతరాల యువతకు
ఆదర్శంగా నిలిచాడు
కులాలు, మతాలు, జాతులు వేరైనా
యావద్భారత యువతకు
ఆత్మీయుడతడు,
త్యాగానికి మారుపేరు
పౌరుషానికి ప్రతిబింబం
విప్లవానికి సంకేతం
వీరులకే ఆదర్శం,
ఉద్యమాలకు ఊపిరిలూదాడు
జాతిని నిద్రలేపాడు
ఉరికొయ్యలపై ఊగుతూ
ఇన్‌క్విలాబ్ నినదించాడు
అతనొక వ్యక్తికాదు
మహా శక్తి
అతనే జగమెరిగిన వీరుడు
సర్దార్ భగత్‌సింగ్...

అతనొక మేధావి
ఒక ఆర్థికశాస్త్రవేత్త
ఒక చరిత్రకారుడు
ఒక సామాజికవేత్త
ఒక ఉద్యమకారుడు
ఒక స్వాతంత్ర్య సమరయోధుడు
ఒక మార్క్సిస్టు సిద్ధాంతకర్త
ఒక విప్లవకారుడు
అన్నిటికీ మించీ
అమరవీరుడతను
భరతజాతి గర్వకారణమతడు
అప్పుడూ - ఇప్పుడూ - ఎప్పుడూ
యువతకు ఉత్ప్రేరణ భగత్‌సింగ్
అతని జీవితమొక వీరగాథ
భరతజాతి సంగ్రామ చరిత
చరిత్ర వున్నంతకాలం
చిరస్థాయిగా నిలిచిపోతుంది
భరతజాతి చరిత్రలో భాగమైపోతుంది
భౌతికంగా లేకపోయినా!
అతని భావాలు, నినాదాలు
ప్రజల హృదయాలలో
నిలిచిపోయాయి
అతనికి - వయసు పెరగదు
వృద్ధాప్యం ఎరగదు
అందుకే అతను అమరజీవి
చిరంజీవి - **సర్దార్ భగత్‌సింగ్...**

- రచయిత

భగత్‌సింగ్ 1907 సెప్టెంబరు 27 (28)న పంజాబు రాష్ట్రం, లియాల్‌పూర్ జిల్లా, బాంగా గ్రామంలో జన్మించాడు.

తండ్రి కిషన్‌సింగ్- తల్లి విద్యావతి

అతని పుట్టినరోజే తండ్రి కిషన్‌సింగ్, పినతండ్రి, స్వరణ్‌సింగ్ రాజకీయ ఖైదీలుగా లాహూరు జైలునుండి విడుదలై ఇల్లుచేరారు. అది అతను పుట్టిన వేళావిశేషమని తాత అర్జున్‌సింగ్ భావించాడు. పుట్టిన బిడ్డకు భగత్‌సింగ్ (అదృష్టవంతుడు) అని నామకరణం చేశాడు.

భగత్‌సింగ్ విప్లవకారులు, దేశభక్తుల కుటుంబంలో జన్మించాడు. అతని ముత్తాతలు జాగీర్దారులు- ఆస్తిపరులు. ముత్తాతల్లో ఒకరు మహారాజా రంజిత్‌సింగ్ సైన్యంలో ఉన్నత పదవిలో పనిచేశాడు. మహారాజా రంజిత్‌సింగ్ మరణం తర్వాత, ఆ కుటుంబం ఆంగ్లేయులకు వ్యతిరేకంగా జరిగిన ముదికిజ్, అలివాల్, నబరాన్, ఉద్యమాలలో పాల్గొన్నారు. ఆంగ్లేయులు ఆగ్రహించి, వారి జాగీరును రద్దు చేశారు. ఫలితంగా సామాన్య రైతు కుటుంబంగా మారింది.

సర్దార్ అర్జున్‌సింగ్ బాంగా గ్రామంలో స్థిరపడ్డాడు. అతనికి ముగ్గురు కుమారులు - కిషన్‌సింగ్, అర్జున్‌సింగ్, స్వరణ్‌సింగ్.

భగత్‌సింగ్ జన్మించే నాటికి భారతదేశం బ్రిటిష్ సామ్రాజ్యవాదుల పాలనలో నలిగిపోతున్నది.

ఈస్టిండియా కంపెనీ వ్యాపార సంస్థగా వచ్చి రాజకీయ శక్తిగా మారింది. దేశంలోని ఒక్కొక్క ప్రాంతాన్ని వశం చేసుకున్నది. దేశ స్వాతంత్ర్యాన్ని హరించింది. బ్రిటిష్ వలస పాలకుల శాసనాలను ప్రవేశపెట్టింది. రాజకీయ, ఆర్థిక, సాంఘిక మార్పులు తెచ్చింది. అప్పటి వరకు స్వతంత్ర రాజ్యాలుగా వున్న ప్రాంతాలను వారసులు లేరనో! స్త్రీకి రాజ్యాధికారం లేదనో? వారసులమధ్య తగాదాల నెపంతోనో, వాటిని తమ పాలనలో విలీనం చేసుకున్నది.

పన్నుల భారం పెంచింది. చేనేత పరిశ్రమలను నాశనం చేసింది. నిర్బంధ శాసనాలలో ప్రజలను హింసించింది.

నిరుద్యోగం, దారిద్ర్యం పెరిగింది. కలరా, మశూచీ, లాంటి అంటువ్యాధులు వ్యాపించాయి. కరువు విలయతాండవం చేస్తున్నది. అంటువ్యాధులు, కరువుకారణంగా లక్షలాదిమంది మరణించారు.

ఈస్టిండియా కంపెనీ పాలనలో నలిగిపోయి- విసిగిపోయిన జనం తిరుగుబాటుకు సిద్ధమయ్యారు.

1857లో ప్రథమ భారత స్వాతంత్ర్య సంగ్రామం, 1857 ఫిబ్రవరి 26న సిపాయిల తిరుగుబాటుతో ప్రారంభమైంది. కలకత్తా - బ్యారకపూర్‌లో మంగల్‌పాండే రగిలించిన విప్లవజ్వాలా ఉత్తర భారతమంతటా వ్యాపించింది. మీరట్, ముజఫర్‌పూర్, ఫిరోజ్‌పూర్, అలీఘర్, ఆగ్రా, ఫతేపూర్, మధుర, లక్నో, ఆవడి, వారణాసి, ఝాన్సీ, గ్వాలియర్, కాన్పూరు, మొరాబాద్, అలహాబాద్, ఇండోర్, మొదలైనవి యుద్ధరంగాలుగా మారాయి.

సిపాయిలతో పాటు, మాజీ సంస్థానాదీశులు, దేశభక్తులు, సామాన్య ప్రజలు లక్షల సంఖ్యలో ఆంగ్లేయులను దేశం నుండి తరిమేయడానికి ప్రతినబూనారు. ఢిల్లీని వశంచేసుకుని, ఎర్రకోటలో బందీగా వున్న మొగల్ చక్రవర్తి బహుద్దూర్‌షా జఫర్‌ను ఢిల్లీ సింహాసనంపై కూర్చోబెట్టారు. స్వపరిపాలన, పాలకమండలి ఏర్పరచారు.

S. Arjan Singh (Grandfather) | S.Kishan Singh (Father) | Vidiyawati Kaur (Mother) | S.Ajit Singh (Uncle) | S.Swaran Singh (Uncle)

ఈస్టిండియా కంపెనీకి అండగా బ్రిటిష్ సైన్యాలు దిగాయి. దేశంలోని కొంతమంది స్వార్థపరులైన సంస్థానాధీశులు వారికి సహకరించారు. ఆధునిక ఆయుధాలు, శక్తివంతమైన సైన్యాన్ని ఎదుర్కోవడం భారత వీరులకు కష్టసాధ్యమైంది. అయినా, విజయమో! వీరస్వర్గమో తప్ప వెనుతిరిగేది లేదని స్పష్టం చేశారు.

పసిబిడ్డను వీపునకట్టుకొని, ఖడ్గంచేబూని, గుర్రమెక్కి కదనరంగంలో శత్రుమూకలను చెండాడిన వీరనారి ఝాన్సీలక్ష్మిబాయి. గ్వాలియర్ రణరంగంలో వీరమరణం చెందింది.

రాణివాసం వీడి, బురఖాను తీసి, కత్తిదూసి విముక్తి సేనలను నడిపించింది మాతృమూర్తి, అయోధ్య రాజమాత బేగమ్ హజ్రత్‌మల్. లొంగిపోతే, క్షమాభిక్ష పెడతాం, రాణివాసం, గౌరవవేతనం యిస్తామన్న ఆంగ్లేయుల ప్రతిపాదనను తిరస్కరించి – "మీరా! మాకు క్షమాభిక్షపెట్టేది? మా దేశాన్ని దురాక్రమణ చేసిన నేరస్తులు మీరు. నా పోరాటం వ్యక్తిగతమైనదికాదు. దేశంకోసం, న్యాయంకోసం, జరుగుతున్న సంగ్రామం" అన్నది. వీరనారిగా పోరులో అసువులు బాసింది.

ప్రాణమెప్పుడైనా పోయేదే! అవమానకరంగా ఎందుకు చావాలి? నేను బతికున్నంత కాలం మీకూ– నాకూ మధ్య పోరాటం సాగుతూనే వుంటుంది. నేను బతికినా చచ్చినా, పట్టుబడినా అది కదనరంగంలో, కరవాలంతోనే అన్నాడు నానాసాహెబ్.

సర్వశక్తి సంపన్నుడైన భగవంతుడున్నాడు. శత్రువు ఎంత బలవంతుడైనా అంతకంటే బలవంతుడతను. అతను కావాలనుకుంటే నన్ను కాపాడగలడు. కాదనుకుంటే నాకు హాని జరుగుతుంది. ఏమి జరగాలన్నా నిర్ణయించేదతను, కావున చనిపోతాను- పట్టుబడతానన్న భయంలేదన్నాడు" మరోదేశభక్తుడు మౌల్వీ అహ్మదుల్లాషా.

ఆంగ్లేయుల గుండెల్లో హడలు పుట్టించాడు గెరిల్లా యోధుడు, తాంతియా తోపే. వీరులందరూ ఒరిగిపోయారు– ఆంగ్లేయులు విజయం సాధించారని తెలిసినా విశ్వాసం సడలకుండా, గెరిల్లా పోరాటంలో రెండు సంవత్సరాలపాటు సామ్రాజ్యవాదులకు సింహస్వప్నమైనాడు. చివరికి పట్టుబడి, అడవిలోనే ఉరితీయడానికి తీసికెళ్ళితే - - ఉరితాడును తానే మెడలో తగిలించుకొని 'లాగండిరా?' అని గర్జించిన ధీరుడు తాంతియాతోపే.

ఇలా ఒక్కరా! ఇద్దరా! వందలు–వేలుకాదు లక్షలాదిమంది యుద్ధరంగంలో ఒరిగిపోయారు.

"ప్రతి తుపాకి బైనెట్ రక్తంతో తడిసింది"

"ప్రతి ఇంటిముందు మనుషుల మాంసం ముద్దలు, పీలికలు– చీలికలుగా ఎక్కడ చూసినా కనిపించే శరీరాలు టుస్తులు"

"ప్రతి వ్యక్తిని నరికేయండి– ప్రతి ఊరిని ధ్వంసం చెయ్యండి! ఎవరినీ బందీలుగా తేవద్దు"

అన్న ప్రభుత్వ దురహంకార, సామ్రాజ్యవాదాల నిర్ణయం లక్షలాదిమందిని నిర్దాక్షిణ్యంగా హత్యచేసింది.

ఉరికంబాలపై వారిగినవాళ్ళు. తుపాకి గుళ్ళకు గుండెలిచ్చిన వాళ్ళు, మరఫిరంగుల చేత కాల్చివేయబడినవారు. బైనెట్లు, కత్తులు-ఖడ్గాలలో పొడిచి, నరికి చంపివేయబడిన వారు- ఎందరో? ఆ సంఖ్య ప్రపంచ యుద్ధంలో చనిపోయిన వారికంటే అధికంగానే వున్నదని ఒక ఆంగ్లేయ చరిత్రకారుడే చెప్పడం విశేషం. ఈ స్టిండియా కంపెనీ పాలనకు వ్యతిరేకంగా, వారు నియమించుకున్న 2,50,000 మంది సిపాయిల్లో అత్యధికులు తిరుగుబాటులో పాల్గొన్నారు. కానీ పంజాబుకు చెందిన సిపాయిల్లో ఎక్కువమంది సిపాయిలుగా ప్రభుభక్తిని ప్రదర్శించి స్వాతంత్ర సంగ్రామంలో పాల్గొనలేదు.

ఈస్టిండియా కంపెనీ పాలన ముగిసి, 1858 ఆగస్టు 2న భారతదేశం ఇంగ్లండు సామ్రాజ్యంలో భాగమయ్యింది. నిరంకుశ పాలన మొదలయింది 1857 తిరుగుబాటుకు ప్రతీకార చర్యలు చేపట్టారు. కఠినమైన శాసనాలు, నిర్బంధ విధానాలు, పన్నుల భారంతో ప్రజలు తల్లడిల్లిపోయారు. ప్లేగు, కలరా, మశూచి అంటువ్యాధులు ప్రజల ప్రాణాలు తీశాయి. ఆకలి, అనారోగ్యం, నిరుద్యోగం, దారిద్ర్యం దేశమంతటా ప్రజల బతుకును భారంచేసింది.

ప్రభుత్వంపై ప్రజల ఆవేశం, ద్వేషం రగులుతున్నది. కానీ, ఎదిరించే శక్తిలేదు- మార్గంలేదు.

ఆవేశాన్ని ఆపుకోలేని యువకులు కొందరు ఆంగ్లేయ అధికారుల హతమార్చడానికి పూనుకున్నారు.

పన్నుల భారం భరించలేక సంతాల్ రైతులు తిరిగుబాటు చేశారు.

నివురుగప్పిన నిప్పులా దేశంలో ఆంగ్లేయుల పాలనపై పగ రగులుతున్నది.

నిరాశా, నిస్పృహల్లో వున్న జాతిని సామాజిక ఉద్యమాల ద్వారా ఐక్యం చేయడానికి ఆర్యసమాజ్, బ్రహ్మసమాజ్, ప్రార్థనా సమాజ్, లాంటి సంస్థలేర్పడ్డాయి. భారత జాతిని ఒకటిగా, సాంఘికంగా మతపరంగా విద్వేషాలు లేకుండా ఒకటి చేయడానికి పూనుకున్నాయి. అల్లా, హరి, క్రీస్తు, కృష్ణ వివిధ పేర్లతో వున్నా దేవుడు ఒక్కడేనని, భారతీయుల్లో వున్న మూఢ విశ్వాసాలు తొలగించడానికి, మానవతావాదం బోధించడానికి ప్రయత్నించాయి. సాంఘిక సంస్కరణలు ప్రారంభించాయి. వివిధ ప్రాంతాల్లో ఆర్యసమాజం విస్తరించింది.

రామకృష్ణ పరమహంస వారసుడుగా స్వామీ వివేకానంద (నరేంద్రనాథ్ దత్) సంఘ సంస్కర్తగా, వేదాంతిగా, దేశభక్తుడుగా, ప్రఖ్యాతిగాంచాడు. అతని భావాలు ఎందరినో ప్రభావితం చేశాయి.

మహారాష్ట్రంలో బాలగంగాధరతిలక్

పంజాబులో లాలాలజపతిరాయ్

బెంగాల్‌లో బిపిన్‌చంద్రపాల్

ఆర్యసమాజ్, బ్రహ్మసమాజ్, ప్రార్థనాసమాజ్ ఉద్యమాలతో దేశభక్తిని రగిలించారు.

ఈ నేపథ్యంలో 1885లో భారతజాతీయ కాంగ్రెసు స్థాపనజరిగింది. కానీ, అది భారతదేశ ఉన్నతవర్గాల, బ్రిటీష్ పాలకుల కనుసన్నలలో నడిచే సంస్థగా నామమాత్రంగా మిగిలింది. అందులో అతివాదులుగా, దేశభక్తులుగా వున్న బాలగంగాధర తిలక్, లాలాలజపతిరాయ్, బిపిన్‌చంద్రపాల్, జాతీయ ఉద్యమానికి రూపకల్పన చేశారు.

బాలగంగాధర్ తిలక్, స్వాతంత్ర్యం నా జన్మహక్కని ధైర్యంగా ప్రకటించాడు. 1900 సంవత్సరం నాటికి జాతీయ భావాలు, సంఘసంస్కరణ ఉద్యమాలు పెరిగాయి. పంజాబులో వాటి ప్రభావం పడింది.

లాలా లజపతిరాయ్ సహచరుడుగా సర్దార్ కిషన్‌సింగ్ ఉద్యమంలో చేరాడు. ఆర్యసమాజ నాయకుడుగా సంఘసంస్కరణ ఉద్యమంలో పాల్గొన్నాడు. కిషన్ సింగ్‌కు 6గురు సంతానం. పెద్దకొడుకు జగత్‌సింగ్ (11 సంవత్సరాలు వయసులో మరణించాడు. మిగతా వారిలో భగత్‌సింగ్ పెద్దవాడు. మిగతా వారు అమర్‌కౌర్ (కూతురు) కుల్బీర్‌సింగ్, కుల్తార్‌సింగ్, రాజేందర్‌సింగ్.

కిషన్‌సింగ్ తమ్ముడు అజిత్‌సింగ్ – అన్నతో పాటు ఉద్యమంలో చేరాడు.

అజిత్‌సింగ్ లాహోరు దయానంద్ ఆంగ్లోవేదిక కళాశాలలో ఉన్నత విద్య నభ్యసించాడు. ఆ కళాశాలను లాలాలజపతిరాయ్ స్థాపించాడు. జాతీయ భావాలు. ఆర్యసమాజం ఆదర్శాలతో నడుస్తున్నది. కళాశాల ప్రిన్సిపాల్ హన్సరాజ్ – అతను అభ్యుదయవాది – కళాశాల అధ్యాపకులు రాజకీయ విషయాలపై ఆసక్తిగలవారు. అజిత్‌సింగ్ కళాశాల గ్రంథాలయంలో లభించిన గరీబాల్డీ, మజ్జిని తదితర విప్లవకారుల జీవిత చరిత్రలు చదివాడు. ఇంగ్లీషు, హిందీ, పంజాబీ, ఉర్దూ భాషల్లో ప్రావీణ్యత సాధించాడు. విద్యకు స్వస్తిచెప్పి అన్న కిషన్‌సింగ్‌తో కలిసి “భారత్‌మాత సొసైటి స్థాపించాడు”

కిషన్‌సింగ్ – అజిత్‌సింగ్, ‘భారత్‌మాత సొసైటీ’ ద్వారా బెంగాల్ “వందేమాతరం ఉద్యమం” లాంటిది చేపట్టాలనుకున్నారు. బ్రిటిష్ సామ్రాజ్యవాదులకు వ్యతిరేకంగా పోరాటం తప్పదనుకున్నారు. వైస్రాయ్ లార్డ్‌కర్జన్, దేశంలోని సంస్థానాధీశులలో దర్బార్ నిర్వహించాడు. కిషన్‌సింగ్ – అజిత్‌సింగ్ అక్కడికి చేరారు. సంస్థానాధీశుల్లో బరోడా మహారాజు అభ్యుదయవాది అతన్ని కలిసి, అతని ద్వారా సంస్థానాధీశులను తిరుగుబాటుకు ప్రేరేపించాలని ప్రయత్నించారు. నేపాల్ రాజును కలసి భారత – నేపాల్ సరిహద్దులో కొంత భూభాగాన్ని సంపాదించి, దాన్ని విప్లవ కేంద్రంగా మార్చాలనుకున్నారు. కానీ ఆప్రయత్నాలు నెరవేరలేదు. అజిత్‌సింగ్ “ఇండియన్ పెట్రేయేట్సు అసోసియేషన్” స్థాపకుల్లో ఒకడయ్యాడు.

లాలాలజపతిరాయ్, అంబాప్రసాద్, చౌదరి షాబుద్దీన్‌లతో కలిసి జాతీయ కలకత్తా మహాసభలో పాల్గొన్నాడు. లాలాలజపతిరాయ్‌కు కుడి భుజంగా నిలిచాడు.

1906లో పంజాబులో "పంజాబు కాలనైజేషన్‌లాండ్ బిల్లు" పేరుతో ఒక దుర్మార్గమైన చట్టం తెచ్చింది. చెనాబ్ కెనాల్ ప్రాంత రైతులపై అదనపు పన్నుల భారం మోపింది. ప్రభుత్వం నిర్ణయించిన వ్యవసాయ పంటలు మాత్రమే సాగుచేయాలని ఆంక్షలు విధించింది.

రైతుబిడ్డగా పుట్టిన అజిత్‌సింగ్ రైతుల బాధలు గమనించాడు. చౌదరీ షా బుద్దీన్‌తో కలిసి పంజాబు అంత పర్యటించి రైతుల సమస్యలు తెలుసుకున్నాడు. ఫిరంగీయుల పాలనలో ఎలా నలిగిపోతున్నారో అర్థంచేసుకున్నాడు.

లాలా లజపతిరాయ్‌తో కలిసి రైతాంగ పోరాటానికి నాందీపలికాడు. ధైర్య సాహసాలతో పాటు, అనర్గళమైన ఉపన్యాసాలతో రైతులను- యువతను ఆకర్షించాడు. లియాల్‌పూర్, రావల్పిండి, లాహోరు, జలంధర్ సభల్లో ఆంగ్లేయులపై పిడుగులు కురిపించాడు.

"సోదరులారా! మనం 29 కోట్లున్నాం. బ్రిటిష్ వాళ్ళు ఒకటిన్నర కోట్లు మాత్రమే. వాళ్ళ చేతుల్లో తుపాకులున్నాయని భయపడుతున్నాం. కానీ, 29 కోట్లమంది భారతీయులు ఒక్కసారిగా గట్టిగా శ్వాసవదిలితే అవి గాలిలోకి ఎగిరిపోతాయ్. ఆ తర్వాత మన పిడికిళ్ళే వాళ్ళకు బుద్ధిచెప్తుతాయ్. ఈ మధ్య నేనొక రష్యా మిత్రున్ని కలిశాను. అతనన్నాడు ఒకటిన్నర కోట్లమంది 29 కోట్లమందిని శాసిస్తున్నారని" అది నిజం. ఈ ప్రభుత్వం మోసకారిది- అబద్దాలు కోరు - అది క్రూరమైనది. దాన్నుండి సానుభూతిని ఆశించడం అవివేకం. దాని లక్ష్యం డబ్బును సంపాదించడమే" నన్నాడు.

"పరాయి పాలకులను దేశం నుండి తరిమేయడానికి సమరం సాగించాలి త్యాగాలకు వెనుకాడక జాతిగౌరవం నిలపాలన్నా"డు.

రైతాంగ పోరాటం పంజాబు అంతటా విస్తరించింది.

1907 సంవత్సరం, 1857 భారత స్వాతంత్ర్య సంగ్రామం 50వ వార్షికోత్సవం రాబోతున్నది. దానిని వివిధ ప్రాంతాలలో ఉద్యమంగా సాగిస్తారని ప్రభుత్వం రహస్య నివేదికలు అందాయి. అది పంజాబులో ఉధృతంగా వుంటుందని అంచనావేసింది. దాని క్కారణం, 1857 సిపాయిల తిరుగుబాటులో పంజాబు రెజిమెంటులో సిపాయిలు పాల్గొనలేదు. ఉద్యోగధర్మం. సిపాయిలుగా ప్రభుభక్తితో ఆంగ్లేయుకు అండగా నిలిచారు. కానీ, ఆ తర్వాత బ్రిటీష్ సామ్రాజ్యవాదుల నిరంకుశపాలన, నిర్బంధ విధానాలు, దౌర్జన్యాలు ప్రత్యక్షంగా అనుభవించారు.

పంజాబులో ఉద్యమ నాయకులుగా వున్న లాలాలజపతిరాయ్, అజిత్‌సింగ్ ప్రమాదకర వ్యక్తులుగా పరిగణించారు. లాహోరు, రావల్పిండిలో అల్లర్లు సృష్టించారని, ప్రజలను రెచ్చగొడుతున్నారని, అరెస్టు చేశారు. కఠినకారాగార శిక్షవిధించి బర్మాలోని మాండ్లే జైలుకు పంపారు.

భగత్‌సింగ్ తండ్రి కిషన్‌సింగ్ - పినతండ్రి స్వరణ్‌సింగ్ రాజకీయాలలో నిమగ్నమయ్యారు. తల్లి విద్యావతి ముగ్గురు పిల్లలు జగత్‌సింగ్, భగత్‌సింగ్, అమర్‌కౌర్ (కుల్బీర్‌సింగ్, కుల్తార్‌సింగ్, రాజిందర్‌సింగ్ జన్మించలేదు) పోషణ భారం, కుటుంబ వ్యవహారాలతో సతమతమవుతున్నది. పినతండ్రి అజిత్‌సింగ్ భార్య, భర్త జైలు పాలైనందుకు విలపిస్తున్నది. కారణమేమిటో అప్పటికి భగత్‌సింగ్‌కు అర్థంకాలేదు.

కిషన్‌సింగ్‌ను కలవడానికి పంజాబులోని ఉద్యమనాయకులు లాలాలజపతిరాయ్, సుఫీ అంబాప్రసాద్, మోహతా ఆనంద్ తదితరులు ఇంటికి వస్తూ - పోతుండేవారు. బ్రిటిష్ సామ్రాజ్యవాదుల గురించి - చేపట్టవలసిన కార్యక్రమాల గురించి చర్చిస్తుండే వాళ్ళు. భగత్‌సింగ్‌కు బ్రిటిష్‌వాళ్ళు శత్రువులని, వాళ్ళ మూలంగా అందరూ బాధపడుతున్నారని అర్థమయ్యింది. పినతండ్రి జైలుపాలు కావడానికి కారణం తెలిసింది.

ఒకరోజు, తాత అర్జున్‌సింగ్ - మరొకరు గ్రామం వెలుపల పొలం గట్టుమీద నడుస్తున్నారు. వారి వెనకాల భగత్‌సింగ్ ఉన్నాడు. కొంతదూరం పోయిన తర్వాత వెనకాల భగత్‌సింగ్ కనిపించలేదు. అర్జున్‌సింగ్ వెనుతిరిగి చూశాడు. పొలం గట్టుపక్కన కూర్చుని భూమిలో ఏదో నాటుతున్నాడు.

"ఏమి చేస్తున్నావు?" అడిగాడు తాత.

"కత్తి భూమిలో పెడుతున్నాను. చెట్టు పెరిగి, నిండా కత్తులు కాస్తయ్. వాటితో బ్రిటిషోళ్ళను నరికేస్తాను" అన్నాడు.

తాత నవ్వుకున్నాడు. భూమిలో విత్తనాలు తప్ప, కత్తులు మెలవవు అని చెప్పాడు.

బాంగా గ్రామం నుండి అర్జున్‌సింగ్ ఖార్‌కాల్ కలాన్ మారాడు. అక్కడ వారికి వ్యవసాయ భూములున్నవి. తాతతో పాటు భగత్‌సింగ్ అక్కడకి వెళ్ళాడు.

స్థానిక ప్రాథమిక పాఠశాలలో చేరాడు.

అర్జున్‌సింగ్ - ఆర్యసమాజవాది దయానంద సరస్వతి అనుచరుడు. దైవభక్తి - దేశభక్తిగలవాడు. మనుమడికి వీరగాథలు వినిపించాడు. ఉర్దూ, సంస్కృత, భాషలు నేర్పాడు. తాతవల్ల భగత్‌సింగ్‌కు దైవభక్తి, గాయత్రీజపం, ప్రార్థన చేయడం అబ్బింది. దేశంలో ఆంగ్లేయ పాలనపై ద్వేషం, పగ రగులుతున్నవి. యువతలో ఆవేశం, ప్రతీకారవాంఛ పెల్లుబికింది.

బెంగాలు యువత బాంబులు విసిరింది
పంజాబు యువత నిప్పులు చెరిగింది
మరాఠా యువత కత్తులు దూసింది.

ఆంగ్లేయ అధికారులపై మెరుపు దాడులు చేసి హతమార్చే కార్యక్రమం చేపట్టింది. ముజఫర్‌నగర్ కుట్రకేసులో 17 సంవత్సరాలు ఖుదీరాంబోస్, అలీపూర్ కేసులో బకీంద్ర, కనయలాల్ దత్తా, సచీంద్రకుమార్, గ్వాలియర్ కుట్రకేసులో 41 మంది నవభారత, అభినవ్ భారత సభ్యులు, సతారా కేసులో ముగ్గురు ఉరితీయబడ్డారు. హజీరా,

ఢాకా, పూనా, కాన్పూరు మొదలైన కుట్రకేసుల్లో ఎంతోమంది కఠిన కారాగార శిక్షలకు గురయ్యారు.

బెంగాల్ విభజనకు వ్యతిరేకంగా ప్రారంభమైన “వందేమాతరం” ఉద్యమం ప్రజా ఉద్యమంగా మారింది. బెంగాల్‌లో ఏర్పడిన అనుశీలన్, యుగంధర్ విప్లవ సంస్థలు, పంజాబు, బీహార్, యు.పి ఢిల్లీ తదితర ప్రాంతాలకు విస్తరించాయి.

బెంగాల్‌లో క్రూరత్వానికి ప్రతీకగా నిలిచిన గవర్నర్ సర్ విలియం కర్జన్ విల్లీ ఎంతోమంది ప్రాణాలు తీశాడు.

ఉద్యోగ విరమణ చేసి లండన్ వెళ్ళాడు. కానీ, అతను చేసిన ఘోరాలను యువత మరచిపోలేదు. ఉన్నత విద్యకోసం లండన్ వెళ్ళిన మదన్‌లాల్ ధింగ్రా, అతనికోసం వెతికి చివరకు 1909 జూలై 1న కాల్చిచంపాడు.

పట్టుబడిన ధీంగ్రా, ధైర్యంగా ప్రకటించాడు.

“అమాయకులైన నా దేశ సోదరులను ఉరికంబాలకు గురిచేసినందుకు, నిర్దాక్షిణ్యంగా చంపినందుకు ప్రతీకారం తీర్చుకున్నాను. నా ఆశయం నెరవేరిందన్నాడు లండన్‌లోని పెటెన్‌విల్లె జైలు ఉరికంబానికి నడుస్తూ:

“నాదేశం కోసం జీవితాన్ని అర్పించే అవకాశం దక్కినందుకు గర్వపడుతున్నా” నన్నాడు.

వివిధ కుట్రకేసులలో నేరస్తులుగా ప్రభుత్వం ప్రకటించిన వారిలో కొందరు రహస్యంగా విదేశాలకు వెళ్ళారు.

లండన్‌లో శ్యాంజీ కృష్ణవర్మ సావర్కర్, ఎం.పి.టి. ఆచార్య “ఇండియా హౌస్‌రూల్ సొసైటీ” స్థాపించారు.

బెర్లిన్‌లో : వీరేంద్రనాథ్ ఛటోపాధ్యాయ (సరోజినీనాయుడు సోదరుడు) భూపేంద్ర దత్త (వివేకానందుడి సోదరుడు) శంకర్‌పిళ్ళె, మౌల్వీ బర్కతుల్లా, అభినాష్ భట్టాచార్య, పొరంబలాల్‌గుప్త “ఇండియన్ నేషలిస్టు పార్టీ” స్థాపించారు.

ప్యారిస్‌లో : మేడమ్ బకాజీకామా, సర్దార్‌సింగ్ రాణా, వి.ఎస్. ఛటర్జీ “ప్యారిస్ కమిటి” స్థాపించారు.

అమెరికా: తారకనాథ్ దాస్, నరేంద్రమోహన్, జి.డి.కుమార్

టోక్యోలో : రాజామహేంద్రప్రతాప్, బర్కతుల్లా, చంపకరామన్‌పిళ్ళే ఉద్యమ కేంద్రాలు ఏర్పాటు చేశారు.

లాలాహరదయాల్, లాహోరు దయానంద్ ఆంగ్లో వేదిక్ కళాశాలలో విద్యనభ్యసించాడు. కళాశాల ప్రిన్సిపాల్ హన్సరాజ్, చరిత్ర అధ్యాపకుడు, భాయి పరమానంద దేశభక్తి, విప్లవ భావాలు గలవారు. భాయీ పరమానంద వివిధ దేశాల విప్లవాల, విప్లవకారుల గురించి అధ్యయనం చేశాడు. హరిదయాల్, బకునిన్, రచనలు, ఇటాలియన్ విప్లవకారుడు మజ్జిని జీవిత చరిత్ర చదివాడు. విప్లవ భావాలతో లండన్ వెళ్ళి ఇండియా హౌస్‌రూల్ సొసైటీలో చేరాడు.

1907లో జర్మనీలోని సూట్‌గార్డ్‌లో జరిగిన అంతర్జాతీయ సోషలిస్టు మహాసభలో మేడమ్ కామా పాల్గొన్నది. ఆమెతో పాటు సర్దార్‌సింగ్ రాణా వెళ్ళాడు. అప్పుడు భారతదేశానికి ఒక జెండాలేదు. బ్రిటీష్ జెండా దేశంలో ఎగురుతున్నది. మేడమ్ కామా స్వతంత్ర భారత దేశ జెండాను ఎరుపు - ఆకుపచ్చ - కాషాయ రంగులతో రూపొందించుకుని మహాసభలో ప్రతిష్టించింది.

మహాసభలో రష్యా బోల్షివిక్ పార్టీ నిర్మాత లెనిన్ పాల్గొన్నాడు.

సామ్రాజ్యవాద దేశాలు ప్రపంచ యుద్ధానికి సన్నాహాలు చేస్తున్న తరుణం. బ్రిటిష్ - జర్మనీ రెండు వర్గాలుగా ఏర్పడ్డాయి. బ్రిటిష్ సామ్రాజ్యవాదులు తమ వలస దేశాలను కాపాడుకోవాలి. అదనపు దేశాలను ఆక్రమించుకోవాలని కోరుకుంటున్నది. జర్మనీ కూటమీలోని దేశాలు బ్రిటిష్ పాలన లోని దేశాలను, ఇతర దేశాలను కబళించాలని ప్రణాళికలు సిద్ధంచేసుకుంటున్నాయి. యుద్ధంలో విజయం చెందాలంటే అదనపు సైన్యం కావాలి. యుద్ధ సామాగ్రి కావాలి - దానికోసం ప్రయత్నాలు ప్రారంభించారు.

సామ్రాజ్యవాదులు తలపెట్టే యుద్ధం ఎవరికోసం? అని లెనిన్ ప్రశ్నించాడు. ఇది ప్రజల యుద్ధంకాదు - ప్రజలకు వ్యతిరేకమైనది. సామ్రాజ్యవాదులు తమ రాజ్యాలు విస్తరించడానికి సాగించే యుద్ధం. సామ్రాజ్యవాదులెవరైనా ప్రజలను దోపిడి చేస్తారు - ప్రజలను బానిసలుగా భావిస్తారు. వారికోసం కార్మిక, కర్షక, కష్టజీవుల బిడ్డలు సైనికులుగా యుద్ధరంగాలో ఎందుకు పోరాడాలె? "ఎదుటి వాళ్ళ ప్రాణాలు ఎందుకు తీయాలి? తమ ప్రాణాలు ఎందుకు బలిపెట్టాలి? అందువల్ల, ప్రపంచయుద్ధంలో ఆయా దేశాల ప్రజలు తమ దేశ ప్రభుత్వాలకు సహకరించరాదు. ప్రపంచయుద్ధాన్ని ప్రజాయుద్ధాలుగా మార్చి, తమతమదేశాలను సామ్రాజ్యవాదం నుండి దోపిడీ వ్యవస్థనుండి విముక్తి చేసుకోవాలి" అన్నాడు.

మేడమ్ కావా - లెనిన్ భావాలతో ఏకీభవించింది.

మేడమ్ బికాజీ కామా, 1861 సెప్టెంబరు 14న బొంబాయిలో జన్మించింది. తండ్రి సోరాబ్జి షామ్ జీ పటేల్ పేరొందిన వ్యాపారవేత్త, తల్లి జీజీ బాయి, గారాబాల బిడ్డగా పెరిగింది. ఉన్నత విద్యనభ్యసించింది. విద్యతో పాటు దేశ సంస్కృతి, చరిత్ర, ఆంగ్లేయుల పాలన, సిపాయిల తిరుగుబాటు తెలుసుకున్నది. వీరనారీ ఝాన్సీ లక్ష్మిభాయి. ఛత్రపతి శివాజీ వీరగాథలు చదివింది. వాసుదేవ బల్వంత్ పాడ్కే సాహసగాథ ఆమెను ఎంతో ప్రభావితం చేసింది. బాలగంగాధర తిలక్ ఉద్యమం చూసింది. ఆర్య సమాజ్, బ్రహ్మ సమాజ్, ప్రార్థనా సమాజ్ ఆదర్శాలను ఆకళింపు చేసుకున్నది. భారతమాతా సొసైటిలో చేరింది. దేశభక్తి, సంఘసేవకు అంకితమయ్యింది.

1885 ఆమె వివాహం ప్రముఖ న్యాయవాది రుస్తుం ఆర్.కె. కామాతో జరిగింది. అప్పుడు దేశమంతటా ప్లేగు వ్యాధి వ్యాపించింది. బొంబాయిలో ఎంతోమంది వ్యాధికి

గురయ్యారు. ఎంతోమంది ప్రాణాలు పోయినా, ప్రభుత్వం పట్టించుకోలేదు. పెళ్ళయిన మూడు రోజులకే మురికివాడలకు వెళ్ళి సేవా కార్యక్రమం చేపట్టింది. అది తండ్రికి నచ్చలేదు. భర్త కుటుంబగౌరవానికి తగదన్నాడు. అటువంటి కార్యక్రమాల్లో పాల్గొనరాదని హెచ్చరించాడు. భార్య - భర్తల మధ్య అభిప్రాయభేదాలు ఏర్పాడ్డాయి. చివరకు వారి దాంపత్య జీవితంలో విఘాతం ఏర్పడింది. కుటుంబ సభ్యుల వేధింపులు అధికమయ్యాయి.

మేడమ్ కామా ఆస్తి, అంతస్తు, కన్నవాళ్ళను, కట్టుకున్న భర్తను వదులుకున్నది. ఉద్యమకారిణిగా మారింది. 1902లో మేడమ్ కామా లండన్ వెళ్ళింది. ఇండియన్ హౌస్‌రూల్ సొసైటిలో పనిచేసింది.

1907లో స్టుట్‌గార్టు అంతర్జాతీయ సోషలిస్టు మహాసభ తర్వాత బెర్లిన్ (జర్మనీ) న్యూయార్క్ (అమెరికా) ఉద్యమ కారులతో సంబంధాలేర్పరుచుకున్నది. లెనిన్‌తో స్టూట్‌గార్ట్‌లో, ఫ్రాన్సులో ప్రత్యేకంగా చర్చలు జరిపింది. రష్యన్ విప్లవకారులతో సంబంధాలేర్పడ్డాయి. సోషలిస్టు పార్టీలో చేరింది.

1907లో సిపాయిల తిరుగుబాటు 50వ వార్షికోత్సవం సందర్భంగా, లండన్‌నుండి మేడమ్ కామా, శ్యాంజీ కృష్ణవర్మ విడుదల చేసిన ప్రకటనలో:

"భారతదేశం పర్షియా, అరేబియా, గత వైభవాన్ని గురించి వీరగాథలను స్మరించుకుంటే ప్రయోజనంలేదు. మన గతం గొప్పదే - కానీ, ప్రస్తుతం మనం బానిసత్వంలో వున్నామన్నది మరచిపోవద్దు.

వీరులైన రాజపుత్రులు, సిక్కులు, పఠానులు, గూర్ఖాలు, దేశభక్తులుగా పేరుగాంచిన మరాఠా, బెంగాలీలు, శక్తిశాలురైన పార్సీలు, ధైర్యశాలురైన మహమ్మదీయులు, శాంతిదూతలైన జైనులు, శౌర్యపరాక్రమాలకు పేరొందిన భారతదేశంలో జాతులన్నీ, హిందువులంతా, తమ సంప్రదాయాన్ని ఎందుకు విస్మరిస్తున్నారు? స్వేచ్ఛా, స్వాతంత్ర్యం కోసం స్వరాజ్య సాధనకై పోరాడరండి! మీకోసం, మీ బిడ్డలకోసం ముందుకు రండి" అన్నారు.

లండన్‌లో మేడమ్ కామా కార్యక్రమాలను గమనించిన, బ్రిటిష్ పాలకులు ఆమెను దేశబహిష్కరణ చేశారు.

మేడమ్ కామా, ఫ్రాన్సు వెళ్ళి, ప్యారిస్ తన ఉద్యమ కేంద్రంగా చేరుకున్నది. "వందేమాతరం" "తల్వార్" పత్రికలు ప్రారంభించింది. దేశంలో నిరుద్యోగం, దారిద్ర్యంతో పాటు అంటువ్యాధులు అలుముకున్నాయి. ప్లేగు, కలరా, మశూచి తదితర వ్యాధులతో అంటు వ్యాధులతో పంజాబు గ్రామీణ ప్రజలు సగంమంది చనిపోయారు. దారిద్ర్యం ఒకవైపు అంటువ్యాధులు మరొకవైపు - ప్రజలు భయ భ్రాంతులకు గురయ్యారు.

ఎంతోమంది, ఎక్కువగా పంజాబునుండి బతుకుదెరువుకోసం విదేశాలకు దారిబట్టారు. హాంగ్‌కాంగ్, శాంఘై, మలయా, ఆస్ట్రేలియా, న్యూజీలాండ్, అక్కడ నుండి కెనడా, అమెరికాకు వలసబోయారు. వలస పోయిన వారి సంఖ్య లక్షలకు చేరింది. ఒక్క పంజాబునుండే 1910 నాటికి 30,000 మంది వెళ్ళారు.

అమెరికా వెళ్ళిన వారిలో సిక్కులు ఎక్కువ. వారు కాలిఫోర్నియా, ఓరేగాన్, ఆస్టోరియా, వాషింగ్‌టన్‌లలో స్థిరపడ్డారు. వివిధ వృత్తులు చేపట్టారు.

బతుకు బాధలేదు – హాయిగానే గడుస్తున్నది. కానీ, నల్లవాళ్ళన్న వర్ణ వివక్షతతో ప్రతిక్షణం అవమానాలు ఎదుర్కొన్నారు. ఎక్కడి కెళ్ళినా "కుక్కలకు నల్లకాళ్ళకు ప్రవేశం లేదు" అన్నబోర్డులు చూశారు.

అపమానాలు భరిస్తూ – బతకడం ఎందుకన్న భావంతో బతుకులీడ్చుతున్నారు.

అదే సమయంలో ప్రపంచ యుద్ధ వాతావరణం – ప్రపంచాన్ని ఆవరించింది.

స్టుట్‌గార్ట్ మహాసభ తర్వాత మేడమ్‌కామా, అమెరికా, జర్మనీ, తదితర దేశాల్లోని భారతీయుల సభల్లో పాల్గొన్నది. హరదయాళ్, అమెరికాలో అనేక సభల్లో పాల్గొని దేశభక్తిని రగిలించాడు.

మరోవైపు బ్రిటిష్ పాలకులు, భారతీయ యువకులను సైన్యంలో చేర్పించడానికి ముమ్మర చర్యలు తీసుకున్నారు.

ఆ సమయంలో – 'తల్వార్' పత్రికలో మేడమ్‌కామాః

"భారతదేశ బిడ్డలారా!
మీరు మోసగించబడుతున్నారు
యుద్ధంలో భాగస్వాములు కావద్దు
మీరు యుద్ధంలో పోరాడటానికి
చావడానికి సిద్ధమవుతున్నారు!
అది భారతదేశం కోసం కాదు
చేతులకు సంకెళ్ళు వేశారు
ఆ సంకెళ్ళు ఎలా తెంచాలో ఆలోచించు!
మీరు బ్రిటిష్ పాలకులకు సహాయ పడితే
భరతమాత సంకెళ్ళు మరింత బిగుసుకుంటాయి" అని
హెచ్చరించింది.

హరదయాళ్, అమెరికా, కాలిఫోర్నియా యూనివర్సిటీల్లో చదువుతున్న భారతీయ విద్యార్థుల సభల్లో పాల్గొని, ప్రసంగించాడు. మాతృదేశ విముక్తికోసం త్యాగానికి సిద్ధం కావాలన్నాడు. ఆ సమావేశంలో – 30 మంది విద్యార్థులున్నారు. వారిలో కర్తార్‌సింగ్ (పంజాబు) జతీంద్రనాథ్‌లాహిరి (బెంగాల్) విష్ణు గణేశ్ పింగళె (మహారాష్ట్ర) దర్శిచెంచయ్య, పి.ఎస్. శర్మ (ఆంధ్ర) పి.జె. వెంకటయ్య (హైదరాబాదు) వున్నారు.

1913 మార్చి 13న కాలిఫోర్నియాలోని భారతీయులు, ఆస్టోరియాలో సోహన్‌సింగ్ బాక్నా ఫ్యాక్టరీలో సమావేశమయ్యారు. హరిదయాళ్ కర్తవ్యాన్ని వివరించాడు.

1913 నవంబరు 1న, సన్‌ఫ్రాన్సిస్కోల్‌లో ప్రవాసభారతీయుల మహాసభ జరిగింది. అమెరికా, కెనడాల్లోని వారందరూ పాల్గొన్నారు. గదర్‌పార్టీని స్థాపించారు. సోహన్‌సింగ్

బాక్నా అధ్యక్షుడు, హరిదయాళ్ ప్రధానకార్యదర్శి, కర్తార్‌సింగ్ సహాయకార్యదర్శిగా ఇతర నాయకత్వం ఎన్నుకున్నారు.

గదర్ ప్రణాళిక ప్రకటించారు.

గదర్ సందేశం వినిపించారు.

"ఈ రోజు మన విప్లవం విదేశాల్లో ప్రారంభమవుతున్నది. కానీ, మన భాషలో

చెప్పాలంటే మన మాతృదేశంలోని బ్రిటిష్ పాలకులపై యుద్ధం ప్రకటిస్తున్నాం. మన పేరు గదర్, కార్యక్రమం - గదర్, మన రణ క్షేత్రం - భారతదేశం, త్వరలోనే పెన్నుగన్నుగా, ఇంకు రక్తంగా మారునున్నదన్నా"రు.

గదర్ పత్రికను, ఇంగ్లీషు, హిందీ, ఉర్దూ, పంజాబీ తదితర భాషల్లో ప్రచురించి వివిధ దేశాల్లోని భారతీయలకు, పంపారు. భారతదేశంలోని విప్లవ సంస్థలకు, వ్యక్తులకు చేరాయి.

గదర్ పత్రిక కరవాలంగా మారింది.

"పరాక్రమ శాలురైన భారతీయుల్లారా!
నిద్రలేవండి!
మనకష్టాలకు - కన్నీళ్ళకు కారణమైన బ్రిటిష్ పాలనను అంతం చేద్దాం.
ఎంతకాలం బానిసలుగా బతుకుదాం?
ఇంకెంత కాలం ఉపేక్షిద్దాం?
యుద్ధానికి సమయం ఆసన్నమైనది
హిందువులు - ముస్లింలు - భారతీయులందరం ఒకటిగా సాగుదాం.
కరవాలంతో కదులుదాం
భారతదేశ విప్లవానికి సైన్యాన్ని సమకూర్చుదాం
సోదరులారా! కదలండి!

మీరు సంపాదించిన డాలర్లు
మాతృదేశ విముక్తి కోసం
వినియోగించండి
ఓడల నెక్కండి - మాతృదేశానికి తరలండి!
విప్లవకేతనం - ఎగరేద్దాం - వీరులుగా కదులుదాం
ఈ ప్రకటన రక్తంతో రాయబడింది
ఇదే విధంగా మన స్వాతంత్ర్య లక్ష్యాన్ని మన రక్తంతో పాటు
మన శత్రువులైన బ్రిటిష్‌వాళ్ళ రక్తంతో లిఖిద్దాం
ఈ ప్రతిజ్ఞ - ఈ పిలుపు - "యుగంధర్" ఆశ్రమం నుండి
మీకందిస్తున్నాం.
ఇది పత్రికకాదు- ఇది యుద్ధభేరి!
ఆలస్యం చెయ్యొద్దు - సర్వస్వం వదులుకొనిరా!
తన శరీరాన్ని ముక్క ముక్కలుగా నరికినా-
ప్రాణం వున్నంతవరకు యుద్ధరంగం నుండి
నిష్క్రమించని వాడే వీరుడు! కదలిరా" మన్నది.
భారతదేశంలో మత సంస్థల గురించి గదర్:
"ప్రతి వ్యక్తికీ తన స్వంత భావాలుంటాయి
మతపరమైన నమ్మకాలుంటాయి
మతం వ్యక్తిగత విశ్వాసం
ఆవిషయంలో బలత్కారంగానీ - వొత్తిడిగానీ వుండరాదు

రాంసింగ్, నానాసాహెబ్ తాంతియాతోపే, ఝాన్సీ లక్ష్మిభాయి, వేరు వేరు మతాలకు చెందినవారు. కానీ, వారందరూ భరతమాత ముద్దుబిడ్డలు. మాతృదేశ దాస్యశృంఖలాలను తెంచడానికి ప్రాణాలను తృణంగా అర్పించిన వీరులు - వీరవనితలు. తిలక్, అజిత్‌సింగ్, అంబికాప్రసాద్, సుఫీ, మాతృదేశ విముక్తికోసం పోరాడుతున్నధీరులు". అన్నది.

గదర్ పత్రిక విప్లవశంఖం పూరించింది- దేశభక్తిని రగిలించింది.
"కావాలి!
భారతదేశంలో విప్లవాన్ని నడిపే వీరజవానులు కావాలి
బహుమానం - అమరత్వం
పెన్షన్ - స్వాతంత్ర్యం
పనిచేయు ప్రదేశం - భారతదేశం"
యుద్ధ సైనికులకు ఆహ్వానం పలికింది.
గదర్ పత్రిక - వ్యాసాలతో పాటు - కవితలు - గీతాలు ప్రచురించింది.
కర్తార్‌సింగ్ - పింగళ విద్యార్థుల నుద్దేశించి.

"ఇప్పుడు మన దేశానికి కావలసింది ఎం.ఎ; బి.ఎ.డిగ్రీలుకాదు
డాక్టర్లు – ఇంజనీర్లు – బారిస్టర్లు – కలెక్టర్లు కాదు, యుద్ధరంగంలో
పోరాడే వీరజవానులు కావాలి. బానిసలుగా బతికేకంటే, మహత్తర
ఆశయ సాధనకోసం వీరులుగా మరణిద్దాం" రమ్మన్నారు.

"మనమంతా ఒక గడ్డమీది బిడ్డలం. కులాలు పేరిట విభజించబడ్డాం
మతితప్పిన కుల, మత, వాదాలు కలుపు మొక్కలై మన మధ్య విభేదాలు
సృష్టించాయి. కలిసి కదలుదాం! మాతృదేశ విముక్తికోసం కంకణం కట్టుకుందాం.
విప్లవ సైనికులుగా పోరాడుదాం" అన్నారు.

బ్రిటిష్ సైన్యంలో వివిధ దేశాలలో యుద్ధరంగంలో వున్న భారతీయ సైనికుల నుద్దేశించి గదర్‌పత్రిక:

"తెల్లవాళ్ళకోసం పోరాడుతున్నావు
దానివల్ల నీకొచ్చేదేమిటి?
పరాయి దేశాలను ఆక్రమిస్తున్నావు?
నీ దేశాన్నెందుకు విముక్తి చేయవు?
రా! పంజాబును నిద్రలేపుదాం!
గెరిల్లా యోధులుగా పోరాడు దాం!
ప్రభుత్వంపై ధ్వజమెత్తుదాం
బెంగాలీ, మరాఠీ, హిందూ, సిక్కు
ముస్లింలంతా ఒకటి కావాలి!
ప్రతి ఇల్లు ఒక రహస్య స్థావరం కావాలి!
ప్రతి వ్యక్తి స్వతంత్రం అని జపించాలి
ప్రతి గుండెలో అగ్నికణం రగిలించాలి.
నిద్రించే సింహాలను నిద్రలేపాలి.
కత్తిదూసి – కదనానికి కదలాలి!
కదలండీ! వీరులారా!
కదనానికి పోదాం!
యుద్ధరంగంలో పోరాడుతున్న సిపాయిల్లారా!
సాహసవంతులైన ముస్లిం – ఫఠాన్ – డోగ్రా వీరుల్లారా!
కదలిరండి!
మాతృదేశ రుణం తీర్చుకుందాం!
దురాక్రమణ దారులను తరిమికొడదాం!
మాతృదేశాన్ని విముక్తి చేద్దాం.
గదర్ పిలుపు వినండి!
గదర్ బాట పట్టండి" అన్నది.

మరో కవితలో:
"సువిశాలమైన దేశం మనది
అందమైన దేశం మనది
కండగల భూములున్నాయి
గలగలా ప్రవహించే జీవ నదులన్నాయి.
కావలసినంత ఖనిజసంపదున్నది
వీరులకు - వీరవనితలకు పుట్టినిల్లు
ఇతిహాసాలకు పురుడుబోసిన గడ్డ
వేళ్ళమీద లెక్కించబడే వ్యక్తులు
మన దేశాన్ని వశం చేసుకున్నారు
మనలను బానిసలుగా మార్చారు
మన బిడ్డలు క్షామంతో చస్తున్నారు
బ్రిటిష్ వాళ్ళు కష్టార్జితాన్ని అనుభవిస్తున్నారు
గోదుమలు పండిస్తున్నాం - కానీ, తినడానికి దొరకవు
మన వద్ద ఖానీలేదు -
వున్నదంతా పన్నులుగా చెల్లిస్తున్నాం.
కన్నవాళ్ళను, ఉన్న వూరు నొదిలి
అక్కా- చెల్లెల్లు, అన్నదమ్ములను వీడి
పొట్టచేత ఒట్టుకొని పరాయి దేశాల్లో
బానిసలుగా బతుకుతున్నాం
కూలీలుగా పిలువబడుతున్నాం
చూడబడుతున్నాం.
బానిసలుగా బతికేకంటే చావడంమేలు!
చైనా నిద్రలేచింది!
భారతదేశంలో రణభేరి మ్రోగింది
నిద్రలేవండి!
గదర్ పిలుస్తోంది!
బ్రిటిష్ పాలకుల రక్తంతో -
హోలీ - రంగేలి ఆడుకుందాం!
రండి! కదలండీ" అని పిలిచింది.
భారతదేశంలోని సంఘ సంస్కరణ ఉద్యమకారుల నుద్దేశించి గదర్:
సంఘ సంస్కరణ కాదు నేడు ముఖ్యం!
మన దేశానికి శత్రువైన సామ్రాజ్యవాదులను తరిమేయడం ముఖ్యం!

కానీ, మన దేశంలోని కొన్ని మతవాద సంస్థలు – దాన్ని విస్మరిస్తున్నాయి.

హిందూమహాసభ – ఉత్తర భారతదేశంలో పనిచేస్తున్నది

దాని ప్రధాన కార్యక్రమం – పండుగలు నిర్వహించడం

లెఫ్టినెంట్ గవర్నర్‌కు శుభకాంక్షలు తెలపడం

ఆ సంస్థలో అత్యధికులు ధనవంతులు ప్రభుత్వాన్ని పొగడ్తలతో ముంచెత్తుతారు.

వారికి దేశానికి సంబంధించిన ప్రధాన సమస్య కనిపించదు–

మద్యం వ్యతిరేక ఉద్యమం చేస్తారు.

దేశంలో కొద్దిమంది మాత్రమే

మద్యం సేవిస్తారు.

మద్యం కారణంగా కలరా – ప్లేగు వ్యాధి రావడంలేదు.

దానికి మూల కారణం బ్రిటిష్ పాలకులు

వారికి వ్యతిరేకంగా పోరాడాలి.

కానీ, వారికది ముఖ్యం కాదు.

వీరు చేపట్టే మరో కార్యక్రమం–గో సంరక్షణ

ఇది కూడా నిరుపయోగమైనది.

భారతదేశంలోని ముస్లింలు – క్రిస్టియన్లు గోమాంసం తింటారు.

కొందరు పందిమాంసం తింటారు–

భారతదేశానికి నేడు కావల్సింది – ఆహార అలవాట్లు కాదు

స్వాతంత్ర్యం–

స్వాతంత్ర్యం కంటే గోసంరక్షణ ముఖ్యమా?" అని ప్రశ్నించింది.

ఇంకో కార్యక్రమం – బాల్య వివాహాల రద్దు–

వితంతు వివాహాలకు ప్రోత్సాహం

ఈ సంస్కరణలు చాలా ముఖ్యమైనవే!

కానీ, 75 లక్షల మంది–

క్షామంతో, ప్లేగు వ్యాధితో మరణించే సమస్యకంటే ప్రధానమైనదికాదు.

ముందు మాతృదేశానికి స్వాతంత్య్రం సాధించాలి.

ఆ తర్వాత ఈ సమస్యలన్నిటికి –

స్వతంత్ర భారతంలో ఉద్యమం చేయాలి.

అలాగే! వీరు మరో వివాదానికి తెరదీశారు–

అది హిందీ – ఉర్దూ భాషలమధ్య వివాదం

ప్రభుత్వ కార్యాలయాల్లో ఉర్దూకు బదులు – హిందీని
ప్రవేశపెట్టాలని వీరివాదన
కానీ, పరాయి దేశ భాష అయిన ఇంగ్లీషుగురించి మాట్లాడరు.
కాలేజీలు– పండితులు–జ్ఞానీలు – గురు ద్వారా...
బ్రిటిష్ వాళ్ళపై పోరాడమని చెప్పరు!
ముల్లాలు, పండితులు మనకొద్దు
ప్రార్థనలు – మంత్రోపదేశాలు మనకక్కరలేదు.
అవి శక్తిని హరించి – పిరికితనం నూరిపోస్తాయి
మతాలు వేరైనా మనమంతా భారతీయులం!" అన్నది.
ఇప్పుడు మనం చేయవలసింది:
విజ్ఞప్తులు వినతిపత్రాలు కాదు
తీర్మానాలు, ప్రతినిధివర్గాలు కాదు
కాంగ్రేసు నాయకులు బ్రిటిష్ పాలకుల ఎడల
మెతకదనం ప్రదర్శిస్తున్నారు
అందుకే వారు నాయకులయ్యారు
మన నాయకులు ద్రోహులు
రాయ్ బహదూరులు
బ్రిటిష్‌వాళ్ళ పెంపుడు పిల్లులు
మనదేశాన్ని నాశనం చేశారు.
మనల్ని ఇంగ్లీషువాళ్ళకు అమ్మేశారు.
బ్రిటిష్‌వాళ్ళకు నమ్మిన బంట్లుగా మారారు, అన్నది.

చివరిగా: గదర్:
మాటలతో కాలాన్ని వృధా చెయ్యొద్దు
ఖడ్గం ద్వారా మన హక్కును సాధించుకుందాం– కదలండీ!
విజయసాధనకు అవసరమైన మార్గాన్ని అనుసరిద్దాం!
దేశంకోసం పోరాడు!
తెల్లవాళ్ళను నరికేయ్!
ఓ హిందూ– ముస్లిం– సిక్కు సిపాయిల్లారా!
ఓ భారతీయుల్లారా!
నీచ ప్రభుత్వానికి సేవలు ఆపేయండి.
అప్పుడు చూడండి
వాళ్ళెలా వణికిపోతారో?

అమ్మ- అయ్యకు పుట్టినోళ్ళయితే!
ప్రభుత్వానికి సహకారం నిలిపేయండి" అని కోరింది.

సిపాయిలకిచ్చిన పిలుపులో
ఓ హిందూ - ముస్లిం- సిక్కు సిపాయిల్లారా!
యుద్ధభూమిలోనున్న వీర జవానులారా!
ఒక్కసారి మన మాతృదేశాన్ని చూడండి!
ఫిరంగీయులచే ఎలా పీల్చి పిప్పి చేయబడుతుందో!
వాళ్ళపై మనమిప్పుడు యుద్ధం ప్రకటించాం
బ్రిటిష్ కీచకులను తరిమేయాలి
భారతదేశం పేరును ప్రకాశింపజేయాలి!
విప్లవజ్యోతి వెలిగించాలి!
ప్లేగు వ్యాధిని అరికట్టాలి!
మాతృదేశాన్ని రక్షించాలి!
బతికుంటే మన దేశాన్ని పాలిద్దాం!
మరణిస్తే... విశ్వమంతా
అమరగీతికలు ఆలాపిస్తుంది" రమ్మన్నది.

ఇదే! ఇదే! ఆఖరి పిలుపు!
అంతిమ హెచ్చరిక!
రణభేరి మ్రోగింది
రణరంగానికి నడవండి!
వీరులైతే సింహగర్జనలు చెయ్యండి!
పిరికిపందలైతే....
గుంటనక్కల్లా లోకలాడిస్తూ పారిపోండి" అన్నది.

గదర్‌పిలుపు దేశదేశాల్లోని భారతీయుల కందింది. ఆ సందేశం పంజాబ్‌కు చేరింది.

గదర్ పిలుపు వేలాదిమందిని ఉద్రేకపరిచింది. దేశభక్తిని పులకరింపజేసింది. త్యాగానికి సంసిద్ధులను చేసింది. అమెరికా, కెనడాలలో వున్న వారందరూ తమ ఆస్తులను అమ్మి కూడ బెట్టుకున్న డబ్బును గదర్ కార్యాలయంలో అప్పగించారు. ఆయుధాలు సమకూర్చున్నారు. దేశం కోసం ప్రాణాలైనా అర్పించడానికి వీరసైనికులుగా ప్రతిజ్ఞచేశారు.

గదర్ పత్రిక గురుముఖి భాషలో పంజాబులోని వివిధ ప్రాంతాలకందింది. అది గురుముఖి భాషలో వుండటం, గదర్ పత్రికగా గమనించక ప్రభుత్వం ప్రారంభంలో ఆంక్షలు పెట్టలేదు. ఆ తర్వాత వివిధ మార్గాల ద్వారా గదర్ పంజాబుకు చేరింది. ముఖ్యంగా

ఉద్యమకారులు, విప్లవకారులకు అందింది.

అప్పుడు - భగత్‌సింగ్‌కు 8 సంవత్సరాల వయస్సు ఊహ తెలిసింది. అక్షరజ్ఞానం లభించింది. లాహోరు దయానంద - ఆంగ్లో- వేదిక హైస్కూలులో చేరాడు. పుట్టినప్పటి నుండి ఇంట్లో రాజకీయ వాతావరణంలో పెరిగాడు. తండ్రి పినతండ్రి ఉద్యమాల గురించిన అవగాహన కలిగింది. స్కూలుకు గదర్ పత్రిక-అందుతున్నది. అధ్యాపకులు గదర్ గురించి మాట్లాడుకుంటున్నారు.

గదర్ ఎడల భగత్‌సింగ్ ఆసక్తి చూపాడు. బాల్య దశలో అది ప్రభావం చూపింది.

తండ్రి కిషన్‌సింగ్, పినతండ్రి స్వరణ్‌సింగ్ గదర్‌పార్టీలో చేరారు. ఆ కారణంగా భగత్‌సింగ్‌కు గదర్ గురించిన విషయాలు తెలిశాయి. ఉగ్గుపాలతోనే భగత్‌సింగ్ రాజకీయ ఓనమాలు నేర్చుకున్నాడు.

ప్రపంచ యుద్ధం జరుగుతున్నది.

ఇదే అదును ఇదే సమయం, భారతదేశం నుండి బ్రిటిష్‌వాళ్ళను తరిమేయడానికి నడవాలన్నది గదర్‌పార్టీ

10,000 వేలకు పైగా గదర్ సైనికులు సంసిద్ధమయ్యారు.

కర్తార్‌సింగ్, ముందుగానే 1914 సెప్టెంబరులో ప్రభుత్వానికి అనుమానం కలగకుండా భారతదేశం చేరాడు. పంజాబులో గదర్ విప్లవానికి సన్నాహాలు ప్రారంభించాడు. ఉద్యమకారులలో సంబంధాలు ఏర్పరచుకున్నాడు. గదర్ సందేశం, కార్యక్రమం వివరించాడు.

రెండు వారాల తర్వాత, 1914 సెప్టెంబరు 29న కామగటమారు ఓడలో 400 మంది భారతీయులతో కలకత్తా హుగ్లీతీరం చేరింది. అందులో 300 పైగా గదర్ సైనికులున్నారు. బ్రిటిష్ వలస పాలకులకు ముందుగా సమాచారం అందింది. ఓడరేవుకు 7 కిలోమీటర్ల దూరంలోనే, సముద్రంలో పోలీసులు చుట్టేశారు. పోలీసులకు - గదర్‌వీరులమధ్య కాల్పులు జరిగాయి 18 మంది గదర్‌వీరులు, ఇద్దరు అనామకులు, కొందరు పోలీసులు మరణించారు. 45మంది పోలీసులనుంచి తప్పించుకున్నారు. 202 మందిని పోలీసులు అరెస్టు చేశారు.

ఆ తర్వాత మరికొన్ని అద్దె ఓడల్లో దాదాపు 8000 మంది భారతదేశానికి బయల్దేరారు. మధ్యేమార్గంలో హాంగ్‌కాంగ్, మలయా, బర్మాలలో కొందరిని భారతదేశ సరిహద్దులో కొందరిని ప్రభుత్వం అమ్మే చేసింది అయినా, వేలాదిమంది ప్రభుత్వం కళ్ళుగప్పి భారతదేశంలో ప్రవేశించారు.

వారిలో అత్యధికులు పంజాబుకు చెందినవారు రాష్ట్రంలో గ్రామ గ్రామానికి చేరారు. గదర్ కార్యక్రమం వివరించారు. విప్లవాగ్ని రగిలించారు.

కర్తార్‌సింగ్, పంజాబు, విష్ణు నగేశ్ పింగళ్ మీదటు, రసబిహారీబోస - బెంగాలు, పండిత పరమానంద ఝాన్సీ, దామోదర్‌స్వరూప్ - అలహాబాద్, ప్రియాంత విభూతి - బెనారస్, విశ్వనాథపాండే - రాంఫుర్, నళినీముఖర్జీ - జబల్‌పూర్, సిపాయిల

తిరుగుబాటుకు బాధ్యతలు పంచుకున్నారు. సచీంద్రనాథ్ సన్యాల్ - ఉత్తర భారత కంటోన్మెంటుల వాద్య సమన్వయం, జగతలాం- అఫ్ఘనిస్తాన్ సహకారం పొందడానికి కాబూల్ వెళ్ళాడు. వకాసాసింగ్ - ఢిల్లీ సిపాయిలతో సంబంధాలు ఏర్పరచుకోవడానికి కెళ్ళాడు.

కర్తార్‌సింగ్, సూటూ - బూటూ వేసుకొని సైనికాధికారిలాగా- ఆకస్మికంగా కంటోన్మెంటులో ప్రవేశించి, భారతీయ సైనికులను తిరుగుబాటుకు ప్రేరేపించాడు.

ఉత్తరభారతంలోని కంటోన్మెంటులో గదర్ తిరుగుబాటు సన్నాహాలు జరిగాయి సిపాయిలు సిద్ధమయ్యారు.

1915 ఫిబ్రవరి 21, అర్థరాత్రి తిరుగుబాటుకు ముహూర్తం నిర్ణయం జరిగింది.

కానీ, ఒక విప్లవ ద్రోహి కృపాల్‌సింగ్ కారణంగా తిరుగుబాటు విఫలమయ్యింది.

మరో ద్రోహి కారణంగా, బెనారస్ రహస్య స్థావరంలో కర్తారసింగ్ పట్టుబడ్డాడు.

పట్టుబడిన 82 మంది గదర్‌వీరులపై రాజద్రోహి నేరం, చక్రవర్తిపై యుద్ధం ప్రకటించారన్న ఆరోపణలతో కేసు పెట్టారు. ప్రత్యేక న్యాయస్థానం ఏర్పాటుచేశారు.

"లాహోరు కుట్ర పేరుతో విచారణ ప్రారంభమయ్యింది. ముద్దాయిల్లో గదర్‌పార్టీ అధ్యక్షులు సోహన్‌సింగ్ బాక్నా, 60 సంవత్సరాల వృద్ధుడు బాగ్‌సింగ్, 20 సం॥ రాల వయస్సున్న గదర్‌పార్టీ కార్యదర్శి కర్తార్‌సింగ్ వున్నారు.

లాహోరు సెంట్రల్ జైలు బ్యారక్ నెంబరు 16 ట్రిబునల్ న్యాయస్థానంగా మారింది.

"గౌరవనీయ చక్రవర్తిపై యుద్ధం ప్రకటించి సైనిక శక్తితో ప్రభుత్వాన్ని కూలదోయడానికి కుట్రపన్నారనీ" నేరం మోపారు.

కర్తార్‌సింగ్

"మీ ఆరోపణతప్పు మేము కుట్రచేయలేదు. యుద్ధం ప్రకటించాం. మాదేశంలో మీపాలనపై బహిరంగంగానే సవాల్‌చేశాం. అందుకు గర్వపడుతున్నాం" అన్నాడు.

దానికి శిక్షేమిటో తెలుసా? అని జడ్జి ప్రశ్నించాడు.

"జీవితఖైదా? నేనుమాత్రం మరణ శిక్ష కోరుకుంటాను. ఎందుకంటే ఎన్ని జన్మలెత్తినా, నా మాతృదేశం స్వాతంత్ర్యం పొందేవరకు నా జన్మను అంకితం చేయాలన్నది నా కోరిక" అన్నాడు.

నాలుగు గోడల మధ్య విచారణ జరిగింది.

1915సెప్టెంబర్ 13న ట్రిబ్యునల్ తీర్పువచ్చింది.

24 మందికి ఉరిశిక్ష - 26 మందికి జీవితఖైదు - 6 గురికి ఇతర శిక్షలు 9 మంది నిర్దోషులుగా తీర్పు.

ఉరిశిక్ష విధించబడిన వారిలో కర్తార్‌సింగ్, పింగళే, వున్నారు తీర్పు వినిపించగానే కర్తార్‌సింగ్

"థాంక్సు" అన్నాడు

24 మందికి ఒకే కేసులో ఉరిశిక్షలు విధించడం ప్రపంచ చరిత్రలోనే అరుదు- తీర్పు విని వైస్రాయ్ లార్డ్ హెర్డింగ్ కూడా ఆశ్చర్యపోయాడు. 17 మంది ఉరిశిక్షను యావజ్జీవ శిక్షగా మార్చి 7 గురికి ఉరిశిక్ష ఖాయం చేశాడు. వారిలో కర్తార్‌సింగ్ ప్రథముడు. మిగతా వారు గణేష్ పింగళే, జగత్‌సింగ్, హర్నాం సింగ్, బక్షీస్‌సింగ్, సూరాయన్ సింగ్, సూరాయన్‌సింగ్ గిల్‌వాలీ వున్నారు. ఉరిశిక్ష తప్పి యావజ్జీవ శిక్షపడిన వారిలో సోహాన్‌సింగ్ బాక్నా, దయానంద ఆంగ్లో - వేదిక కళాశాల చరిత్ర విభాగ ఆచార్యులు భాయి పరమానందవున్నారు.

1915 నవంబరు 16, సూర్యోదయానికి ముందు కర్తార్‌సింగ్ చిరునవ్వుతో గదర్‌గీతం ఆలపిస్తూ, ఆరుగురు అనుచరులతో ఉరికంబానికి నడిచాడు. "ఈ జన్మనే కాదు - ఒకవేళ మరో జన్మవుంటే, ప్రతి జన్మనూ నా దేశానికి అర్పిస్తాన'న్నాడు.

"వందేమాతరం" అంటూ ఉరికొయ్యలపై వొరిగిపోయాడు.

ఇదంతా లాహోరులో జరుగుతున్నది భగత్‌సింగ్, దయానంద్ - ఆంగ్లో - వేదిక హైస్కూలులో విద్యార్థిగా అక్కడే వున్నాడు. కర్తార్‌సింగ్ వీరగాథ.

"సైరా కర్తార్‌వీర
మీ కంటినెత్తురుజీర
భారతవీరుల భావవీథిలో
తళతళలాడుతు వెలుగుతున్నది"

పండిత జగత్‌రాం గేయం పంజాబు అంతటా ప్రతిధ్వనిస్తున్నది.

భగత్‌సింగ్ హృదయంలో కర్తార్‌సింగ్ నిలిచిపోయాడు. అతని పసిహృదయంపై చెరగని ముద్రపడింది. అతన్ని ఆదర్శంగా ఎంచుకున్నాడు. అతని ఫొటోను తన జేబులో ఎల్లప్పుడు భద్రపరుచుకున్నాడు. దైవభక్తి, గాయిత్రీజపం, ప్రార్థనలు మానేసి రాజకీయాలపై దృష్టిపెట్టాడు.

భగత్‌సింగ్‌కు 12 సంవత్సరాల వయస్సొచ్చింది.

చిన్నప్పటి నుండి అతనికి సంగీతం, సాహిత్యం, సాంస్కృతిక కార్యక్రమాలపై ఆసక్తివున్నది. సాహిత్య గ్రంథాలు చదవడం, కవితలు రాయడం ప్రారంభించాడు. దైవభక్తి మాని దేశభక్తిని పెంపొందించుకున్నాడు. ప్రార్థనలు, చేయడం, గాయత్రీజపంతో కాలం గడపకుండా పుస్తకాలు అధ్యయనంలో నిమగ్నమయ్యాడు.

ప్రపంచ యుద్ధం సాగుతున్నది.
ప్రభుత్వ నిర్బంధ విధానాలు అమలు జరుగుతున్నాయి.
గదర్ విప్లవం విఫలమయ్యింది కానీ ఆగిపోలేదు.
ప్రభుత్వానికి పట్టుబడకుండా తప్పించుకున్న వాళ్ళు రహస్యంగా
విదేశాలకు చేరారు. పార్టీ పునర్నిర్మాణం ప్రారంభమయ్యింది.
భాయీ భగవాన్‌సింగ్, సంతోఖ్‌సింగ్, బర్కతుల్లా,
తేజాసింగ్ స్వతంత్ర, వివిధ దేశాల విప్లవకారులతో
సంబంధాలేర్పరచుకున్నారు. టర్కీలో తేజాసింగ్ స్వతంత్ర,
ఆఫ్ఘనిస్తాన్‌లో రాజా మహేంద్రప్రతాప్, బర్కతుల్లా, అమెరికాలో
సంతోఖ్‌సింగ్ కేంద్రంగా పనిచేస్తున్నారు. సన్‌ఫ్రాన్సిస్కో
లోని "యుగంధర్ ఆశ్రమం" గదర్‌పార్టీ కేంద్రంగా,
వివిధ దేశాల ఉద్యమకారులతో సమన్వయం జరిగింది.
గదర్ పత్రిక పునర్నిర్మాణం జరిగింది.

1917 అక్టోబరు 25 (నవంబరు 7) రష్యాలో విప్లవంతో తూర్పుదిక్కు ఎరుపెక్కింది. లెనిన్ నేతృత్వంలో ప్రపంచ చరిత్రలో మొట్టమొదటి కార్మిక - కర్షక రాజ్యమేర్పడింది.

అక్టోబరు విప్లవ అరుణకిరణాలు నలుదిశల ప్రసరించాయి.

ప్రపంచ వ్యాపితంగా విప్లవకారులకు వెలుగుచూపాయి.

లండన్, ప్యారిస్, టోక్యో, అమెరికా, కెనడా, మెక్సికో, తదితర దేశాల్లోని భారతీయ ఉద్యమకారులు మాస్కోచేరారు.

వారిలో యం.యన్ రాయ్, వీరేంద్రనాథ్ ఛటోపాధ్యాయ మౌల్వీ బర్కాతుల్లా, రాజా మహేంద్రప్రతాప్, నళినీగుప్త, ఆబని ముఖర్జీ, రఫీ అహ్మద్, గదర్‌వీరులు సంతోఖ్‌సింగ్, యం.పి.బి.టి. ఆచార్య, అబ్దుల్‌ఖాదర్, దిలీప్‌సింగ్ గిల్, ఇబ్రహీం మొదలగు వారు దాదాపు 200 మంది ముస్లిం యువకులు కూడా అక్కడికి చేరారు.

రష్యాలో బోల్షివిక్ విప్లవ వార్తలను భారతదేశంలోని వివిధ పత్రికలు ప్రచురించాయి.

కేసరి, లీడర్, అమృతబజారు పత్రిక, లేబర్‌కిసాన్ గెజెట్‌లో ప్రత్యేక వ్యాసాలు, కవితలొచ్చాయి.

జైలునుండి బయటికొచ్చిన బాలగంగాధర్ తిలక్, తమిళ మహాకవి సుబ్రమణ్యభారతి, లక్నోకవి అజీజ్ లక్నవీ విప్లవాన్ని స్వాగతించారు.

బ్రిటన్‌లో స్థిరపడిన షాపూర్జీ సక్లల్‌వాలా, రజినీ పామీదత్ బ్రిటీష్ కమ్యూనిస్టుపార్టీ, కార్మిక నాయకులుగా భారత స్వాతంత్రోద్యమానికి చేయూతనిచ్చారు. రష్యా విప్లవం గురించి, దేశంలోని విప్లవ గ్రూపులకు తెలియజేశారు.

మౌల్వీ బర్కతుల్లా "బోల్షివిజం, ఇస్లాం" గ్రంథాన్ని రచించి, రహస్యంగా తన మిత్రులకు పంపాడు.

రష్యావిప్లవంతో ప్రభావితులైన రాజా మహేంద్రప్రతాప్, మౌల్వీ బర్కతుల్లా, యం.డి.బి.టి. ఆచార్య, కాబూల్ కేంద్రంగా స్వతంత్ర భారత ప్రభుత్వం ప్రకటించారు.

మాస్కో చేరిన వారికి, బోల్షివిక్ పార్టీ:

"యూనివర్సిటీ ఆఫ్ ది ఈస్ట్" పేరుతో రాజకీయ కళాశాల నెలకొల్పి, మార్క్సిజం – లెనినిజం, అక్టోబరు విప్లవం గురించిన రాజకీయ శిక్షణయిచ్చారు.

1920 అక్టోబరు 17న తాష్కంటులో యం.యన్.రాయ్ నాయకత్వంలో భారత కమ్యూనిస్టుపార్టీ నిర్మాణం ప్రకటించారు. ఎల్‌ట్రెంట్‌రాయ్, అబనీ ముఖర్జీ, రోజా ఫిట్‌నెవ్, మహమ్మద్ అలీ, మహమ్మద్ షఫీర్‌సిద్ధికి, యం.బి.టి. ఆచార్య కమిటీ సభ్యులుగా వున్నారు.

మాస్కో రాజకీయ పాఠశాలలో ఎక్కువమంది భారతీయులున్నారని, భారతదేశంలోని బ్రిటిష్‌పాలకులకు రహస్య సమాచారం అందింది. వారు భారతదేశంలో ప్రవేశించినా, మార్క్సిస్టు సిద్ధాంతం భారత విప్లవకారులకు చేరినా ప్రమాదమనుకున్నారు. దానిని నివారించడానికి, కఠినమైన శాసనంతో సరిహద్దులను కట్టుదిట్టం చేయాలనుకున్నారు.

1919 మార్చి18న రౌలత్ చట్టం ప్రకటించారు. ఆ చట్టం ప్రకారం వైస్రాయ్, గవర్నర్లకు అదనపు అధికారాలొచ్చాయి. బోల్షివిజం ప్రమాదాన్ని నివారించడానికి, ఏ వ్యక్తినైనా అరెస్టుచేసి, ప్రత్యేక కోర్టుల ద్వారా విచారించి, తీర్పుపై అప్పీలుకు అవకాశం లేకుండా చట్టం రూపొందించబడింది.

అది దుర్మార్గమైన చట్టం. వున్న కనీస హక్కులను కూడా హరిస్తుంది. నియంతృత్వం, నిరంకుశ పాలన మరింత పెరుగుతుందని భారతదేశంలోని ఉద్యమకారులు భావించారు.

లాల్ – పాల్ – బాల్ దాన్ని తీవ్రంగా వ్యతిరేకించారు. మహాత్మాగాంధీ, ఉద్యమ సహచరులతో సంప్రదించి 1919 ఏప్రిల్ 6న దేశవ్యాపిత హర్తాళ్ళు, సత్యాగ్రహాలకు పిలుపునిచ్చాడు. అది, మహాత్మాగాంధీ నేతృత్వంలో, భారత ప్రజలకు అందించిన మొదటి పిలుపు. ఆ పిలుపు నందుకొని కలకత్తా, బొంబాయి, మద్రాసు, లక్నో, తదితర పట్టణాల్లో

హర్తాళ్ళు, ఊరేగింపులు జరిగాయి.

పంజాబులో పేరొందిన డా॥ సైఫుద్దీన్ కిచ్లూ, డా॥ సత్యపాల్ నాయకత్వంలో రౌలత్ చట్టం వ్యతిరేక ఉద్యమం ప్రారంభమయ్యింది. ఉద్యమ తీవ్రతను ప్రభుత్వం పసిగట్టింది. వారిద్దరినీ, ఏప్రిల్ 10వ తేదీ అర్థరాత్రి అరెస్టుచేసింది. ఆవార్త ప్రజలకు మరింత ఆగ్రహం కలిగించింది. అమృతసర్, లాహోరు, గుర్జన్‌వాలాలో హర్తాళ్ళు జరిగాయి. అమృతసర్‌లో పెద్ద ఎత్తున ప్రజా ప్రదర్శనకు ప్రజలు సన్నద్ధమయ్యారు. పంజాబు గవర్నర్ మిఖైల్ ఓడయ్యర్ పరమకిరాతకుడు, ఉద్యమకారులను నిర్ధాక్షిణ్యంగా అణచివేయాలని, మిలటరీ జనరల్ డయ్యర్‌ను ఆదేశించాడు.

1919 ఏప్రిల్ 13న వేలాదిమంది అమృతసర్ ప్రజలురౌలత్ చట్టాన్ని వ్యతిరేకిస్తూ, ప్రజానాయకులు డా॥ కిచ్లూ, డా॥ సత్యపాల్ అక్రమ అరెస్టును నిరసిస్తూ ప్రదర్శన జరిపారు. జలియన్‌వాలాబాగ్, పవిత్ర సిక్ గురుద్వారా సమీపంలో శాంతియుతంగా సభ జరిపారు. జలియన్‌వాలాబాగ్ వేలాదిమంది ప్రజలతో కిక్కిరిసి వున్నది. దానికి ఒకే ప్రవేశ ద్వారమున్నది. శాంతియుతంగా జరుగుతున్న సభపై జనరల్ డయ్యర్ సైన్యాలు అకస్మాత్తుగా దాడిచేశాయి. ప్రవేశ ద్వారం మూసేశారు. ప్రజలపై తూటాల వర్షం కురిపించారు. సభలో స్త్రీలు, వృద్ధులు, బాలబాలికలు, వున్నారు. కాల్పుల్లో వందలాదిమంది పిట్టల్లా రాలిపోయారు. వేలాదిమంది గాయపడ్డారు. దారికోసం వెతుకుతూ జలియన్‌వాలా బాగ్‌లో వున్న పెద్ద మోటబావిలో ప్రమాదవశాత్తూ దూకి ప్రాణాలు కోల్పోయారు.

జలియన్‌వాలాబాగ్ రక్తంతో తడిసింది కళేబారాలతో నిండింది. క్షతగాత్రుల హాహాకారాలతో అమృత్‌సర్ మృత్యుఘోషను వినిపించింది.

ఈ వార్త దేశప్రజలకు దిగ్భ్రాంతిని కలిగించింది. ఆంగ్లేయ పాలకులు జరిపిన మారణహోమం ప్రతివ్యక్తినీ కదిలించింది. ఆంగ్లేయులపై ఆగ్రహం పెల్లుబికింది. స్వచ్ఛందంగా అనేక పట్టణాలలో ప్రభుత్వ నిషేదాజ్ఞనలను ధిక్కరించి ప్రదర్శలు జరిపారు. యావద్భారతం ఆవేశంతో రగిలిపోయింది. ప్రతీకార వాంఛ ప్రబలింది. ఆ రోజు యధావిధిగా భగత్‌సింగ్ స్కూలుకెళ్ళాడు.

జలియన్‌వాలాబాగ్ మారణహోమం గురించి విన్నాడు. చలించిపోయాడు. వెంటనే అమృతసర్ వెళ్ళాడు. జలియన్‌వాలాబాగ్‌లో ప్రవేశించగానే, రక్తంలో ఎరుపెక్కిన భూమిని చూశాడు. నలుదిక్కులా పరిశీలనగా చూశాడు. రక్తంతో గడ్డకట్టిన భూమి, గోడలపై తూటాల రంధ్రాలు చూశాడు. మోటబావిలో మానవ కళేబరాల గుర్తులు, దుర్వాసన గమనించాడు.

మారణహోమానికి గురైన వారిని తలుచుకొని కన్నీరుపెట్టాడు. క్రూరత్వానికి కారణమైన ఆంగ్లేయులపై పగ సెగలుగా మారింది. కంటతడి పెడుతూ, రక్తంలో తడిసిన పిడికెడు మట్టినిచేతుల్లోకి తీసుకున్నాడు. వెంట తెచ్చుకున్న సీసాలో నింపుకున్నాడు. పగతో రగులుతున్న మనస్సుతో ఇల్లు చేరాడు.

రక్తం మట్టి సీసాను ఇంటి గట్టుమీద పెట్టాడు. దీర్ఘాలోచనలలో నులకమంచంలో వాలిపోయాడు.

అన్న విషాదంలో వున్నది గమనించిన, చెల్లెలు అమృతకౌర్ - దగ్గరకొచ్చి పలకరించింది.

ఎందుకన్నా? విచారంగావున్నావు అని అడిగింది.

భగత్‌సింగ్ లేచి, సీసాను చెల్లెకు చూపుతూ "ఇది బ్రిటిష్‌వాళ్ళ చేత చంపబడిన దేశభక్తుల రక్తంతో తడిసిన మట్టి" అన్నాడు వచ్చే దుఃఖాన్ని ఆపుకుంటూ.

జలియన్‌వాలా బాగ్ మారణహోమంతో దేశమంతటా అగ్నికణం రగులుకున్నది. బ్రిటిష్ పాలకుల దుర్మార్గులకు అది నిదర్శనంగా భావించారు. స్వచ్ఛందంగా బొంబాయి, మద్రాసు, కలకత్తా, మరికొన్నిచోట్ల ప్రదర్శనలు జరిపారు.

ప్రజల ఆవేశాన్ని, వలసపాలకుల దుర్మార్గాలను గమనించిన జాతీయోద్యమనేతలు, నిద్రావస్థలో వున్న జాతీయ కాంగ్రెసును నిద్రలేపాలనుకున్నారు.

ఇండియన్ నేషనల్ కాంగ్రెస్ మహాసభ 1929 సెప్టెంబర్ 4న కలకత్తాలో జరిగింది. మహాసభకు అతివాద నాయకులుగా వున్న లాలాలజపతిరాయ్, బాలగంగాధరతిలక్, బిపిన్‌చంద్రపాల్‌తోపాటు ప్రప్రథమంగా మోహన్‌దాస్ కరంచంద్ గాంధీ హాజరయ్యారు.

మహాసభ అధ్యక్షుడు లాలాలజపతిరాయ్:

"మనమిప్పుడు విప్లవయుగంలో వున్నామన్న వాస్తవాన్ని గుర్తించాలి. సంప్రదాయంగా మనం విప్లవాలకు వ్యతిరేకం. శాంతియుతంగా - నెమ్మదిగా ప్రయాణంచేసే అలవాటు మనది. కానీ, అవసరమొచ్చినప్పుడు, వేగంగా ముందుకు సాగాలన్న సంకల్పం వున్నప్పుడు అంగలు వేస్తూ- వేగంగా పోవాలి. ప్రాణమున్న ఏ జీవి కూడా విప్లవమార్గం నుండి తప్పించుకోలేదు" అన్నాడు.

1920 అక్టోబరు 31న బొంబాయిలో అఖిల భారత ట్రేడ్‌యూనియన్ మహాసభ జరిగింది. దేశంలోని 5 లక్షల మంది కార్మికులకు ప్రాతినిధ్యం ఏర్పడిన మొట్టమొదటి కార్మిక సంఘం. లాలాలజపతి రాయ్. బాలగంగాధర్ తిలక్, అనిబిసెంట్ సంఘ నిర్మాణానికి సారథ్యం వహించారు. లాలాలజపతిరాయ్ అధ్యక్షుడిగా ఎన్నికైన కార్మికసంఘం; తన లక్ష్యాన్ని తెలియజేసింది.

"రష్యాలో వచ్చిన స్వాతంత్రం ప్రజాస్వామ్యవాదులకు ఆశాజ్యోతిగా, భారత ప్రజల అభిమానాన్ని చూరగొన్నది. రష్యా విప్లవ ప్రాముఖ్యతను భారత ప్రజలు తెలుసుకోవలసి వున్నది. అక్కడ తమ సోదరులు సాధించిన విజయాన్ని భారత ప్రజలకు తెలియజేయాలి" అన్నది.

1920 డిశంబరులో నాగపూర్ కాంగ్రేసు మహాసభ సహాయ నిరాకరణ ఉద్యమానికి తీర్మానించింది. అహింసా పద్ధతులతో ఉద్యమం సాగాలన్న మహాత్మగాంధీ ప్రతిపాదనను ఆమోదించింది.

1921 మార్చి 31-ఏప్రిల్ 1న విజయవాడలో జరిగిన కాంగ్రెసు వర్కింగ్ కమిటి ఉద్యమానికి పిలుపునిచ్చింది. ఆనాటికి బాలగంగాధర తిలక్ అస్తమించాడు. ఉద్యమానికి 9 లక్ష్యాలను ప్రకటించింది.

1. ఆంగ్లేయులు ప్రదానం చేసిన గౌరవ బిరుదులు వదులుకోవాలి.
2. ప్రభుత్వ దర్బారులు, ఇతర కార్యక్రమాలు బహిష్కరించాలి
3. ప్రభుత్వ పాఠశాలలకు తమ పిల్లలను పంపకుండా, జాతీయపాఠశాలలు, కళాశాలల్లో చేర్పించాలి.
4. న్యాయవాదులు కోర్టులు బహిష్కరించాలి. ప్రజా పంచాయితీల్లో వివాదాలు పరిష్కరించాలి.
5. సైనికులుగా, గుమాస్తాలుగా ప్రభుత్వ ఉద్యోగాల్లో చేరకూడదు.

6. చట్టసభల ఎన్నికల్లో పాల్గొనరాదు - ఓటెయ్యకూడదు.

7. విదేశీ వస్తువులు బహిష్కరించాలి. స్వదేశీ వస్తువులు ప్రోత్సహించాలి.

8. కోటి రూపాయల తిలక్ నిధి సేకరించాలి.

9. కోటి చర్కాలు దేశంలో పనిచేయాలి.

జాతీయ సంస్థ పేరులో, గాంధీజీ నాయకత్వంలో దేశ ప్రజలకు అందిన మొదటి పిలుపు, కట్టలు తెగిన ప్రవాహంలా ప్రజలు కదిలారు. స్త్రీలు, పురుషులు, వృద్ధులు, బాలబాలికలు, కుల, మత, ప్రాంతీయ విచక్షణ లేకుండా ఒక్కటిగా "వందేమాతరం" నినదించారు. కాంగ్రేసు నిర్దేశించిన లక్ష్యాలను అమలుజరిపారు. ఒక చెంపకొడితే, మరో చెంప చూపారు. లాఠీలు, తూటాలు, జైలు కటకటాలు భరించారు.

భగత్‌సింగ్ "వందేమాతరం" అంటూ తోటి విద్యార్థులతో ఉద్యమంలో చేరాడు. దయానంద్ - ఆంగ్లో - వేదిక్ పాఠశాల జాతీయమోధ్యమ స్ఫూర్తితో నిర్వహించ బడుతున్నది. హైస్కూలు, కాలేజీ విద్యార్థులు - అధ్యాపకులు ఉద్యమంలో పాల్గొన్నారు. లాహోరు రాజకీయ ఉద్యమ కేంద్రంగా వున్నది.

భగత్‌సింగ్ తండ్రి కిషన్‌సింగ్, పినతండ్రి స్వరణ్‌సింగ్ కుటుంబమంతా ఉద్యమకారులే. కిషన్‌సింగ్, మహాత్మాగాంధీ అభిమానిగా, అహింసా వాదిగా ఉద్యమంలో ముందున్నాడు.

శాంతియుత ప్రదర్శకులపై ప్రభుత్వ బలగాలు విచక్షణారహితంగా లాఠీలు ప్రయోగించారు. వీపులు చిట్లుతున్న, తలలు పగులుతున్నా, రక్తం చిందుతున్న "వందేమాతరం" "మహాత్మగాంధీకి జై" అంటూ బాధలను భరించారు.

పసిపిల్లలు సైతం బాధను భరిస్తూ, నిగ్రహం పాటించారు.

వారణాసి సత్యాగ్రహంలో 15 సంవత్సరాల బాలుడు చంద్రశేఖర్ పాల్గొన్నాడు. ప్రభుత్వం అరెస్టు చేసి కోర్టులో ముద్దాయిగా నిలిపింది.

పసివాణ్ణి చూసి జడ్జి జాలిపడ్డాడు.

"నీపేరేమిటి?" అడిగాడు.

"ఆజాద్"

అని చంద్రశేఖర్ సమాధానమిచ్చాడు.

"నీ తండ్రి పేరు?"

"స్వాతంత్ర్యం"

"నీ ఊరేది?"

"జైలు"

ఆ సమాధానం జడ్జికి ఆగ్రహం కలిగించింది.

చిన్నవాడనుకుంటే మొండిఘటం అని జడ్జి భావించి, 15 బెత్తపుదెబ్బలు శిక్ష విధించాడు.

శిక్ష అమలు చేయడానికి, చంద్రశేఖర్‌ను జైలులో నగ్నంగా బల్లపై నిలబెట్టి “చర్రు చర్రు”మని వీపు మీద దెబ్బలు పడుతుంటే,

“భారత మాతాకీ జై”

“మహాత్మా గాంధీకీ జై”

అంటూ భరించాడు.

చంద్రశేఖర్ - ఆజాద్ చంద్రశేఖరయ్యాడు.

ఈలాంటి సంఘటనలెన్నో జరిగాయి.

భగత్‌సింగ్ ఖద్దరు దుస్తులు ధరించి, మువ్వొన్నెల జెండా చేతబట్టి “జై” యన్నాడు. బ్రిటిష్ పాలకులపై దేశమంతటా ద్వేషం రగులుతుందని, ఉద్యమం తీవ్రతరమవుతుందని ఆనందించాడు.

కానీ, 1922 ఫిబ్రవరి 5న యు.పి. రాష్ట్రంలోని చౌరీచౌరాలో ప్రదర్శకులు నిగ్రహం కోల్పోయి, ఆగ్రహంతో 22 మంది పోలీసులను హతమార్చారని, ఉద్యమంలో అహింసకు బదులు హింస అధికమయ్యిందని, మహాత్మాగాంధీ ఉద్యమ విరమణ ప్రకటన చేశాడు. ఉద్యమానికి పిలుపు ఇచ్చినందుకు పశ్చాత్తాపం తెలియజేశాడు. 5 రోజులు ఉపవాసం చేశాడు.

పరవళ్ళు తొక్కుతున్న ఉద్యమ ప్రవాహనికి అడ్డుకట్టబడింది. ఉరకలేస్తున్న ఉత్సాహానికి బ్రేకు పడింది. యువతలో ఉద్రేకం పెల్లుబికింది. అహింసా పద్ధతి, గాంధీజీ నాయకత్వంపై విశ్వాసం తొలిగింది.

దెబ్బకు దెబ్బ - హింసకు - హింస, ఆంగ్లేయులపై ప్రతీకారం తప్ప మరోమార్గం యువతకు కనిపించలేదు.

భగత్‌సింగ్‌కు గాంధీజీ అహింసాసిద్ధాంతం అతని నాయకత్వంపై విశ్వాసం పోయింది. తండ్రి కిషన్‌సింగ్‌తో విభేదించాడు. వాదనలు చేశాడు.

1923లో డి.ఎ.వి. కళాశాలలో చేరాడు. కళాశాల ప్రిన్సిపాల్ హన్సరాజ్. చరిత్ర అధ్యాపకుడు ప్రొ॥ జయచంద్ర విద్యాలంకార్. అధ్యాపకులందరు అభ్యుదయభావాలు, జాతీయ ఉద్యమ స్ఫూర్తి గలవారు. జాతీయోద్యమ స్ఫూర్తితో స్వామి దయానంద సరస్వతి స్థాపించాడు. లాలాలజపతిరాయ్, హన్సరాజ్ తదితరుల యాజమాన్యంలో నడుస్తున్నది.

గతంలో ఆ కళాశాల విద్యార్థిగా వున్న లాలాహరదయాల్, దేశ విదేశాలలో భారతదేశ స్వాతంత్రోద్యమ శంఖారావం పూరించాడు. గదర్‌పార్టీ నిర్మాతల్లో ఒకడుగా దానికి ప్రధానకార్యదర్శిగా పనిచేశాడు. చరిత్ర అధ్యాపకుడుగా, ఎంతో మందిని విప్లవకారులుగా తీర్చిదిద్దిన భాయా పరమానంద, గదర్ లాహోరు కుట్రకేసులో నిందితుడుగా, యావజ్జీవ శిక్షతో అండమాన్ సెల్లులార్ జైలులో నరకబాధలు అనుభవిస్తున్నాడు. అదే కళాశాలలో

విద్యార్థిగా ఉన్నత విద్యను అభ్యసించిన, అజిత్‌సింగ్ (పినతండ్రి) పేరుమోసిన ఉద్యమ కారుడిగా, విప్లవకారుడుగా పేరొందాడు. 1907లో జైలుశిక్ష విధించబడి మాండలే జైలుకు తరలించబడ్డాడు. జైలునుండి తప్పించుకుని, విదేశాలలో అజ్ఞాత జీవితం గడుపుతూ భారత స్వాతంత్రోద్యమ కేంద్రాలైన లండన్, బెర్లిన్, ప్యారిస్, కాబూల్ మాస్కో సన్‌ఫ్రాన్సిస్కో కేంద్రాలలో సమన్వయం సాగిస్తున్నాడు.

భగత్‌సింగ్‌కు కళాశాలలో సుఖదేవ్, భగవతీచరణ్ హోరా, యశపాల్, ధన్వంతరీ స్నేహితులయ్యారు. వారందరు శాసనోల్లంఘణోద్యమంలో విద్యార్థి వాలంటీర్లుగా పనిచేసిన వారే. భగత్‌సింగ్ భావాలతో ఏకాభిప్రాయం గలవారు.

అధ్యాపకుడు ప్రొ॥ జయచంద్ర విద్యాలంకార్ వారికి ప్రపంచ విప్లవాల గురించి, విప్లవకారుల గురించి బోధించాడు. ఐరిస్, రష్యన్, ఇటలీ, ఫ్రాన్సు విప్లవాలపై మజ్జిని, గరీబాల్డీ, ఉల్యనోవ్, ఆగష్టే వాయ్‌లాంట్, జీవిత చరిత్రలు చదివాడు.

లాహోరులో ద్వారకాదాస్ గ్రంథాలయం కూడా జాతీయ ఉద్యమ ఆదర్శాలతో నెలకొల్పబడింది. గ్రంథాలయంలో రాజకీయ ఆర్థిక, సాంఘిక, చారిత్రిక గ్రంథాలు, ప్రపంచ అభ్యుదయ రచయితల రచనలు వున్నాయి. విప్లవాల, విప్లవకారుల చరిత్రలున్నాయి. లైబ్రేరియన్ రాజారమణ శాస్త్రి విప్లవభావాలు గలవాడు. మార్కెట్‌లో లభించని పుస్తకాలను సైతం రహస్యంగా ఎక్కడెక్కడి నుండో సంపాదించేవాడు.

డి.ఎ.వి. కళాశాల విద్యార్థులకు గ్రంథాలయం నిలయంగామారింది. భగత్‌సింగ్ అతని అనుచరులు లాలాలజపతిరాయ్, అజిత్‌సింగ్, సుఫీ అంబాప్రసాద్, లాలా హరదయాళ్ ఇతర దేశాల విప్లవకారులైన మజ్జిని, గయోబాల్టీ, ఉల్యనోవ్, వాయిలెంట్ జీవిత చరిత్రలు అందులో వున్నాయి. మార్క్సు - ఎంగెల్స్, కాట్‌స్కీ, ట్రాట్‌స్కీ, బకునిన్, లెనిన్, బుఖారిన్, క్రొపొట్కిన్ సిద్ధాంత గ్రంథాలున్నాయి. టాల్‌స్టాయ్, గోర్కి, డోస్టోవిస్కీ విక్టర్ హ్యూగో, మొదలైన ప్రసిద్ధ రచయితల రచనలున్నాయి.

భగత్‌సింగ్ కళాశాలలో నిర్వహించే వ్యాసరచనల పోటీల్లో పాల్గొని ప్రథమ బహుమతులు గెలుచుకున్నాడు. నాటకాల్లో నటించాడు. పంజాబు రాజకీయ మహాసభల సందర్భంలో ప్రదర్శించిన "మేవాడ పతాన్" నాటకంలో రాణా ప్రతాప్‌గా నటించాడు. ఆ ప్రదర్శనను చూసిన కవికోకిల సరోజినీ నాయుడు అతన్ని ఆలింగనం చేసుకుని ఆశీర్వదించింది.

1922 - గయా కాంగ్రెసు మహాసభలో రెండు వర్గాలేర్పడ్డాయి. ప్రొ చేంబర్సు, నో చేంజర్సుగా విడిపోయారు. మహాసభలో సంపూర్ణ స్వాతంత్ర్యం కాంగ్రెసు నినాదం కావాలని హస్రత్ మోహిని, వారణాసి యువకుడు రాంప్రసాద్ బిస్మిల్ వాదించారు. అంతర్జాతీయ కమ్యూనిస్టు ఉద్యమ ప్రతినిధిగా యం.యన్. రాయ్ సందేశం పంపాడు. అందులో "మనకేమికావాలి" శీర్షికలో కార్యక్రమం ప్రతిపాదించాడు. కమ్యూనిస్టు ఇంటర్నేషనల్ కార్యదర్శి హుంబర్ట్ డ్రోజ్ పంపిన సందేశంలో

"కమ్యూనిస్టు ఇంటర్నేషనల్ నాలుగవ మహాసభ మీకు హృదయ పూర్వక శుభాకాంక్షలు తెలియజేస్తున్నది. భారత ప్రజలు బ్రిటిష్ సామ్రాజ్యవాదం నుండి విముక్తి కోసం సాగించే పోరాటంపై మాకెంతో ఆసక్తి వున్నది. మీ చారిత్రాత్మకమైన పోరాటానికి గ్రేట్ బ్రిటన్‌తో సహా సామ్రాజ్యవాద దేశాల్లోని విప్లవ శ్రామికజన సంపూర్ణ సంఘీభావం వుంటుంది" అన్నది.

మహాసభలో మద్రాసు రాష్ట్ర ప్రతినిధిగా వెళ్ళిన కార్మికనాయకుడు సింగారవేలు చెట్టియార్, తనతో తెచ్చిన కరపత్రాలను ప్రతినిధులకు పంచాడు. ప్రసంగిస్తూ "కామ్రేడ్సు" అని సంబోధించాడు. ప్రతినిధులందరు ఆశ్చర్యపోయారు. క్షణం ఆగి కరతాళ ధ్వనులు చేశారు. బహుశా దేశంలో బహిరంగంగా, ఒక సభలో "కామ్రేడ్స్" పదం వినియోగించడం అదే ప్రథమం. సింగారవేలు చెట్టియార్ తాను కమ్యూనిస్టునని, అందుకు గర్వపడుతున్నానని ప్రకటించాడు.

అప్పుడు, బకునిన్ సిద్ధాంతం ప్రపంచ విప్లవకారులు, ఉద్యమకారులకు మార్గదర్శకంగా వున్నది. మిఖాయిల్ అలెగ్జాండ్రోవిచ్ బకునిన్ రష్యాలో 1814లో జన్మించాడు. మార్క్సు - ఎంగెల్స్ శాస్త్రీయ సోషలిజం సిద్ధాంతాన్ని అంగీకరించినా, దాని సాధన, రాజ్యాంగ నిర్మాణం విషయంలో విభేదించాడు. దోపిడికి మూలం రాజ్యాంగ యంత్రం, ముందుగా దాన్ని ధ్వంసం చేయాలి. దాని స్థానంలో రైతుల - పారిశ్రామిక కార్మికుల ఫెడరేషన్ ఏర్పాటు చేయాలి. సోషలిజం నిర్మాణానికి దశలు లేకుండా, ఏకంగా సోషలిజం లక్ష్యంగా వుండాలి. విప్లవాలు స్వయం సిద్ధంగా, వాటంతటవే వస్తాయి. వాటికి ప్రజా ఉద్యమాలు, పోరాటాలు అక్కరలేదు. ధైర్యశాలులు, త్యాగశీలురైన యువకులంటే చాలు. ఆకస్మిక సాయుధ దాడులతో ప్రభుత్వ యంత్రాంగాన్ని ధ్వంసం చేయాలన్నాడు. రష్యాలో సరోద్‌నిక్ పార్టీ వ్యవస్థాపకుడయ్యారు. అది రష్యా వివిధ ప్రాంతాలకు వ్యాపించింది.

బకునిన్ యూరప్‌లోని అనేక దేశాలు పర్యటించాడు. రచనలు చేశాడు. బకునిన్ సిద్ధాంతం, ఇటలీ, స్పెయిన్, ఫ్రాన్సు మరికొన్ని దేశాలకు విస్తరించింది.

రాజులేని రాజ్యం - అరాచకం, రాజును ధిక్కరించినవాడు అరాచకవాదిగా భావించినందున బకునిన్ అరాచకవాద సిద్ధాంతకర్తగా పేరొందాడు. బకునిన్ తదనంతరం, క్రొటోస్కిన్, బకునిన్ వారసుడయ్యాడు. రష్యన్ నరోద్‌నిక్ పార్టీ నాయకుడయ్యాడు. అతను సైబీరియా రాజకుటుంబంలో జన్మించాడు. అనేక దేశాల విప్లవకారులకు ప్రేరణ కలిగించాడు.

భారతదేశంలో అజిత్‌సింగ్, సచీంద్రనాథ్ సన్యాల్, మదన్‌లాల్ డీంగ్రా, ఖుదారాంబోస్, మొదలైన వారందరూ బకునిన్ సిద్ధాంతంతో ప్రభావితం అయినవారే. అనుశీలన్, యుగంతర్‌లాంటి సంస్థలకు మూలం బకునిన్ సిద్ధాంతమే.

రష్యాలో, నరోద్‌నిక్ పార్టీ ఆకస్మిక సాయుధ సంఘర్షణలతో, ప్రభుత్వంపై తిరుగుబాట్లు చేసింది. పట్టుబడిన వారిపై ఎన్నో కుట్రకేసులు పెట్టారు. ఉరిశిక్షలు విధించారు. ఉరికంబ మెక్కిన వారిలో లెనిన్ అన్న వి.ఇ. ఉల్యనోవ్ ఒకడు. అప్పటికి లెనిన్ యువ న్యాయవాదిగా వున్నాడు. తన అన్న మరణం విషాదకరం, అతని ఆశయం గొప్పది కానీ, అతను అనుసరించిన మార్గం తప్పన్నాడు. నాటినుండి మార్క్స్ ఎంగెల్స్ సిద్ధాంతానికి శాస్త్రీయ ఆచరణ మార్గంకోసం కృషిచేశాడు. రష్యన్ సోషలిస్టు పార్టీ (బోల్షివిక్) పార్టీ నిర్మాణం చేసి, విజయపథంలో నడిపించాడు.

మాస్కోలోని యూనివర్సిటీ ఆఫ్ ది ఈస్ట్‌లో మార్క్సిజం 'లెనినిజం' అక్టోబరు విప్లవం గురించి అధ్యయనం చేసిన వారిలో కొందరు రహస్యంగా భారతదేశంలో ప్రవేశించారు. అందులో ఎక్కువమంది ముస్లింలు. లాహోరును రాజకీయ స్థావరంగా చేసుకుని "ఇన్‌క్విలాబ్" పత్రిక రహస్యంగా ప్రచురించి పంపిణీ చేస్తున్నారు. బొంబాయిలో "కేసరి", "కాన్పూరులో" ప్రతాప్, "సన్నార్", అహ్మదాబాదులో "భవిష్య", "కలకత్తాలో" అమృత బజార్‌పత్రిక, మద్రాసునుండి "హిందూ" ఆఫ్ఘనిస్తాన్ నుండి "జమీందార్", బెర్లిన్ నుండి యం.ఎన్.రాయ్ "హోంగార్డు" పత్రికలు విప్లవకారులకు అందుతున్నాయి.

విదేశాలలో కమ్యూనిస్టులుగా మారిన యం.యన్.రాయ్, ఆబనీముఖర్జీ, మౌల్వీ బర్కతుల్లా, వీరేంద్రనాథ్‌చటోపాధ్యాయ, సంతోఖ్‌సింగ్, తదితరులు భారతదేశంలోని మిత్రులలో సంబంధాలు పెంచుకున్నారు. కమ్యూనిస్టు ఇంటర్నేషనల్, బ్రిటిష్ కమ్యూనిస్టు పార్టీలతో రహస్య సంబంధాలేర్పడ్డాయి. కలకత్తా, బొంబాయి, మద్రాసు, లక్నో, లాహోరు, కాన్పూరులలో కమ్యూనిస్టు గ్రూపు లేర్పడ్డాయి.

లాహోరు విప్లవ కేంద్రంగా మారింది.

రష్యానుండి తిరిగొచ్చిన వారు చాలామంది అక్కడేవున్నారు.

"ఇన్‌క్విలాబ్" పత్రిక, ఇతర రహస్య సాహిత్యం పంచారు. పెషావరు కుట్రకేసులోని ముద్దాయిల్లో ఎక్కువమంది లాహోరుకు చెందినవారే. కమ్యూనిస్టు గ్రూపుల్లో సభ్యులుగా వున్న వారిలో షౌకత్ ఉస్మాని, ముజఫర్ అహ్మద్ తదితరులు లాహోరు వచ్చినప్పుడు భగత్‌సింగ్, అతని సహచరులు కలిశారు. వారు కొద్ది రోజుల తర్వాత కాన్పూరు కుట్రకేసులో ముద్దాయిలుగా వున్నారు. పెషావరు, కాన్పూరు కుట్రకేసుల వార్తలు పత్రికల్లో వచ్చాయి.

గయా కాంగ్రెసు మహాసభకు రాంప్రసాద్ బిస్మిల్, లాలా హరదయాల్ సలహాతో అలహాబాదు వెళ్ళాడు. అక్కడ సచీంద్రనాథ్ సన్యాల్, అనుశీలన్ నాయకుడు యోగేష్ ఛటర్జీని కలిశాడు. విప్లవ రాజకీయ పార్టీ ఆవశ్యకతను గురించి చర్చించారు. విప్లవపార్టీ నిబంధనావళిని రూపొందించారు.

1924 అక్టోబరు 3న, కాన్పూరులో అనుశీలన్, యుగాంతర్ సంస్థల ఇతర విప్లవ భావాల గల వారి సభ జరిగింది. సచీంద్రనాథ్ సన్యాల్ అధ్యక్షతన జరిగిన సభ - 'హిందూస్థాన్ రిపబ్లికన్ అసోసియేషన్' నిర్మాణానికి తీర్మానించింది.

రాంప్రసాద్ బిస్మిల్ షాజహాన్‌పూర్ కేంద్రంగా యు.పి.లో పార్టీ నిర్మాణం, ఆయుధాల సమకూర్చే బాధ్యతలు, సన్యాల్ జాతీయ పార్టీ నిర్మాణం, యోగేష్ చటర్జీ, అనుశీలన్, యుగంతర్ మధ్య సమన్వయం బాధ్యతలు తీసుకున్నారు. అనతి కాలంలోనే ఆగ్రా, అలహాబాద్, బెనారస్, కాన్పూరు, లక్నో, షాజహాన్‌పూర్‌లలో శాఖ లేర్పడ్డాయి.

భగత్‌సింగ్, భగవతి చరణ్ హోదా, సుఖదేవ్, ధన్వంతరీ, యశ్‌పాల్, హిందుస్థాన్ రిపబ్లికన్ పార్టిలో చేరారు.

బెనారస్ మరో రాజకీయ కేంద్రంగా, ఎంతోమంది దేశభక్తులను, విప్లవకారులను తీర్చిదిద్దింది. బెనారస్ విశ్వవిద్యాలయం రాజకీయ శిక్షణా కేంద్రంగా వున్నది. ఆచార్య నరేంద్రదేవ్, షౌఖత్ ఉస్మానీ, సచీంద్రనాథ్ సన్యాల్ విప్లవ కారులకు రాజకీయపాఠాలు నేర్పుతున్నారు. సహాయ నిరాకరణోద్యమంలో పాల్గొని నిరాశచెందిన చంద్రశేఖర ఆజాద్ – సభ్యుడిగా చేరాడు. అష్ఫఖ్ ఉల్లాఖాన్, రాజేంద్రలాహిరి, రోషన్‌సింగ్, చంద్రశేఖర్ ఆజాద్, అజయఘోష్, విజయకుమార్ సిన్హా, ముకుందలాల్, మురారీలాల్, కుందన్‌లాల్, బన్వారీలాల్, మన్మథనాగ గుప్తా, వీరభద్ర తివారి వివిధ ప్రాంతాలలో పార్టీ నిర్మాణ బాధ్యతలు, భగత్‌సింగ్ పంజాబు రాష్ట్ర బాధ్యతలు తీసుకున్నారు.

సాయుధ పోరాటం ద్వారా బ్రిటిష్ సామ్రాజ్యవాదుల ప్రభుత్వాన్ని తుదముట్టించి ప్రజా ప్రభుత్వాన్ని స్థాపించారు. దుర్మార్గులైన ఆంగ్లేయ అధికారులను హతమార్చాలి. మెరుపు దాడుల్తో ప్రభుత్వాన్ని ఉక్కిరిబిక్కిరి చేయాలి. దానికి సాయుధ పోరాటమే మార్గమని, కరపత్రం ద్వారా హిందుస్థాన్ రిపబ్లికన్ అసోసియేషన్ తన విధానాన్ని ప్రకటించింది.

జైలు నుండి బయటికొచ్చిన మహాత్మాగాంధీ తన సిద్ధాంతాన్ని –అహింసా మార్గాన్ని సమర్థించుకుంటు, యంగ్ ఇండియా పత్రికలో వ్యాసాలు రాశాడు. వివిధ ప్రాంతాల్లో జరిగిన సభల్లో నొక్కి చెప్పాడు. దానికి సమాధానంగా సచీంద్రనాథ్ సన్యాల్ మారుపేరుతో ఒక బహిరంగ లేఖను గాంధీజీకి పంపాడు. గాంధీజీ యదాతథంగా ఆ లేఖను తన “యంగ్ ఇండియా” 1925 ఫిబ్రవరి 12 సంచికలో ప్రచురించాడు. అందులో లేవనెత్తిన ప్రధాన అంశాలు.

మీ ప్రయోగం విఫలమయింది. ఒక సంవత్సరంలో స్వరాజ్యమన్న మీ పిలుపుతో లక్షలాది మంది స్త్రీలు, పురుషులు, యువకులు మిమ్మల్ని అనుసరించారు. ఆరాధించారు కానీ, ప్రయోగం విఫలమయింది. యీనాడు భారతదేశానికి కావలసింది మీలాంటి నాయకులు కాదు. గురుగోవింద్‌సింగ్, గురురాందాస్, శివాజీ లాంటివాళ్ళు కావాలి. శస్త్ర చికిత్సలో రక్తం ప్రవహించడం అనివార్యమైనట్లు, భారతదేశ విముక్తికి రక్తాన్ని చిందించడం తప్పదన్నాడు. మీరు విప్లవకారులకో పుపదేశంచేశారు. “మీ ప్రాణాలమీద మీకు ఆసక్తి లేకపోవచ్చు కానీ మీ కారణంగా జీవించాలనుకునే వాళ్ళ ప్రాణాల నెందుకు బలిచేస్తారు?” అని ప్రశ్నించారు. ఈ సందర్భంలో చౌరిచౌరా కేసులో 70 మంది ఉరికంబమెక్కడానికి విప్లవకారులు బాధ్యులా? “మహాత్మాజీ! క్షమించాలి! మీ సిద్ధాంతాన్ని మీ ఆదర్శాలను విమర్శిస్తున్నాం. మీరు విప్లవకారులను నిర్దాక్షిణ్యంగా ఖండించారు.

చివరకు వాళ్ళను దేశద్రోహులుగా చిత్రించారు. కారణం వాళ్ళు మీ అభిప్రాయాలతో - పద్ధతులతో విభేధించారు. మీరు నిగ్రహాన్ని గురించి ప్రబోధిస్తారు. కానీ విప్లవకారుల విమర్శలను భరించలేరు. విప్లవకారులు తమ మాతృదేశం కోసం సర్వస్వం అర్పించడానికి సిద్ధమయ్యారు. మీరు వారికి సహకరించనవసరం లేదు. కానీ వారి ఎడల అసహనంగా వుండరాదు".

దానికి సమాధానం - ఆ కిందనే గాంధీజీ రాశాడు.

"నేను దేశ రాజకీయాల నుండి విరమించుకుంటానని ఎప్పుడు ఎవరికీ వాగ్దానం చేయలేదు. కానీ - తన విధానం తన సందేశం కాదని రక్తపాతం మార్గంలో దేశం పయనించాలని నిర్ణయించిన రోజున విరమించుకుంటానన్నాను. ఆ ఉద్యమంతో ఎలాంటి సంబంధముండదన్నాను. తన సిద్ధాంతం - టాల్‌స్టాయ్, బుద్ధుని భావాలను ప్రతిబింబిస్తాయన్నాను. విప్లవకారుల త్యాగాలను విస్మరించను కానీ - ఆ సహనం - ఆ త్యాగం - వృధా చేయబడుతోందన్నాను".

హిందుస్తాన్ రిపబ్లికన్ అసోసియేషన్ తన కార్యక్రమాల అమలుకు పూనుకున్నది. యువకులను సమైక్య పరచడం, వారికి రాజకీయ చైతన్యం కలిగించడం, శిక్షణ ఇవ్వడం, ఆయుధాలు సమకూర్చుకోవడం ప్రారంభమయింది. ఇవన్నీ విజయవంతంగా అమలు జరపాలంటే డబ్బు అనివార్యమయింది. డబ్బు ఎలా వస్తుంది? దానికి మార్గమేమిటి? పార్టీ నాయకత్వంలో ఆలోచనలు మొదలైనాయి.

కొడితే ఏనుగు కుంభస్థలాన్నే కొట్టాలన్నట్లు సర్కారి డబ్బునే స్వాధీనం చేసుకోవాలి. ప్రభుత్వ ఖజానాలు కొల్లకొట్టాలి. అందులో ప్రథమ చర్యగా కకోరి వద్ద రైలు దోపిడికి నిర్ణయించారు. వివిధ రైల్వే స్టేషన్లలో టికెట్ల అమ్మకం ద్వారా వసూలైన మొత్తం డబ్బు ఏ రోజు కారోజు లక్నో చేరుతుంది. అది ఏ రైలులో ఏటైంలో వస్తుందో ఆచూకీ తీశారు. దాడికి కార్యక్రమం - పద్ధతి రూపొందించారు.

1925 ఆగస్టు 9వ తేదీ కకోరి స్టేషన్లో రైలును దోపిడి చేయాలని అనుకున్న ప్రణాళిక ప్రకారం బయల్దేరారు. ముందు స్టేషన్లోనే రైలులో కెక్కారు. కాకోరి వద్ద డబ్బు సంచులు స్వాధీనంచేసుకున్నారు. అదే సమయంలో మిలటరీ వాళ్ళు ప్రయాణించే మరో రైలు వచ్చింది. విషయం తెలిసింది. విప్లవకారులు పరారయ్యారు. వారిపై పోలీసులు నిఘా పడిందని గ్రహించారు. రక్షణ కోసం ఎవరి దారి వారయ్యారు. పోలీసుల గాలింపు జరిగింది. దొరికిన వాళ్ళను పట్టుకున్నారు. "కకోరి కుట్రకేసు" నమోదు చేశారు. అందులో భగత్‌సింగ్ కూడా ఒకడు. భగత్‌సింగ్ లాహోరుకు తప్పుకున్నాడు. ఆజాద్ చంద్రశేఖర్ దొరకలేదు.

దొరికిన వారిపై విచారణ లక్నో కోర్టులో ప్రారంభమయింది. "కకోరి కుట్రకేసు" ప్రచారం పొందింది. కకోరి ముద్దాయిలకు లాలాలజపతిరాయ్, మోతీలాల్ నెహ్రూ, పండిత నరేంద్రదేవ్, జిన్నా, శ్రీ ప్రకాశ సానుభూతిని ప్రకటించారు. గోవిందవల్లభ

పంత్, మోహన్‌లాల్ సక్సేనా, సి.బి. గుప్తా కోర్టులో వాదించారు. విచారణ సందర్భంలో ప్రఖ్యాత నవలా రచయిత మున్షీ ప్రేంచంద్ - ప్రతి రోజూ గ్యాలరీలో కూర్చొని వీక్షించారు. సంకెళ్ళతో ముద్దాయిలను కోర్టుకు తీసుకుపోతుంటే దారి పొడవునా ప్రజలు స్వాగతం పలికారు. వారి అభిమానాన్ని వ్యక్తం చేశారు.

లాహోరులో కార్మిక పోరాటాలు తీవ్రతరమైనాయి. 1925మే 10వ తేదీన వేలాదిమంది రైల్వే కార్మికులు ఎర్రజెండాలు చేబూని ప్రదర్శన జరిపారు. జెండాలను తమరక్తంతో తడుపుతూ విప్లవదీక్షను కనబరిచారు. ఇన్‌క్విలాబ్ నినాదాలతో లాహోరు ప్రతిధ్వనించింది. అలాంటి ప్రదర్శనలే కరాచీ, బొంబాయిలలో జరిగాయి.

అంతర్జాతీయ యువకమ్యూనిస్టు లీగ్ సందేశం:

అంతర్జాతీయ యువ కమ్యూనిస్టు సంస్థ భారతదేశంలో యువకుల టెర్రరిస్టు కార్యక్రమాలను, దేశంకోసం వారు చేస్తున్న త్యాగాలను పరిశీలించింది. ముఖ్యంగా బెంగాలుకు చెందిన అనుశీలన్, యుగంధర్ సంస్థల కార్యక్రమాలు ఎక్కువగా తెలిసినందున, బెంగాల్ యువతనుద్దేశించి, 1925 జూలైలో ఒక సందేశం పంపింది.

"మీ సోదరుల ప్రాణాలు తీయడం ద్వారా సామ్రాజ్యవాదులు మీ పోరాటాన్ని ఆపలేరు. వందలకు-వేలు, వేలకు లక్షల సంఖ్యలో వీరులు పుడతారన్న సత్యాన్ని, రక్తాన్ని మరిగిన సామ్రాజ్యవాదులు తెలుసుకోలేక పోతున్నారు" అని సంఘీభావం ప్రకటించింది.

భారతదేశ శ్రామిక జన పోరాటం విజయం సాధించేదాకా కొనసాగుతుందని స్పష్టం చేసింది. అయితే విప్లవానిక్కావలసింది కేవలం త్యాగాలూ - ప్రాణాలు మాత్రమే కాదని గుర్తుచేస్తూ:

"భారతదేశంలో విప్లవాత్మక మార్పు రావాలంటే - అశేష జనసమూహం (కార్మికులు, కర్షకులు, మేధావివర్గం) ఏకమై విప్లవ చైతన్యంతో సాంఘిక, రాజకీయ మార్పులకు పూనుకున్నప్పుడే సాధ్యమవుతుందని పేర్కొన్నది.

ఆ మహత్తర లక్ష్యం నెరవేరాలంటే యువతరం పాత్ర ముఖ్యమైనది. ఆ యువజన సంఘాల కర్తవ్యం ఎలా ఉండాలో సూచిస్తూ.

"యువకుల్లో పనిచేయడమంటే, వారిని నిర్మాణంలో భాగస్వాములను చేసి, విప్లవ చైతన్యం కలిగించి, భారత కమ్యూనిస్టు పార్టీలో నిజమైన పోరాట వీరులుగా తీర్చిదిద్దడం, యువజన సంఘాల కర్తవ్యంగా ఉండాలి". అన్నది.

అలాగే భారతదేశ యువజనుల పోరాటాలను ప్రస్తావిస్తూ

"దేశ ప్రజల విముక్తి కోసం ప్రాణాలను సైతం తృణంగా అర్పిస్తున్న టెర్రరిస్టు వీరులంటే మాకెంతో గౌరవముంది. వారికి మా జోహార్లు. ప్రజల కోసం పోరాడుతున్న విప్లవకారుడికి - ప్రజాహంతకులైన ద్రోహులను హతమార్చే నైతిక హక్కున్నది. అయితే వ్యక్తిగత హింసా పద్ధతి దేశప్రజల విముక్తి సాధనకు తోడ్పడదు. ఎందుకంటే:

1. ఒక వ్యక్తిని తొలగిస్తే వ్యవస్థ మారదు. ఒక వ్యక్తిని నిర్మూలిస్తే ఆ స్థానంలో మరో వ్యక్తిని బ్రిటిష్ సామ్రాజ్యవాదులు నియమిస్తారు. ఒక అధికారి స్థానంలో మరొకడొస్తాడు. కానీ, నిర్బంధ వ్యవస్థ యధాతథంగా ఉంటుంది.

2. టెర్రరిజానికి ఎంతో శక్తిని ఖర్చు చేయాలి. తద్వారా ప్రజలను సమైక్య పరిచి, విప్లవ చైతన్యులను చేసే ప్రధాన లక్ష్యం దెబ్బతింటుంది.

ఇది గమనించమని కోరింది. అలాగే టెర్రరిజం అనే భావన ఎప్పుడొస్తుందో? ఎవరు దానికి పూనుకుంటారో వివరిస్తూ:

"ప్రజా పోరాటాలపై నమ్మకం లేనివారు. ప్రజా పోరాటాల ద్వారా ఏమీ సాధించలేమని విశ్వసించేవారు, కొద్దిమంది మేధావులు మాత్రమే విప్లవాన్ని తేగలరని భావించేవారు. కార్మికవర్గ పాత్ర లేకుండా విప్లవం సాధ్యమనుకునే కొద్దిమంది మేధావులు సర్వసాధారణంగా అనుసరించే పద్ధతి" అది అన్నారు.

అందువల్ల శక్తిని వృధా చేయవద్దని కోరుతూ:

"టెర్రరిజంలో మీ అమూల్యమైన శక్తిని వృధా చేయక ప్రజల మధ్యకు వెళ్ళి వారిని ఉత్తేజితుల్ని చేయాలి. మీ శక్తినంతా వారిని పోరాటానికి సంసిద్ధుల్ని చేసేందుకు వినియోగించాలి. రష్యా, ఇతర దేశాల అనుభవాలు కూడా ఇవే తెలియజేస్తున్నాయి.

అలా చేయాలంటే:

"విప్లవ సిద్ధాంతమైన మార్క్సిజాన్ని అధ్యయనం చేయడం అత్యంత అవసరం. స్టడీ సర్కిల్ ద్వారా మీకందిన మేరకు సాహిత్యాన్ని చదవండి".

అధ్యయనం చేయడమొక్కటే సరిపోదని చెబుతూ:

"రహస్య నిర్మాణం, రహస్యంగా పనిచేసే పద్ధతులను కూడా అభివృద్ధి చేసుకోవడం అవసరం. కానీ, రహస్య కార్యకలాపాలు మాత్రమే అశేషంగా ఉన్న యువకులను ఐక్యం చేసి వారిలో విప్లవ చైతన్యాన్ని పెంపొందించడానికి సరిపోవు" అని గుర్తు చేసింది.

చివరగా:

"ఈ విషయాలన్నీ మీరు చర్చించి, విప్లవకారులైన మీ విద్యార్థిలోకంలో ప్రచారం చేయవలసిందిగా కోరుతున్నాం. అదే సందర్భంలో కార్మిక- కర్షక యువకుల పరిస్థితులను తెలుసుకొని వారి పోరాటాలలో మీరు ప్రముఖపాత్ర వహించాలి".

ఈ పోరాటం ఏ ఒక్క దేశానికో, ప్రాంతానికో సబంధించింది కాదని:

"ప్రపంచ వ్యాపితంగా దోపిడీని అంతం చేయడానికి జరిగే పోరాటంలో మీరూ భాగస్వాములు కావాలని కోరుతున్నా"మని అంతర్జాతీయ యువకమ్యూనిస్టు సంస్థ కోరింది.

అంతర్జాతీయ సంస్థ సూచనల ప్రకారం హిందుస్థాన్ రిపబ్లికన్ అసోసియేషన్ తన ప్రణాళికలో మార్పు చేసింది. "రాజకీయ రంగంలో విప్లవ పార్టీ కర్తవ్యం - నిర్మాణయుత సాయుధ విప్లవం ద్వారా భారత సంయుక్త రాష్ట్రాల రిపబ్లికన్‌ను స్థాపించడం. ఆ రిపబ్లిక్ యొక్క ప్రాథమిక సూత్రం సార్వత్రిక వయోజన ఓటింగ్. మనిషిని మనిషి దోపిడీ చేసే వ్యవస్థను తొలగించడం. ఈ విప్లవ పార్టీ జాతీయమైనది కూడా, ఎందుకంటే

దీని అంతిమ లక్ష్యం ప్రపంచ వ్యాపితంగా సుఖశాంతులు నెలకొల్పుట. ఈ ఆశయ సాధనలో ప్రాచీనకాలంలో మహాపురుషులైన భారత రుషిపుంగవులు, నేటి ప్రపంచంలో బోల్షివిక్ రష్యా మాకు ఆదర్శం". అని పేర్కొన్నది.

తన కొడుకు విప్లవ కార్యక్రమాలను కిషన్‌సింగ్ గమనించాడు. తన తమ్ముడు అజిత్‌సింగ్ ఆ మార్గం అనుసరించి, ఇంటికి దూరమైనాడు. విదేశాల్లో అజ్ఞాత జీవితం గడుపుతున్నాడు. తన కొడుకు కూడా అలా కాకూడదని ఆందోళన చెందాడు. అతను గాంధేయవాదిగా ఉద్యమంలో వున్నాడు. తన కొడుకు అదే మార్గంలో పయనించాలని కోరుకున్నాడు. కానీ, తండ్రి సలహాను భగత్‌సింగ్ నిరాకరించాడు.

అతనికి 19 సంవత్సరాల వయస్సొచ్చింది. పెండ్లిచేస్తే ఇంటివద్ద వుంటాడని, మార్గం మార్చుకుంటాడని తండ్రి – తల్లీ అనుకున్నారు. తాత కూడా వారితో ఏకీభవించి, ఒక అమ్మాయిని చూశాడు.

పెళ్ళి ప్రతివాదన విని భగత్‌సింగ్ ఆశ్చర్యపోయాడు. వారిని ఆప్రయత్నం మానుకొమ్మని కోరాడు. కానీ, వారి ప్రయత్నాలు సాగుతున్నాయని గమనించి దూరంగా వెళ్ళాలని నిశ్చయించుకున్నాడు.

ఇంటిలో ఒక ఉత్తరం రాసిపెట్టి పంజాబు వదలిపోయాడు. ఉత్తరంలో:

“నా జీవిత లక్ష్యం భారతదేశ స్వాతంత్ర్యం కోసం పోరాటం చేయడం. నేను ఆనందమయ జీవితం కోరుకోవడంలేదు. నా ఉపనయనం సమయంలో చిన్నాన్న నాతో ఒక ప్రమాణం చేయించాడు. దేశ స్వాతంత్ర్యం కోసం నా జీవితాన్ని త్యాగం చేస్తానని వాగ్దానం చేశాను. ఆ వాగ్దానం ప్రకారం నా వ్యక్తిగత సంతోషాన్ని వదులు కుంటున్నాను. దేశ సేవకు అంకితమవుతున్నాను” అన్నాడు.

ఇంటినుండి బయల్దేరి కాన్పూరు చేరాడు. వెళ్ళేటప్పుడు, కళాశాల ప్రొఫెసర్. జయచంద్ర విద్యాలంకార్, కాన్పూరులో “ప్రతాప్” పత్రిక సంపాదకులు, ఉద్యమకారుడు గణేష్ శంకర్ విద్యార్థికి పరిచయం చేస్తూ రాసిన ఉత్తరం తీసుకున్నాడు.

కొన్ని రోజులు రోడ్లపై వార్తా పత్రికలు అమ్మాడు.

ప్రొఫెసర్ జయచంద్ర విద్యాలంకార్ పరిచయ లేఖతో గణేశ్‌శంకర్ విద్యార్థిని కలిశాడు. భగత్‌సింగ్ వివరాలు తెలుసుకున్న గణేష్ శంకర్ విద్యార్థి తన పత్రిక “ప్రతాప్”లో సహాయ సంపాదకుడిగా నియమించాడు.

కాన్పూరు జాతీయోద్యమానికి, విప్లవకారులకు కేంద్రంగా వున్నది. బనారస్ కుట్రకేసులో జీవిత శిక్ష విధించబడి అండమాన్ జైల్లో శిక్షననుభవించిన సచీంద్రనాథ్ సన్యాల్, మొదటి ప్రపంచయుద్ధం సమయంలో క్షమాభిక్షతో విడుదలైన వారిలో ఒకడు. అతను కొంతకాలం రాజకీయాలకు దూరంగా వుండి. ‘ప్రతాప్’ పత్రికలో సహాయ సంపాదకుడిగా పనిచేశాడు. రష్యా విప్లవ విషయసేకరణ చేసి “లెనిన్ – ప్రస్తుత రష్యా” వ్యాసం రాశాడు. తిరిగి అనుశీలన్, యుగంధర్ యువజన టెర్రరిస్టు సంస్థలకు రాజకీయ గురువుగా మారాడు.

గణేష్ శంకర్ జాతీయవాది. విప్లవఅభిమాని. 'ప్రతాప్' పత్రిక సంపాదకుడు. యువతకు ఆదర్శంగా వున్నాడు.

మాస్కోనుండి తిరిగొచ్చిన షీకక్ ఉస్మానీ బోల్షివిక్ కార్యక్రమాలను రహస్యంగా నిర్వహిస్తున్నాడు.

కాంగ్రేసులో అతివాద భావాలుగల హస్రత్‌మోహినీ, తదితరులు లాహోరులోనే వున్నారు.

అక్కడే 1924 అక్టోబరులో హిందుస్థాన్ రిపబ్లికన్ అసోసియేషన్ పార్టీ ఏర్పడింది.

రౌలత్ చట్టం, పెషావరు, కాన్పూరు, కుట్రకేసులను అధిగమించి 1925 డిశంబరు 26న కాన్పూర్‌లో భారత కమ్యూనిస్టు పార్టీ ఆవిర్భవించింది. మహాసభ అధ్యక్షులు సింగారవేలు చెట్టియార్, ముఖ్య వక్త బ్రిటిష్ కమ్యూనిస్టుపార్టీ నాయకుడు (భారతీయుడు) షాపూర్జీ సక్లత్‌వాలా.

"భారతదేశాన్ని బ్రిటిష్ సామ్రాజ్యవాదం నుండి విముక్తి చేసి, కార్మిక - కర్షక రిపబ్లిక్‌ను స్థాపించి, ఉత్పత్తి సాధనాలను, పంపిణీ వ్యవస్థను జాతిపరం చేయడం" పార్టీ ఆశయంగా ప్రకటించింది. ఎన్.వి. ఘాటె, సత్యభక్త ప్రధాన కార్యదర్శులుగా ఎన్నికైనారు.

కాన్పూరు, పెషావరు కుట్రకేసులో జైలులో వున్న డాంగే, ముజఫర్ అహ్మద్, షీకఖ ఉస్మాని, నళినీగుప్త, మహమ్మద్ అక్బర్‌ఖాన్, అబ్దుల్ అజీజ్, మహమ్మద్ దీపక్ హాజరుకాలేదు.

పంజాబు నుండి కేదారనాథ్, సోహాన్‌సింగ్ జోష్, సంతోఖ్‌సింగ్ పాల్గొన్నారు. సంతోఖ్‌సింగ్ గదర్ విప్లవంలో పాల్గొని, పట్టుబడకుండా తప్పించుకుని కెనడావెళ్ళాడు. గదర్‌పార్టీ నిర్మాణాన్ని పునర్నిర్మాణం చేస్తూ పట్టుబడి 21 నెలల కారాగార శిక్ష అనుభవించాడు. విడుదలైన తర్వాత మాస్కో వెళ్ళి మార్క్సిజాన్ని అధ్యయనం చేశాడు. కమ్యూనిస్టు ఇంటర్నేషనల్ మహాసభలో పాల్గొన్నాడు. రహస్యంగా భారతదేశానికొచ్చిన వెంటనే పట్టుబడి జైలు జీవితం గడిపాడు. విడుదల కాగానే కాన్పూరు మహాసభలో పాల్గొన్నాడు.

కకోరి కుట్రకేసులో భగత్‌సింగ్, కుందన్‌లాల్ లేరు. ముద్దాయిల్లో అస్వఖ్‌ఉల్లాఖాన్ మినహా మిగతావారు అరెస్టు అయ్యారు. లక్నో కోర్టులో విచారణ ప్రారంభమయ్యింది. సంకెళ్ళతో జైలునుండి కాలినడకన కోర్టుకు తీసుకెళుతున్నప్పుడు,విప్లవగీతాలు, విప్లవకారులు గొంతెత్తి పాడుతున్నారు. నజురుల్ ఇస్లాం, రవీంధ్రనాథ్ టాగూరు, ముద్దాయిల్లో ఒకరైన రాంప్రసాద్ బిస్మల్ గీతాలు పాడుతున్నారు. దారి పొడవునా జనం హర్షధ్వానాలతో సంఘీభావం తెలుపుతున్నారు. వారిలో ప్రఖ్యాత రచయిత మున్షీ ప్రేమ్‌చంద్ ఒకరు.

పట్టుబడకుండా రహస్యంగా తిరుగుతున్న అస్ఫఖ్ ఉల్లాఖాన్ రాజకీయ పరిణామాలు గమనించాడు.

1926లో ఢిల్లీలో రహస్య భారత కమ్యూనిస్టుపార్టీ ప్రధానకార్యదర్శి ఘూటేను కలిసి చర్చలు జరిపాడు. ఆ సందర్భంలో రష్యాకెళ్ళి, విప్లవసిద్ధాంతాన్ని అధ్యయనం చేయాలన్న ఆసక్తిని వ్యక్తంచేశాడు. దానికి ఏర్పాట్లు ఆలోచించారు.

ఒకరోజు ఢిల్లీలో, రహస్యంగా, మారువేషంలో తిరుగుతున్న అస్ఫఖ్ ఉల్లాఖాన్ బాల్యమిత్రుడు కలిసి గుర్తుపట్టాడు.

చాలా కాలానికి కలుసుకున్నందుకు ఆనందంగా వుందన్నాడు. ఇంటికి ఆహ్వానించాడు. మిత్రుని కోరిక కాదనలేక వెళ్ళాడు. మిత్రుడు కాదు ప్రభుత్వ ఏజెంట్ అని గమనించలేదు.

ఇంటినుండి బయటికి రాగానే పోలీసులు పట్టుకున్నారు. లాకప్‌లో రహస్యాలు చెప్పమని హింసించారు.

ముస్లిం అధికారిని మతం పేరుతో మోసగించి రహస్యాలు రాబట్టడానికి వినియోగించారు.

ముస్లిం ఆఫీసరు;

"హిందువులైన విప్లవకారుల కీలుబొమ్మగా ఎందుకు పనిచేస్తావు?

వారి లక్ష్యం హిందూ రాజ్యం! ఏర్పాటు చేయడం. దాని వల్ల ముస్లింలమైన మనకేమి వస్తుంది" అని అడిగాడు.

"వాళ్ళతో తెగదెంపులు చేసుకొని, రహస్యాలు వెల్లడిస్తే, కేసులోనుండి విముక్తే కాకుండా మంచి బహుమానం కూడా ఇప్పిస్తాన"న్నాడు.

అస్ఫఖ్ చిరునవ్వుతో తిరస్కరించాడు.

"అది హిందువుల కుట్రని నేననుకోను. ఒకవేళ అదే జరిగినా! బ్రిటిష్ సామ్రాజ్యవాదుల కంటే హిందువుల రాజ్యాన్నే కోరుకుంటానన్నా"డు.

ముస్లిం ఆఫీసరు ప్రయత్నం ఫలించలేదు. అస్ఫఖ్ ఉల్లాఖాన్, కకోరి కుట్రకేసు ముద్దాయిగా బోనులో నిలిచాడు. అతను అరెస్టు అయ్యేనాటికి కుట్రకేసు విచారణ సాగుతున్నది. అందువల్ల అస్ఫఖ్ ఉల్లాఖాన్ కేసును ప్రత్యేకంగా నడిపారు.

భగత్‌సింగ్ ప్రతాప్ పత్రికలో చేరిన కొద్దిరోజులకు 'బల్వంత్' కలంపేరుతో "హోళీరోజున నెత్తురు చుక్కలు" వ్యాసం రాశాడు.

ఆ వ్యాసం నేపథ్యం:

1921 నుండి 1925 వరకు పంజాబులో బబ్బర్ అకాలీ ఉద్యమం సాగింది.

ఉద్యమానికి మూలం- పంజాబులోని ముఖ్యమైన నానాకన సాహెబ్, తర్న్ తరన్ సాహెబ్, గురు కా బ్యాగ్ గురుద్వారాలు మహంతులు, గురుద్వారాలను తమ స్వంత ఆస్తులుగా భావిస్తున్నారు. వాటి పవిత్రతకు భంగం కలిగిస్తున్నారు. బ్రిటిష్ సామ్రాజ్యవాదుల తొత్తులుగా వ్యవహరిస్తూ, ప్రజా ఉద్యమాలను అణచడానికి సహకరిస్తున్నారు. బ్రిటిష్ సామ్రాజ్యవాదులు ప్రజావ్యతిరేక నిర్బంధ విధానాలను అనుసరిస్తున్నారు. కాంగ్రెసు, గాంధీజీ అహింసా సిద్ధాంతం పేరుతో నిమ్మకునీరెత్తినట్లున్నది.

ఆ పరిస్థితుల్లో సిక్కుల పవిత్ర యుద్ధం ప్రారంభించాలనుకున్నారు. దానికి నాయకత్వం వహించిన వారిలో ఎక్కువమంది గదర్ ఉద్యమకారులు, కెనడానుండి మాతృదేశానికి తిరిగొచ్చినవారు.

గురుద్వారాల సంస్కరణ, బ్రిటిష్ పాలకులపై పోరాటం లక్ష్యం.

బ్రిటిష్ పాలకులు, గురుద్వారాల మహంతులు, ఉద్యమకారులపై దాడులకుదిగారు. ఉద్యమాన్ని అణచడానికి రకరకాల ప్రయత్నాలు, నిర్బంధ విధానాలు కొనసాగాయి. 1923లో 91 మందిపై అక్రనేరం మోపి, లాహోరు సెంట్రల్ జైలులో ప్రత్యేక కోర్టు ఏర్పాటు చేశారు. రెండు సంవత్సరాలు నిర్బంధంలో వుంచి దొంగ సాక్ష్యాలు, ఆదారాలతో 6గురికి ఉరిశిక్ష, 46 మందికి వేరువేరు శిక్షలు విధించారు.

1926 ఫిబ్రవరి 27న లాహోరు సెంట్రల్ జైల్లో కిషన్‌సింగ్ గరగజ్జ్, బాబు సంతాసింగ్, దిలీప్ సింగ్, కరన్‌సింగ్, నంద్‌సింగ్, ధరంసింగ్ హయాత్‌పూర్‌లను ఉరితీశారు. ఉదయం భౌతికదేహాలను బంధువులకు అప్పగించారు.

ఆ రోజు హోలీ రోజు.

భౌతికకాయాలను కొద్దిమంది ఊరేగింపుగా స్మశాన వాటికకు తీసుకెళుతున్నారు.

అదే సమయంలో జనం రోడ్లమీద కోలాహలంగా హోలీ, రంగోలి జరుపు కుంటున్నారు. రంగునీళ్ళు చల్లుకుంటున్నారు. ఆనందంలో మునిగితేలుతున్నారు.

ఆకాలీ అమరవీరుల అంతిమయాత్ర గురించి ఎవరూ పట్టించుకోలేదు. కనీసం సానుభూతి చూపలేదు. అది భగత్‌సింగ్ మనసును కలిచివేసింది.

ఆ సంఘటనను వ్యాసంలో హృదయాన్ని కదిలించే విధంగా వివరించాడు.

ఆ జనం మూర్ఖులా? అమాయకులా? ఉన్మాదులా? చనిపోయిన వారు దేశభక్తులు. వారు దేశంలో జరిగే అత్యాచారాలను, అన్యాయాలను, అక్రమాలను, దేశ దుస్థితిని

చూసి చలించారు. పాలకులు ప్రజలపై సాగిస్తున్న అణచివేతను భరించలేకపోయారు. దేశభక్తితో, అంకితభావంతో, ధైర్యంగా వాటిని ప్రతిఘటించారు. వీరులుగా, దేశభక్తులుగా ప్రాణాలను అర్పించారు.

వారి విధానాలతో కొందరు విభేదించవచ్చు. వారు చేసిన కొన్ని పనులు నచ్చకపోవచ్చు. కానీ, వారు దేశంకోసం! దేశప్రజలకోసం చేసిన త్యాగం విస్మరించలేము.

ఎంత పిరికిపందలం? ఎంత హీనమనస్తత్వం!

ఒక్కక్షణం మన వినోదం ఆపి ఆవీరులకు శ్రద్ధాంజలి ఘటించలేకపోయాం.

ఒక్కక్షణం వారి గురించి ఆలోచించలేకపోయాం?

ఎంత ఘోరం! ఎంత అమానుషం?! అని ఆ వ్యాసంలో బబ్బర్ అకాలీవీరులు, ఉద్యమం వివరించాడు.

అంతకుముందు, ఒకరోజు గ్రామంలో అకాలీదళ్ ఊరేగింపు, సభకు ఏర్పాట్లుచేసింది. కలెక్టర్, అకాలీదళ్ సభ్యులకు అన్నం పెట్టొద్దు, నీళ్ళు ఇవ్వొద్దు, ఎలాంటి సహకారం చేయరాదని, చేస్తే శిక్షార్హులని ప్రకటించాడు.

ఊరిలో వున్న భగత్‌సింగ్, ప్రజలకు వారికి అన్ని విధాలా సహాయం చేయాలని, వాళ్ళు దేశంకోసం పోరాడుతున్న దేశభక్తులని నచ్చజెప్పాడు. ప్రజలందరూ భాగస్వాములయ్యేట్లు చేశాడు.

ప్రతాప్ పత్రికకే పరిమితం కాకుండా "బల్వంత్‌సింగ్" కలం పేరుతో కాన్పూరు 'ప్రభ', ఢిల్లీ "మహారథి", అలహాబాద్- "చాంద్", పత్రికలకు కవితలు - వ్యాసాలు రాశాడు.

భగత్‌సింగ్ ఇల్లు వదలి ఎక్కడికి పోయాడోనని కిషన్‌సింగ్, కుటుంబసభ్యులు ఆందోళన చెందారు. నాయనమ్మ మంచంపట్టింది. తల్లి విద్యావతి కంటనీరు పెడుతున్నది. కిషన్‌సింగ్ కాన్పూరులో వున్నాడని తెలిసింది. వెళ్ళి ఇంటి పరిస్థితులు వివరించి, ఇంటికి తీసుకొచ్చాడు. భగత్‌సింగ్. ఇంటికి రావడానికి అంగీకరించడానికి కారణం - హిందుస్థాన్ రిపబ్లికన్ అసోసియేషన్ ముఖ్యులందరు జైలులో ఉన్నారు. మరికొందరిపై నిఘా, అన్వేషణ జరుగుతున్నది. ఉద్యమం దెబ్బతిన్నది. అందువల్ల పంజాబు వెళ్ళడమే మంచిదనుకున్నాడు.

కొన్ని రోజులు గ్రామంలో ఇంటివద్ద గడిపాడు. చిన్న గ్రామంలో వుండలేక, లాహోరుకు మారాడు.

సుఖదేవ్, భగవతీచరణ్‌హోరా, యశపాల్, ధన్వంతరితో కలిసి 1926 మార్చిలో, నవజవాన్ భారతసభ యువజన సంస్థను స్థాపించారు. భగవతీచరణ్‌హోరా సంస్థ ఆశయాలు - కార్యక్రమం తయారుచేశాడు. భగత్‌సింగ్ కార్యదర్శిగా ఎన్నికైనాడు.

సంస్థ ఆశయాలు - కార్యక్రమం.

1. భారతదేశంలో కార్మిక - కర్షక రాజ్యస్థాపన

2. కుల, మత, జాతి, వర్గ మూఢ విశ్వాసాలకు వ్యతిరేకంగా పోరాటం

3. మనిషి మనిషిని దోపిడీ చేసే వ్యవస్థను అంతమొందించుట

4. సాంఘిక, ఆర్థిక, పాలనా రంగాలలో అక్రమాలను అరికట్టి, కార్మిక - కర్షక హక్కుల రక్షణకు, శ్రామికరాజ్య స్థాపనకు జరిగే పోరాటాలకు అండగా నిలుచుట.

5. యువకుల్లో దేశభక్తిని - రాష్ట్రీయతను అభివృద్ధి చేయుట.

సంస్థ ఆశయాలను ప్రచారం చేయడానికి కార్మికపేటల్లో కరపత్రాలు, పత్రికలు, పంచడం, సమావేశాలు, సభలు, వైజ్ఞానిక కార్యక్రమాలు నిర్వహించడం కార్యక్రమంగా ఎంచుకున్నారు.

డి.ఎ.వి. కళాశాల హాస్టల్ కేంద్రమయ్యింది. కర్తార్‌సింగ్ ఆదర్శమయ్యాడు. అతని వీరగాథను కవితలు, గేయాలుగా వినిపిస్తూ యువతను ఉత్తేజపరిచారు. వ్యాయామం, కత్తిసాము, కర్రసాము తుపాకి శిక్షణ, రాజకీయ తరగతుల నిర్వహణ నవభారత్ యువక్ సభ చేపట్టింది.

చంద్రశేఖర్ ఆజాద్ యు.పి.లో పార్టీ రహస్య కార్యక్రమాలు సాగిస్తున్నాడు. బెంగాల్, బీహార్, పంజాబు, విప్లవకారులతో సంబంధాలు కొనసాగిస్తున్నాడు. కాన్పూరు రహస్య స్థావరంలో శివవర్మ, జయదేవ్ కపూర్, పనిచేస్తున్నారు.

భగత్‌సింగ్ రహస్యంగా కాన్పూరు వెళ్ళాడు. రహస్య స్థావరం ఇల్లు తలుపుతట్టాడు. శివవర్మ తలుపు తెరిచి చూశాడు. ఎదురుగా మాసిన షల్వార్ కమీజ్‌తో, గొంగళి కప్పుకొని వున్నాడు. ఎత్తుగా, గోదుమరంగు, చిన్నకళ్ళు, అందమైన ముఖం - చిన్నగడ్డం- తలపాగాతో వున్నవ్యక్తి ఎవరా? అని సందేహించాడు. "నాపేరు రంజిత్ - మీ మార్గంలో పయనించే వాణ్ణి- రెండు-మూడు రోజులుంటానన్నాడు. శివవర్మ అతన్ని లోపలికి ఆహ్వానించాడు. వచ్చిన వ్యక్తి భగత్‌సింగ్ అని తర్వాత తెలుసుకున్నాడు. ఆజాద్‌ను కలవడానికి వచ్చాడని అర్థమయింది. గదిలో వుండగా భగత్‌సింగ్ దృష్టంతా గదిలో వున్న పుస్తకాలమీదనే వున్నది.

ఆజాద్‌ను కలిసి తిరిగి లాహోరు చేరాడు.

1927 ఏప్రిల్ 6 కకోరి కుట్రకేసు తీర్పు రాబోతున్నది. కోర్టు హాలు ప్రేక్షకులతో నిండి వున్నది. పోలీసులు కోర్టు చుట్టూ దారి పొడవునా పెద్ద సంఖ్యలో వున్నారు.

జైలునుండి ముద్దాయిలను సంకెళ్ళతో, నడిపించుకుంటూ కోర్టుకు తీసుకెళు తున్నారు. దారిపొడవునా జనం సంఘీభావం తెలుపుతున్నారు. కోర్టు తీర్పు ఎలా వుంటుందో తెలుసు. కకోరి వీరులు, రాంప్రసాద్ బిస్మల్ గీతం:

"సర్ఫెరుసీకీ తమన్నా అబ్ హుమారే దిల్‌మే హై
దేఖ్నా జోర్ కిత్నా బాజువే ఖాతిల్‌మెహై"

పాటను గొంతెత్తి పాడుతూ నడుస్తున్నారు.

(ప్రస్తుతం మాలో వున్న ఏకైక కోరిక జీవితాలను త్యాగం చేయడం- హంతకుల భుజబలం ఎంతో చూడదలిచాం)

పాటతోనే కోర్టు హాలులో కెళ్ళారు.

జడ్జి, హమిల్టన్ వెనక గదిలో తీర్పు చెప్పడానికి సిద్ధమవుతున్నాడు. సమయం చూసుకుని తలదించుకుని కోర్టులో ప్రవేశించాడు. ధర్మాసనం పై కూర్చుని 100 పేజీల తీర్పును గబగబా చదివేసి నిష్క్రమించాడు. శిక్షవినిపించిన వెంటనే ఇంగ్లండుకు ప్రయాణ ఏర్పాట్లు చేసుకొని వచ్చాడని గుసగుసలు వినిపించాయి.

జడ్జి హమిల్టన్ తన తీర్పులో:

1. రాంప్రసాద్ బిస్మిల్
2. రాజేంద్ర లాహిరి
3. రోషన్ సింగ్‌లకు ఉరిశిక్ష
4. సచీంద్రనాథ్ సన్యాల్ - యావజ్జీవశిక్ష
5. మన్మదనాథ్ గుప్త - 14 సం॥
6. యోగేష్ ఛటర్జీ - 10 సం॥
7. ముకుందలాల్ - 10 సం॥
8. రాజ్‌కుమార్ సిన్హా - 10 సం॥
9. సచీంద్రనాథ్ భక్షి
10. సురేష్ చంద్ర భట్టాచార్య
11. ప్రన్వేష్ ఛటర్జీ
12. విష్ణు శర్మ
13. గోవింద్ చరణ్ కార్
14. ప్రేం క్రిష్ణ ఖన్న
15. రామకృష్ణ ఖత్రీ
16. జన్వరీలాల్
17. రాంనాథ్ పాండే
18. భూపేంద్రనాథ్ సన్యాల్
19. రాందులారి త్రివేది లకు 3 నుండి 5 సంవత్సరాల శిక్షలు వినిపించాడు.

వేరే కేసులో అస్ఫాఖ్ ఉల్లఖాన్‌కు ఉరిశిక్ష ఖరారయ్యింది.

ఆజాద్, భగత్‌సింగ్, ఇతర హెచ్.ఆర్.ఎ సభ్యులకు కోర్టు తీర్పు విషాదాన్ని ఆగ్రహాన్ని కలగజేసింది.

పార్టీ అగ్రనాయకులు రాంప్రసాద్ బిస్మిల్, అస్ఫాఖ్ ఉల్లాఖాన్, రోషన్‌సింగ్, రాంజేద్రలాహిరి ఉరికంబమెక్కబోతున్నారు. పార్టీ సిద్ధాంతకర్త, నిర్మాత సచీంద్రనాథ్ సన్యాల్ యావజ్జీవ శిక్షకు గురయ్యాడు. మిగతా ముఖ్యులు కూడా జైలు పాలయ్యారు. ఉద్యమ భవిష్యత్తు ఏమిటి?

1927 మే 27న లాహోరు సమీపంలోని తోటలో దీర్ఘంగా ఆలోచిస్తూ నడుస్తున్నాడు. అకస్మాత్తుగా వెనకనుండి పోలీసుల చేతులు పడ్డాయి. పట్టుకపోయి రైల్వే పోలీసు లాకప్‌లో

తోశారు. పోలీసుల మాటలను బట్టి గడిచిన దసరా సందర్భంలో లాహోరులో జనం మధ్య పేలిన బాంబు వేసిన నేరం మోపబోతున్నారని అర్థంచేసుకున్నాడు. నిజానికి దానితో అతని కేలాంటి సంబంధంలేదు.

సీనియర్ సి.ఐ.డి. సూపరింటెండెంట్ న్యూమన్ లాకప్ దగ్గరికొచ్చాడు. వాస్తవాలు చెప్పి, ప్రభుత్వానికి సహకరిస్తే వదిలేస్తామన్నాడు. పైగా బహుమానం కూడా లభిస్తుందన్నాడు. చెప్పకపోతే, ఒక్క బాంబు కేసేకాదు. నీమీద బాంబుల తయారీ కకోరి కేసులో భాగస్వామ్యం, కకోరి ముద్దాయిలను విడిపించడానికి కుట్ర, ఇంకా చాలా కేసులు మోపి ఉరికింబమెక్కించడం ఖాయమన్నాడు.

బెదిరింపులకు లొంగలేదు. పరీక్షలో నెగ్గాలనుకున్నాడు. నెలరోజులు లాకప్‌లో వుంచి, మానసికంగా, శారీరకంగా హింసించినా లొంగలేదు.

కోర్టులో తగిన సాక్ష్యాధారాలు లేనందున, జడ్జి 60,000 జమానత్‌తో విడుదలకు తీర్పు చెప్పాడు. లాహోరులో అతని ప్రవర్తన, కార్యక్రమాలు ఎరిగిన ధనవంతులు దనూచంద్, దౌలత్‌రాం జమానత్ ఇచ్చి విడిపించారు.

జమీన్‌పై విడుదలైనందున, ప్రభుత్వ దృష్టిలో నేరంగా భావించే ఏ కార్యక్రమంలో పాల్గొన్నా, తనమీద విశ్వాసంతో జమానత్ ఇచ్చిన వారు ఇబ్బందులకు గురవుతారనుకున్నాడు.

ఊరిలోనే, పార్టీ కార్యక్రమాలకు దూరంగా వున్నాడు. ఏదో ఒకపని చేయాలని - తండ్రి కిషన్‌సింగ్ ఏర్పరిచిన డెయిరీఫాంలో పనిచేశాడు. పశువులకు దానా, గడ్డివేయడం, డెయిరీఫాంను శుభ్రంగా వుంచడం, పాలు తీయడం పనులన్నీ చేశాడు. కోర్టు నిర్ధారించిన సమయం ముగిసేవరకు ఇంటివద్దనే వున్నాడు. కానీ, అతని మనస్సంతా ఉద్యమం పైననే వున్నది. నవజీవన్ భారత్ సభ బహిరంగంగా పనిచేయడానికి ఏర్పాటు చేసిన సంస్థ. కానీ, హిందుస్థాన్ రిపబ్లికన్ అసోసియేషన్ కర్తవ్యాన్ని నెరవేర్చాలి. హెచ్.ఆర్.ఎ. నాయకత్వం లేకుండాపోయింది. కార్యక్రమాలు నిర్వహించడం సాధ్యం కాకుండా వున్నది. పార్టీ ఉనికికే ప్రమాదమేర్పడింది. కార్యకర్తల్లో నిరాశ, నిస్పృహ చోటు చేసుకున్నది. లక్ష్యం ఎడల అనుమానాలు వ్యక్తమవుతున్నాయి. ఏమి చేయాలి? ఏమిటి మార్గం? ఆలోచనల్తో సతమతమయ్యాడు. అధ్యయనం ఒక్కటే మార్గమనుకున్నాడు.

ద్వారాకాదాస్ లైబ్రరీలో లభించిన సిద్ధాంత గ్రంథాల అధ్యయనం చేశాడు. మార్క్స్, లెనిన్, ట్రాట్స్కీ, బకునిన్, రచనలు చదివాడు. రష్యా విప్లవం - విప్లవపార్టీ నిర్మాణం - కార్యక్రమం గురించి లెనిన్ రచనలు చదివాడు.

అతనిలో ఆత్మవిశ్వాసం పెరిగింది. సిద్ధాంత పరిపక్వత లక్ష్యం ఎడల స్పష్టత వచ్చింది.

బ్రిటిష్ పాలనల నుండి దేశాన్ని విముక్తిచేయడమేకాదు - దోపిడీలేని సోషలిస్టు వ్యవస్థను నిర్మించడం విప్లవకారుల కర్తవ్యమని గ్రహించాడు.

ఢిల్లీ, ఆగ్రా, కాన్పూరు, పాట్నా, కలకత్తా, లక్నో, పర్యటించాడు. విప్లవకారులతో చర్చలు జరిపాడు.

కకోరి కుట్రకేసులో రాంప్రసాద్‌బిస్మిల్, అష్ఫఖ్ ఉల్లాఖాన్, రోషన్ సింగ్, రాజేంద్రలాహిరి ఉరిశిక్షలను రద్దుచేయాలని వైస్రాయ్‌కు పెట్టుకున్న అప్పీలు తిరస్కరించబడింది.

చివరి ప్రయత్నంగా లండన్‌లో ప్రివీకౌన్సిల్, ఇంగ్లండు చక్రవర్తికి పంపుకున్న క్షమాభిక్ష అప్పీలు 1927 సెప్టెంబరు 16న తిరస్కరించబడింది. నలుగురిని 1927 డిశంబరు 17న చనిపోయేంతవరకు ఉరితీయాలని, వైస్రాయ్‌కు ఆదేశం వచ్చింది.

నలుగురు వీరులను ఉరితీయడం ఖాయమని తేలింది. జైళ్ళపై ఆకస్మిక దాడులు చేసి వారిని విడిపించాలని చంద్రశేఖర ఆజాద్, భగత్‌సింగ్ ప్రయత్నించారు. కానీ, ప్రభుత్వం దానిని పసిగట్టి గట్టి బందోబస్తు ఏర్పాటు చేసింది.

ఉరికంబాలకు నడిచిన వీరులు

రాజేంద్రలాహిరి: ఉరిశిక్ష విధించిన నలుగురిని వేరువేరు జైళ్ళల్లో వుంచారు. రాజేంద్రలాహిరి గోండా జైలులో వున్నాడు. జైలుపై ఆజాద్, భగత్‌సింగ్ దాడిచేస్తారన్న సమాచారం తెలిసి ప్రభుత్వం రెండు రోజులు ముందుగా డిశంబరు 17న రాజేంద్రలాహిరిని ఉరికంబమెక్కించాలని నిర్ణయించింది.

రాజేంద్రలాహిరి 1892లో బెంగాల్‌లోని పాబ్నా గ్రామంలో జన్మించాడు. (ప్రస్తుతం బంగ్లాదేశ్) తండ్రి శితీష్ మోహన్ లాహిరి. వారణాసికి వచ్చి స్థిరపడ్డాడు. పెద్ద ఎస్టేట్ అధికారి అయ్యాడు.

రాజేంద్ర లాహిరి ధనవంతుల బిడ్డగా పుట్టాడు. గారాబంగా పెరిగాడు. ఎం.ఎ విద్యార్థిగా వివేకానందుడి భావాలకు ఆకర్షితుడయ్యాడు. వేదాలు, పురాణాలు చదివాడు. దైవభక్తిగలవాడు కానీ, మతద్వేషం ఎరగడు. మత విశ్వాసాలు వ్యక్తిగతమని, ఇతర మతాలను గౌరవించాడు.

1924లో హిందుస్థాన్ రిపబ్లికన్ అసోసియేషన్‌లో చేరాడు. గతంలో బెంగాలు దక్షిణేశ్వరి బాంబు కేసులో ముద్దాయిగా వున్నాడు. కకోరి దాడి తర్వాత బెంగాల్ వెళ్ళాడు. బాంబులు తయారుచేయడం నేర్చుకున్నాడు. పోలీసులు వెతికి పట్టుకున్నారు.

వివేకానందుని సూక్తులు స్మరిస్తూ రాజేంద్రలాహిరి ఉరికంబానికి నడిచాడు.

గోండా జైలులో “భారత్‌మాతాకిజై” “సామ్రాజ్యవాదం నశించాలి” నినదిస్తూ తుదిశ్వాస విడిచాడు.

రోషన్‌సింగ్

రోషన్‌సింగ్ షాజహాన్‌పూర్ జిల్లా నవోద గ్రామంలో జన్మించాడు. రాజపుత్ కుటుంబం - క్షత్రియ సాంప్రదాయాల్లో పెరిగాడు. యువకుడుగా ఆర్య సమాజంలో చేరాడు. 1921 సహాయ నిరాకరణోద్యమంలో వాలంటీరుగా పాల్గొన్నాడు. అప్పుడే రాంప్రసాద్‌బిస్మిల్‌తో పరిచయమేర్పడింది. విప్లవకారుడిగా మారాడు. హిందుస్థాన్ రిపబ్లికన్ అసోసియేషన్ స్థాపకుల్లో ఒకడయ్యాడు. కకోరి దాడిలో పాల్గొనకపోయినా, విప్లవకారుడని అతన్ని కేసులో ఇరికించారు. దొంగ సాక్ష్యాలు చెప్పించారు.

రోషన్‌సింగ్ మతవిశ్వాసం గలవాడు "ఓంకార్" జపంతో ఆత్మస్థైర్యం పొందేవాడు. ఉరిశిక్ష పడినందుకు భయపడలేదు.

రాంప్రసాద్ బిస్మిల్

1897లో షాజహాన్ పూర్ సనాతన బ్రాహ్మణ కుటుంబంలో జన్మించాడు. తండ్రి మురళీధర, మున్సిపల్ కార్యాలయంలో ఉద్యోగి. వారి పూర్వీకులు గ్వాలియర్ నుండి వచ్చి స్థిరపడ్డారు.

అతని అసలుపేరు రాంప్రసాద్ - బిస్మిల్ అతని "కలం" పేరు. బాల్యం నుండి హిందూమత సంప్రదాయాల్లో పెరిగాడు. దైవభక్తి హిందూమతంపై ప్రగాఢవిశ్వాసం కలవాడు. ప్రాథమిక విద్య షాజహాన్ పూర్‌లో జరిగింది. హైస్కూలు విద్య మధ్యలో మానేశాడు. చిన్నప్పటినుండి సాహిత్య అభిరుచి గలవాడు. ఉర్దూ, ఇంగ్లీషు, బెంగాలీ, హిందీ భాషలు స్వయంగా నేర్చుకున్నాడు. ఉర్దూలో నవలలు, కవితలు, గజల్సు, చదవడం ఆసక్తిగా మారింది. కవితలు, గజల్సు, వ్యాసాలు రాయడం ప్రారంభించాడు.

ఆర్యసమాజం ఆదర్శాలకు ఆకర్షితుడై, సభ్యుడిగా చేరాడు. 1921 సహాయనిరాకరణోద్యమంలో, షాజహాన్‌పూర్ జిల్లా నాయకుల్లో ఒకడుగా ముందున్నాడు. ఉద్యమ విరమణ తర్వాత అహింసాసిద్ధాంతం, గాంధీజీ నాయకత్వం ఎడల విశ్వాసం సన్నగిల్లింది. ప్రత్యామ్నాయ మార్గం ఆలోచనలో పడ్డాడు.

1921 అలహాబాదు కాంగ్రేసు మహాసభల్లో పాల్గొన్నాడు.

1922 గయా మహాసభల్లో హస్రత్ మోహినీతోపాటు, పూర్వస్వరాజ్ తీర్మానాన్ని ప్రవేశపెట్టాడు.

సచీంద్రనాథ్ సన్యాల్‌తో పరిచయం, అనుశీలన్, యుగంధర్ విప్లవగ్రూపులతో సంబంధాలేర్పడ్డాయి.

1924లో హిందుస్థాన్ రిపబ్లికన్ అసోసియేషన్ వ్యవస్థాపకుల్లో ప్రథముడుగా వున్నాడు.

కకోరి రైలులో ప్రభుత్వ ఖజానా కొల్లగొట్టాలని, దీనికి కార్యక్రమం రూపొందించిన వారిలో ముఖ్యుడు.

అతను హిందూమత అభిమాని - కానీ, ఇతర మతాలను ద్వేషించలేదు.

ఉరిశిక్ష వినిపించినా చలించలేదు. ఆందోళన చెందలేదు. జైలుగోడల మీద తన అభిమతాన్ని వ్యక్తంచేస్తూ:

"ఏమిచేసినా చేసింది నీవే - నేను చేసిందేమీలేదు, నేనేదైనా చేస్తే - అది నాలో వున్న నీవే చేశావు" అని భగవంతున్ని కోరాడు.

"హత్యాచారంతో బిస్మిల్, రోషన్, లాహిరి, అష్ఫఖ్ మరణిస్తే - వారి నెత్తుటి ధారల నుండి వేలవేల వారసులు పుడతారు" అన్నాడు.

"సర్‌ఫరోసీకి తమన్నా అబ్ హమారే ల్మెహై
దేఖ్నా హై జోర్ కిత్నా బావే ఖాతిల్‌మె హై"
తన గీతాన్ని ఆలపిస్తూ గోరఖ్‌పూర్
ఉరికంబానికి నడిచిన ధైర్యశాలి రాంప్రసాద్ బిస్మిల్.

అష్ఫఖ్ ఉల్లాఖాన్

షాజహాన్‌పూర్ పటాన్ ముస్లిం కుటుంబంలో జన్మించాడు. తండ్రి షఫీకుర్ రహమాన్ - పోలీసుశాఖలో ఉద్యోగి. తల్లి మజాపన్నీసా - ఆరుగురు సంతానంలో ఆఖరివాడు అష్ఫఖ్.

బాల్యం నుండి ముస్లిం మత విశ్వాసంలో పెరిగాడు. ఖురాన్ పఠనం - నమాజు చేయడం - అల్లాను ప్రార్థించడం అలవాటు చేసుకున్నాడు.

1921లో హైస్కూలు విద్యార్థిగా క్రీడలు - వ్యాయామం - సాహిత్యంపై అభిరుచి పెంచుకున్నాడు. ఆజానుబాహుడు, అందగాడు, సహాయ నిరాకరణోద్యమంలో రాజకీయాలవైపు ఆకర్షితుడయ్యాడు. రాంప్రసాద్ బిస్మిల్‌తో పరిచయమయ్యింది.

ముస్లిం మతంపై అపారమైన భక్తి వున్నా ఇతర మతాలను గౌరవించాడు. ముస్లింలకు హిందూ దేవాలయాలలో ప్రవేశం నిషేధం ఉన్నా హిందూ వేషధారణతో దేవాలయంలోనికి ప్రవేశించాడు. రాంప్రసాద్ బిస్మిల్ ఆర్య సమాజవాదియైనా తమ స్నేహానికి రాజకీయ మార్గానికి ఆటంకం కాలేదు.

సహాయ నిరాకరణోద్యమం తర్వాత బిస్మిల్‌తోపాటు హిందుస్థాన్ రిపబ్లికన్ అసోసియేషన్‌లో చేరాడు. హిందీ-బెంగాలీ భాషల్లో ప్రావీణ్యత సంపాదించాడు.

కకోరిదాడి తర్వాత రహస్యజీవితం గడుపుతూ బెనారస్, బీహారు ప్రాంతాలు తిరిగాడు. బీహారు లోని ఇంజనీరింగ్ కంపెనీలో కొన్ని నెలలపాటు ఉద్యోగిగా పనిచేశాడు. విప్లవకారుడిగా ఏదో చేయాలన్న తపన విదేశాలకు వెళ్ళి విప్లవాల గురించి తెలుసుకోవాలన్న ఉద్దేశ్యంతో రహస్యంగా ఢిల్లీ చేరాడు. ఢిల్లీలో ఉన్న షాజహాన్‌పూర్ మిత్రుడు ఇంట్లో ఆశ్రయం పొందాడు. రహస్యంగా ఢిల్లీలోనే ఉంటున్న భారతకమ్యూనిస్టు పార్టీ కార్యదర్శి ఎస్.వి.ఘాటేను కలిసి బోల్షివిజం మార్క్సిజం గురించి చర్చించాడు. రష్యా వెళ్ళాలన్న కోరికను తెలియజేశాడు. దానికి మార్గం ఆలోచించసాగాడు.

ఆశ్రయమిచ్చిన మిత్రుడే ద్రోహం తలపెట్టాడు. ప్రలోభానికిలోనై పోలీసులకు సమాచారం అందించాడు. పోలీసులకు చిక్కిన అష్ఫఖ్ ఉల్లాఖాన్‌ను ఫైజాబాదులో బంధించి రహస్యాలు చెప్పమని రకరకాలుగా హింసించారు. శారీరకంగా మానసికంగా హింసించినా ఫలితం లేక ఆంగ్లేయ అధికారులు ముస్లిం మతస్థుడైన అధికారి తసద్రుక్ ఖాన్‌ను ప్రయోగించారు. మతం పేరుతో మాయజేసి రహస్యాలు రాబట్టాలని చూశారు.

తసద్రుక్ ఖాన్ లాకప్‌లో ఉన్న అష్ఫఖ్‌ను కలిశాడు.

"నీవు ముస్లిం - నేను ముస్లిం నీ శ్రేయస్సుకోరి చెబుతున్నా ప్రభుత్వంతో సహకరించు. రహస్యాలు చెబితే నీమీద కేసు లేకుండా చేయిస్తా మంచి బహుమానం ఉద్యోగం ఇప్పిస్తానన్నాడు. ఈ దేశానికి స్వాతంత్ర్యం వస్తే నీకేమొస్తుంది? ఇదంతా హిందువుల కుట్ర. వారు కోరుకునేది హిందూరాజ్య స్థాపన" అన్నాడు.

అష్ఫఖ్ విప్లవద్రోహం చేయనన్నాడు.

"ఖాన్‌సాహెబ్ ఒకవేళ అలాంటిది జరిగినా సామ్రాజ్య వాదం కంటే హిందూరాజ్యం ఎంతో మేలుగా ఉంటుంది" అన్నాడు.

అష్ఫఖ్ నుండి రహస్యాలు రాబట్టడం - అప్రూవర్‌గా మార్చడం సాధ్యం కాదనుకున్నాడు. కకోరి కుట్రకేసులో ముద్దాయిగా చేసి లక్నోకు తీసుకెళ్ళారు. అతనితో పాటు, పట్టుబడిన మరోవ్యక్తి సచీంద్రబక్షి. వారిద్దరిపై కకోరి కుట్రకేసు వేరుగా కొనసాగించారు.

సచీంద్రబక్షీ మతం దేవుడిపై విశ్వాసం, నమ్మకంలేని వ్యక్తి. అయినా ఎవరివ్యక్తి గత భావాలు వారివిగా ఆత్మీయులుగా సహచర విప్లవకారులుగా ఉన్నారు.

జైలులో అష్ఫఖ్ అనేక కవితలు రాశాడు.

ఒక కవితలో

"ఓ నామాతృ దేశమా! నేను నీ సేవ చేయడానికే జీవిస్తున్నాను. నాకు జీవిత ఖైదు విధించినా, మరణశిక్ష విధించినా, చేతులకు సంకెళ్ళతో ఉన్నా నేను నీ గానమే చేస్తాను"

మరో కవితలో

"కురుక్షేత్ర రణరంగంలో శ్రీకృష్ణుడు అర్జునుడికి ఏమి ఉపదేశించాడు? చావూ - బతుకు అంతా మిధ్య అన్నాడు. ప్రతిమనిషి చావడం అనివార్యం అయినప్పుడు ఎవరైనా మృత్యువు గురించి ఎందుకు భయపడాలి? మన మాతృదేశం విముక్తి చెందాలి. యుగయుగాలు వెలుగొందాలి, అంతే కానీ మనం బ్రతికున్నా మరణించినా జరిగేదేమిటి?" అన్నాడు. ఉరికంబమెక్కడానికి ముందురోజు రాంప్రసాద్ బిస్మిల్ రాసిన తన ఆత్మకథలో అష్ఫబ్ గురించి.

"షాజహాన్‌పూర్ స్కూల్లో మొదటిసారి మనం కలుసుకున్నప్పుడు నిన్ను అనుమానించాను. నీవు ముస్లిం మతస్తుడివి సదుద్దేశ్యంతో విప్లవ పార్టీలో చేరడం లేదేమో అన్నాను. అవమానంగా మాట్లాడాను. నీవు బాధపడ్డావు. నన్ను ఒప్పించడానికి ప్రయత్నించావు.

నా మిత్రులు కూడా నిన్ను అనుమానించారు. నేను ఆర్యసమాజ్‌వాదిని - నీవు ముస్లిం మతాభిమానివి అయినా నీవు నేనుండే ఆర్య సమాజ్ హాస్టల్‌కు వచ్చేవాడివి. హిందూ - ముస్లిం ఐక్యత కోరుకునేవాడివి. ముస్లింలు కూడా నిన్ను కాఫీర్ (మతవిశ్వాసంలేని) వాడన్నారు.

అయినా - నీవు సంకోచించలేదు. నీ విశ్వాసాన్ని వీడలేదు.

క్రమంగా నీవు నన్ను జయించావు-

నీ చర్యల ద్వారా నా హృదయంలో స్థానం పొందావు-

నీవు నా సోదరుడివయ్యావు

ఆదర్శ మిత్రుడివయ్యావు

సమానత్వం నీ ఆశయం-

మాతృదేశ శ్రేయస్సు నీ ధ్యేయంగా ఎంచుకున్నావు

నీవు నిజమైన ముస్లిమ్‌వు

గొప్ప దేశభక్తుడివి" అని రాశాడు.

అష్ఫఖ్ జైలులో రాసిన కవితలో:

"బుజ్ దిలోంకో సదా మౌత్‌సే డర్తాదేఖా!

జీకే సౌబార్ ఉన్హే రోజ్‌మర్తా దేఖా!

వీర్‌కో మౌత్‌సే డర్తే నహీదేఖా!

తఖ్తుయే మౌత్‌పే భీ ఖేల్‌హీకర్తేదేఖా"

(పిరికివాళ్ళు ప్రాణభయంతో వందసార్లు కంపించడం చూశా! బతుకుతూనే వాళ్ళు ప్రతిరోజూ చావడం చూశా? విప్లవకారుడు ప్రాణభయంతో వణకడం చూడలేదు - ఉరికొయ్యలపై ఉయ్యాల ఊగడం చూశా!)

ఉరికంబానికి ఎక్కడానికి ముందు రోజునుండి జైలులోని భారతీయ ఉద్యోగి ప్రత్యక్షకథనం.

19 డిసెంబరు 1927 - ఫైజాబాదు జైలులో అష్ఫఖ్ ఉల్లాఖాన్ ఉరి అమలుకు ఏర్పాట్లు జరుగుతున్నాయి. జైలు అధికారి ఒకరు - నీ ఆఖరి కోరిక ఏమిటని అడిగాడు.

దానికి అష్ఫఖ్:

"ఏ కోరికాలేదు ఉన్న కోరికల్లా ఒక్కటే. ఎవరైనా సరే! నా శవాన్ని చూడటం తటస్థిస్తే నా శవపేటికపై నా మాతృదేశ మట్టిని పిడికెడు చల్లండి" అన్నాడు.

జైలు ఉన్నతాధికారి, ఉరికంబాన్ని, ఉరితాడును, కాళ్ళకు కట్టే ఇసుర బస్తాలను పరీక్షించాడు. అన్నీ సరిగ్గా ఉన్నాయని నిర్ధారించుకున్నాడు. "నేరస్తున్ని తీసుకురండి" ఆజ్ఞాపించాడు. ఇన్స్పెక్టరు పదిమంది పోలీసులు సెల్ దగ్గరకు వెళ్ళారు. సెల్ లో అష్ఫఖ్ఖురాన్ చదువుతున్నాడు. సెల్ తెరిచిన శబ్దం విని అటువైపు చూశాడు. "అంతా సిద్ధమేనా?" అని అడిగాడు. ఇన్స్పెక్టర్ - విశ్చేష్టుడై గద్గద స్వరంతో "అవును" అన్నాడు. అష్ఫఖ్ ఖురాన్ కళ్ళకద్దుకొని పక్కనబెట్టి లేచి "పదండి అన్నాడు". 25 సంవత్సరాల అష్ఫఖ్ గుండె నిబ్బరంతో - ఉరికంబానికి నడిచాడు. ఉరికంబం మీద అతని చేతులకు ఉన్న సంకెళ్ళు తొలగించారు. అతను రెండడుగులు ముందుకు జరిగి ఉరితాడును చేతుల్లోకి తీసుకొని ముద్దాడి.

"నా చేతులు ఏ వ్యక్తి హత్యతో మలినం కాలేదు. నాపై మోపిన నేరం తప్పు. అల్లా నీవే న్యాయనిర్ణేతవు - లా - ఇలాహీ - ఇల్-అల్లా- మహమ్మద్ ఉర్ రసూల్ అల్లా" అని ప్రార్థించాడు.

1927 నాటికి దేశంలో రాజకీయం వేడెక్కింది. కమ్యూనిస్టు పార్టీపై నిషేధం కారణంగా బొంబాయి, కలకత్తాలో వర్కర్సు అండ్ పెజెంట్సు పార్టీ. పంజాబులో కీర్తికిసాన్ పార్టీ ఏర్పడ్డాయి. మద్రాసు రాష్ట్రంలో అప్పటికే లేబర్ అండ్ కిసాన్ పార్టీ పనిచేస్తున్నది. పంజాబులో నవజవాన్ భారత్సభ, యు.పి. బీహార్ రాష్ట్రాల్లో యూత్ లీగులు యువజన సంఘాలుగా పనిచేస్తున్నాయి. కాంగ్రెస్కు వెలుపల సి.ఆర్.దాస్, మోతీలాల్ నెహ్రూ స్వరాజ్య పార్టీ వున్నది. కాంగ్రెసులో జవహర్లాల్ నెహ్రూ, సుభాష్ చంద్రబోస్ యువనాయకత్వం అతివాదులుగా ముందుకొచ్చారు. కమ్యూనిస్టులు కాంగ్రెసులో ప్రధాన శక్తిగా మారారు. బయట బలమైన కార్మిక ఉద్యమం పోరాటాలు సాగిస్తున్నది. బ్రిటిష్ కమ్యూనిస్టుపార్టీ నాయకులు, పార్లమెంటు సభ్యులు షాపూర్జీ సక్లత్వాలా, బ్రిటిష్ కార్మిక నాయకులు హుకిన్సన్, ఫిల్లిప్ స్ప్రాట్, బి.ఎఫ్. బ్రాడ్లి రజినీపామీదత్ తమ సహకారం అందించడంతో పాటు ప్రత్యక్షంగా ఉద్యమంలో భాగస్వాములయ్యారు. 1927 డిసెంబరులో మద్రాసులో జరిగిన కాంగ్రెస్ మహాసభలో ఈ ఉద్యమం ప్రభావం కనబడింది. అతివాదులు ప్రధానశక్తిగా మారారు. సంపూర్ణ స్వాతంత్ర్యం లక్ష్యంగా ప్రకటించాలని కమ్యూనిస్టులైన నీంబ్కర్, జోగ్లేకర్ తీర్మానం ప్రవేశపెట్టారు.

మహాసభ సైమన్ కమీషన్ను బహిష్కరించాలని తీర్మానించింది.

సైమన్ కమిషన్

1928 ఫిబ్రవరి 3న సైమన్ కమిషన్ బొంబాయిలో అడుగుపెట్టబోతున్నది. బొంబాయి స్టేట్ కాంగ్రెస్ అధ్యక్షులు నీంబ్కర్ - వర్కర్సు అండ్ పెజెంట్సు పార్టీ, ఎఐటియుసి కార్మికవర్గం సైమన్‌కు నల్లజెండాలతో నిరసన తెలియజేయాలని తీర్మానించారు. సైమన్‌కమిషన్ ఓడ దిగగానే 30 వేల మంది కార్మికులు నల్లజెండాలు చేబూని "సైమన్ గో బ్యాక్", "ప్రపంచ కార్మికులారా ఏకం కండి" ఇన్‌క్విలాబ్ జిందాబాద్", "బ్రిటిష్ సామ్రాజ్యవాదం నశించాలి", "సంపూర్ణ స్వాతంత్ర్యం తప్ప మరొకటి మాకక్కరలేదు" అన్న నినాదాలతో ఎదురు నిలిచారు.

లాఠీలు, తూటాలు ప్రయోగించబడ్డాయి. రక్తపాతం జరిగింది. 53 మంది ప్రాణాలను బలిగొంటూ సైమన్ కమిషన్ వెళ్ళిన చోటల్లా - ప్రజావ్యతిరేకత "సైమన్ గో బ్యాక్" వినిపించింది.

అమృత్‌సర్‌లో సంతోఖ్‌సింగ్ స్థాపించిన "కీర్తి" పత్రిక, ప్రజా ఉద్యమాలకు కమ్యూనిస్టు పార్టీ నిర్మాణానికి నిలయమైంది. ప్రజా సంఘాలను నిర్మించడానికి ప్రణాళికవేస్తోంది. ముందుగా రాష్ట్ర యువజన మహాసభ జరపాలని, దాన్ని 1928 ఏప్రిల్ 11 నుండి 13 వరకు చరిత్రాత్మకమైన జలియన్ వాలాబాగ్‌లో జరపాలని నిశ్చయించింది. మహాసభ నిర్వాహకులుగా సోహన్‌సింగ్ జోష్, భాగ్‌సింగ్ కనడియన్‌లను నియమించింది. మహాసభ ఏర్పాట్లు చురుకుగా సాగుతున్నాయి. రాష్ట్రమంతటా కరపత్రాలు, వాల్‌పోస్టర్ల ద్వారా ప్రచారం జరుగుతోంది. ఆ వార్త భగత్‌సింగ్‌కు తెలిసింది. వివరాలు తెలుసుకోవడానికి అమృత్‌సర్ పయనమైనాడు. మహాసభకు నాలుగురోజుల ముందు కీర్తి కార్యాలయంలో సోహన్‌సింగ్‌ను కలుసుకున్నాడు. యువజన సంఘ ఆశయాలను, తన అనుమానాలను అడిగి తెలుసుకున్నాడు.

యువజన సంఘం లక్ష్యం : శాస్త్రీయ సోషలిజమని సోహన్‌సింగ్ తెలియజేశాడు. మార్క్సిజాన్ని ప్రచారం చేయడం, సోషలిస్టు రాజ్యస్థాపన కృషిలో యువకులను భాగస్వాముల్ని చేయడం ప్రధాన కర్తవ్యమన్నాడు.

సంఘ లక్ష్యాలను విన్న భగత్‌సింగ్ ఆసక్తిని వ్యక్తం చేశాడు. తమ నౌజవాన్ భారత్ సభ కూడా అలాంటి ఆశయాలు కలదేనన్నాడు. తాము చేసిన పనిని వివరించి, తాము కూడా మహాసభలో పాల్గొంటామని ప్రకటించాడు.

అన్న ప్రకారం భగత్‌సింగ్ తన అనుచరులతో మహాసభకు హాజరయ్యాడు. మహాసభ అనేక అంశాలను చర్చించింది. సంపూర్ణ స్వాతంత్ర్యం కావాలని తీర్మానించింది. స్వాతంత్ర్యం తర్వాత సోషలిస్టు వ్యవస్థ నెలకొల్పబడాలని పేర్కొన్నది. భగత్‌సింగ్ సూచన ప్రకారం సంస్థ పేరు నౌజవాన్ భారత్ సభగా నిర్ణయం జరిగింది. త్వరలో రానున్న "సైమన్ కమిషన్"ను వ్యతిరేకించాలని, ఆ సందర్భంగా నిరసన ప్రదర్శనలు జరపాలని తీర్మానించింది.

రాంప్రసాద్ పాట

మేరా రంగ్‌దే బసంతీ చోలా
ఇసీ రంగ్ మే రంగ్ కే శివానే
మాకా బందన్ ఖోలా
మేరా రంగ్ దే బసంత్ చోలా
యహీ రంగ్ హల్దీ ఘాటీమే
ఖుల్ కోర్కే ధా ఖేలా
నవ్ బసంత్ మే, భారత్ కీ హీత్ వీరోంకాయహీమేలా
మేరా రంగ్ దే బసంతీ చోలా"

భగత్‌సింగ్‌కు ఇష్టమైన పాట మహాసభలో మార్మోగింది.

మహాసభ తర్వాత కొద్దిరోజులకు సోహాన్‌సింగ్ జోష్ "కీర్తి" సంపాదక బాధ్యతలు స్వీకరించారు. వారిద్దరి మధ్య వున్న పరిచయంతో భగత్‌సింగ్ "కీర్తి"లో చేరాడు. స్వయంగా అనేక వ్యాసాలు రాశాడు. కీర్తిలో రాసిన వ్యాసాల్లో కర్తార్‌సింగ్ సారాబా, ఫ్రెంచి అనార్కిరిస్టుల గురించి

రాసిన వ్యాసాలు ముఖ్యమైనవి. 1928 జూలైలో అరాచకవాదుల గురించి రాసిన వ్యాసంలో:

"యూరప్‌లో అధికారవర్గ క్రూరత్వం, నిర్బంధాలు నానాటికీ పెరిగి పోతున్నాయి. వాటికి వ్యతిరేకంగా అరాచకవాదులు తిరుగుబాటు చేస్తున్నారు. ఫ్రాన్సు అసెంబ్లీలో ఒక ధైర్యశాలి ప్రభుత్వ సభ్యులపై బాంబు విసిరాడు. దాన్ని ఆపడానికి ప్రయత్నించిన ఒక స్త్రీ చేతిలో అది పేలింది. ఆమెకు మరికొందరికి గాయాలు తగిలాయి. అతను ఆశించిన ఫలితం దక్కలేదు. కానీ అతను ధైర్యంతో చేసిన ప్రకటన:

"చెవిటివాడి చెవులకు వినిపించాలంటే పెద్ద గొంతు కావాలి. నేను మీరు విధించబోయే శిక్షకు భయపడటం లేదు. నేనీ చర్యకు పూనుకోవడానిక్కారణం - మీరు పేదవాళ్లను పీడిస్తూ వాళ్ళ రక్తం తాగుతున్నారన్నది గమనించదగింది. ఆ తర్వాత అతను ఉరితీయబడ్డాడు" అని రాశాడు.

భారతదేశ పరిస్థితిని చూస్తే అలాగేవుంది. సామ్రాజ్యవాదుల నిర్బంధాలు పెరుగుతూ వున్నాయి. కాకోరి వీరులను ఉరితీసిన సంఘటన అతని మనసును కలవర పెడుతూనే వుంది. వద్దనుకున్నా వుద్రేకం పొంగుతూనే వుంది. ప్రతీకారానికి మనసు పరుగులు తీస్తోంది. తనలో రగులుతున్న ఆవేశాన్ని, ఆలోచనలను సోహాన్‌సింగ్‌కు తెలియజేశాడు. నౌజవాన్ భారత్‌సభ తీవ్రమైన ప్రతీకార చర్యకు పూనుకోవాలని సూచించాడు.

"యువకుల వేడి రక్తం తాత్సారాన్ని తట్టుకోలేదు. రార్మిదులు, రర్షకులు ఏకమై, విప్లవ పరిస్థితులేర్పడేదాక సహనం వహించమంటే యువకుల వేడి రక్తం ఆగదు" అని వాదించాడు.

"ఒక తీవ్రమైన చర్య వేయి కరపత్రాలకంటే ఎక్కువ ప్రచారం పొందుతుంది. అది మరొకరిని ప్రభుత్వంపై పగ తీర్చుకోవడానికి ప్రోత్సహిస్తుంది. ఆ దెబ్బతో ప్రభుత్వం గందరగోళంలో పడి వారిలో ముఠాలేర్పడతాయి. వాళ్ళదౌర్జన్యం పెరుగుతుంది. దాంతోపాటు వాళ్ళలో విభేదాలు పెరుగుతాయి". అన్నాడు భగత్‌సింగ్ ఆవేశంతో.

నౌజవాన్ భారత్ సభ అలాంటి తొందరపాటు చర్యకు సిద్ధంగా లేదని సోహన్‌సింగ్ స్పష్టం చేశాడు. "కీర్తి" నుండి విరమించుకుని, ఉద్యమానికే పూర్తి కాలం వినియోగించాడు.

నిర్మాణాన్ని పటిష్టం చేసి, తద్వారా పోరాటాన్ని వుధృతం చేయాలన్న వుద్దేశ్యంతో హిందుస్తాన్ రిపబ్లికన్ అసోసియేషన్ కేంద్రాలన్నీ తిరిగాడు. నాయకులను, కార్యకర్తలనూ కలిసి చర్చించిన మీదట, సంస్థ మహాసభ జరిపి సరియైన విధానాన్ని రూపొందించుకోవడం మంచిదని భావించాడు.

1928 సెప్టెంబరు 8,9 తేదీలలో ఢిల్లోలోని ఫిరోజ్‌షా కోటలో రహస్యంగా మహాసభ జరిగింది. భగత్‌సింగ్, విజయ్‌కుమార్‌సిన్హా శివవర్మ, సుఖదేవ్ మహాసభకు ఏర్పాట్లు చేశారు. అనివార్యకారణాల వల్ల ఆజాద్ మహాసభకు రాలేదు. భగత్‌సింగ్ హెచ్.ఆర్.ఎ కార్యక్రమం దాని లక్ష్యాలను వివరించాడు. స్వాతంత్ర్య సముపార్జన, తదుపరి సామ్యవాద సిద్ధాంతంపై సోషలిస్టు వ్యవస్థ నెలకొల్పడం తమ పార్టీ ఆశయంగా, లక్ష్యంగా వుండాలన్నాడు. ప్రతిపాదనలను మహాసభ ఏకగ్రీవంగా ఆమోదించింది. పార్టీ కార్యదర్శిగా భగత్‌సింగ్ ఎన్నికైనాడు.

సోషలిస్టు రాజ్యస్థాపన పార్టీధ్యేయంగా నిర్ణయించింది. పార్టీ పేరును హిందుస్తాన్ రిపబ్లికన్ అసోసియేషన్‌కు (హెచ్.ఆర్.ఎ) బదులు హిందుస్తాన్ సోషలిస్టు రిపబ్లికన్ అసోసియేషన్ (హెచ్.ఎస్.ఆర్.ఎ)గా మార్పు చేయాలన్న భగత్‌సింగ్ సూచన ఆమోదం పొందింది. పార్టీకి తోడుగా హిందుస్తాన్ సోషలిస్టు రిపబ్లికన్ ఆర్మీని ఏర్పాటు చేయాలని, దానికి నాయకుడుగా ఆజాద్ చంద్రశేఖర్‌ని నియమించింది. వివిధ రాష్ట్రాలకు బాధ్యులుగా పంజాబు - సుఖదేవ్, బీహారు - ఫణీంద్ర, రాజస్థాన్ - కుందన్‌లాల్, యు.పి. శివవర్మ నియుక్తులయ్యారు. పార్టీ కేంద్రంలో విజయ కుమార్ సిన్హా పని చేయాలని నిర్ణయించారు. నౌజవాన్ భారత్ సభను బహిరంగ వేదికగా వుపయోగించుకోవాలని తీర్మానించారు. పార్టీ నిర్మాణ సూత్రాలు రూపొందించబడ్డాయి.

పార్టీ ఆశయాలను ప్రచారం చేయడానికి జైళ్ళూ - కోర్టులను కూడా వేదికలుగా వాడుకోవాలని అంగీకరించడం జరిగింది.

మహాసభ నిర్ణయాలను ఆచరణలో పెట్టడానికి భగత్‌సింగ్ పూనుకున్నాడు. ఆ సందర్భంలోనే అలహాబాదులో అజయ్‌ఘోష్‌ను కలిశాడు. ఆ సందర్భాన్ని అజయ్‌ఘోష్ ఇలా వర్ణించాడు:

5 సంవత్సరాల క్రితం చూసిన భగత్‌సింగ్‌కూ యిప్పుడు చూస్తున్న భగత్‌సింగ్‌కూ పొంతన లేదన్నాడు. ఆకారంలోనూ, ఆలోచనల్లోను ఇప్పుడతను ఎంతో ఎదిగాడన్నాడు:

మహాసభ నిర్ణయాలను అజయ్‌కు వివరించాడు. కేంద్ర రాష్ట్ర జిల్లా కమిటీలను నిర్మాణం చేయాలని, మెజారిటీ సభ్యుల నిర్ణయానికి అందరూ బద్ధులై వుండాలని, లక్ష్యాన్ని సాధించడానికి సాయుధ పోరాటం మార్గంగా అంగీకరించబడిందని చెప్పాడు. నేడున్న నిస్తబ్దతను తొలగించడానికి, ప్రజల్లో గూడుకట్టుకున్న భ్రమలు పోగొట్టడానికి, తగిన సందర్భాలూ - ప్రదేశాలను ఎన్నుకొని దుర్మార్గులైన ఆంగ్లేయ అధికారులపై దాడి చేయాలన్నాడు. ఇతర ప్రజా పోరాటాలకు మన చర్యలు వుత్తేజాన్నిచ్చేట్లు వుండాలన్నాడు. సాయుధచర్యలు జరపడానికి హెచ్.ఎస్.ఆర్.ఎ సైనిక విభాగంగా హిందుస్తాన్ సోషలిస్టు రిపబ్లికన్ ఆర్మీని పటిష్టం చేయాలని, బాంబుల తయారీ, ఆయుధాల సేకరణ, వాటిలో తర్ఫీదు జరగాలన్నాడు.

ఆ విధంగా నూతన చైతన్యంతో హెచ్.ఎస్.ఆర్.ఎ కార్యకలాపాలు ప్రారంభమైనాయి. బాంబుల తయారు చేయడంలో అనుభవజ్ఞుడైన బెంగాల్ విప్లవకారుడు జతిన్‌దాస్‌ను పిలిపించి ఆ బాధ్యత అతనికి అప్పగించడం జరిగింది.

సైమన్ కమిషన్‌రాక

ఎక్కడికెళ్ళినా "సైమన్ కమిషన్ గో బ్యాక్" అనే సామ్రాజ్యవాద వ్యతిరేక నినాదాలు నిరసన ప్రదర్శనలు దేశ ప్రజల ఆగ్రహావేశాలను చవిచూసిన "సైమన్‌కమిషన్" లాహోరు రాబోతున్నది.

లాహోరులో నిరసన ప్రదర్శన ఏర్పాట్లు పెద్ద ఎత్తున జరుగుతున్నాయి. కాంగ్రెసు, కీర్తి నాయకత్వం, కార్మిక సంఘాలు భగత్‌సింగ్ నాయకత్వంలోని హెచ్.ఎస్.ఆర్.ఎ దాని ప్రజాసంఘమైన నౌజవాన్ భారత్‌సభ సంయుక్తంగా ఏర్పాట్లు చేస్తున్నాయి. పసిగట్టిన ప్రభుత్వం నిషేదాజ్ఞలు ప్రకటించింది. కట్టుదిట్టంగా ఏర్పాట్లు చేసింది.

అక్టోబరు 30న కమిషన్ లాహోరు వచ్చింది. ముక్త కంఠంతో ప్రజలు 'సైమన్ గో బ్యాక్' అంటూ గొంతెత్తిపలికారు. 'సంపూర్ణస్వాతంత్ర్యం మా హక్కు' అని ప్రకటించారు. నల్లజెండాలతో సైమన్‌కు నిరసన తెలుపుతూ వూరేగింపు కదిలిపోతోంది. అగ్రభాగాన పంజాబు కేసరి లాలాజీ, పండిత మదనమోహన్ మాలవ్యా నడుస్తున్నారు. ప్రజా సమూహాన్ని చూసిన పోలీసు సూపరింటెండెంట్ స్కాట్ అతని సహాయకుడు సాండర్స్ పిచ్చి కుక్కల్లా రెచ్చిపోయి, ప్రదర్శకులపై విరుచుకుపడ్డారు. పోలీసు బలగం లాఠీలతో ప్రజలపైబడింది. ప్రజల తలలు పగిలాయి – కాళ్ళూ చేతులు విరిగాయి. లాలాజీ తీవ్రంగా గాయపడ్డాడు. అది చూపిన ప్రజలు మరింత రెచ్చిపోయారు. "సైమన్ కమిషన్" వెళ్ళిపోయింది. కానీ ప్రజల కోపం చల్లారలేదు. నిషేధాజ్ఞలు ధిక్కరించి తిరిగి ఆ సాయంత్రం బహిరంగసభ జరిగింది. తీవ్రమైన గాయాలతో వున్నా లాలాజీ వచ్చి సభలో ప్రసంగించాడు. లాఠీలు, తూటాలు ప్రజల పోరాటాన్ని అణచలేవని ప్రజల కర్తవ్యాన్ని గుర్తుచేశాడు.

ఆ దెబ్బల కారణంగా నవంబరు 17, 1928న లాలాలజపతిరాయ్ కన్నుమూశాడు. ఆ మహనీయుని మరణవార్త విని దేశం కంటతడి పెట్టింది. సామ్రాజ్యవాదుల దురంతాలకదొక నిదర్శనంగా భావించింది. లక్షకు పైగా ప్రజలు లాహోరు నగరంలో లాలాజీ అంతిమయాత్రలో పాల్గొని నివాళులర్పించారు.

హెచ్.ఎస్.ఆర్.ఎ అత్యవసర సమావేశం జరిగింది. లాలాజీ మరణానికి కారకులైన పోలీసు అధికారుల ప్రాణాలు తీయడమే లాలాజీకి అర్పించే నిజమైన నివాళి అని నిర్ధారణ కొచ్చింది. ఆ బాధ్యతను భగత్‌సింగ్, ఆజాద్, రాజగురు, జయగోపాల్‌లకు అప్పగించింది.

డిశంబరు 17 – కాకోరి వీరుల సంస్మరణ దినం, వారు ఉరికంబమెక్కి సంవత్సరమవుతుంది. ఆనాటికి లాలాజీ అస్తమించి నెల అవుతుంది. సభలు, సమావేశాలు జరిపి వీరుల త్యాగాలను ప్రజలకు వివరించాలని హెచ్.ఎస్.ఆర్.ఎ తన శాఖలను కోరింది. అలాగే కీర్తి నాయకత్వం, నౌజవాన్ భారత్ సభ జలియన్‌వాలాబాగ్‌లో బహిరంగసభను ప్రకటించాయి. ఆ సభలో సోహన్‌సింగ్ జోష్ ప్రధాన ఉపన్యాసకుడుగా వుండబోతున్నాడు.

కకోరి వీరుల సంస్మరణ, లాలాజీ హత్యకు ప్రతీకారం ఒకేరోజు జరగాలని భగత్‌సింగ్ అనుచరులు అనుకున్నారు. అందుకు కావలసిన ప్లాను సిద్ధంచేశారు. స్కాట్, సాండర్స్ రాకపోకల సమయాన్ని గమనించడానికి, దాడికనువైన ప్రదేశం ఎన్నిక చేసే బాధ్యత జయగోపాల్‌కివ్వబడింది.

డిశంబరు 17 సాయంత్రం నాలుగు గంటలవుతోంది. భగత్‌సింగ్, ఆజాద్, రాజగురు, జయగోపాల్ లాహోరు కేంద్ర పోలీసు కార్యాలయం సమీపానికి చేరుకున్నారు. దాడి తర్వాత తీసుకోవలసిన జాగ్రత్తలు నిర్ణయించుకున్నారు. మాటు పెట్టుకుని స్కాటు రాకకోసం చూస్తున్నారు. సమయం దాటింది. కానీ వాడు రాలేదు. సాయంత్రం కావస్తోంది. ఇంతలో మరో దుర్మార్గుడు సాండుర్సు మోటారుసైకిల్ పై ఆఫీసులోనుండి బయటికొస్తున్నాడు. అవకాశాన్ని జారవిడివరాదనుకున్నారు. జయగోపాల్ సైగచూశాడు

– రాజగురు గురి చూశాడు. సాండర్స్ ఆ దెబ్బకు నేల కూలి గిలగిల కొట్టుకున్నాడు. భగత్‌సింగ్ దెబ్బ మీద దెబ్బ గురిపెట్టి కాల్చాడు. సాండర్సు ప్రాణమొదిలాడు.

అక్కడి నుండి త్వరగా పారిపోవడానికి పరుగు లంఘించారు. రాజగురు, భగత్‌సింగ్‌లను ట్రాఫిక్ ఇన్‌స్పెక్టరొకడు చూశాడు. వాడితో పాటు హెడ్ కానిస్టేబుల్ చనన్‌సింగ్ వారిపై కాల్పులు జరుపుతూ వెంటబడ్డారు. భగత్‌సింగ్ వెనుతిరిగి కాల్పులు జరిపాడు. తట్టుకోలేక ఇన్‌స్పెక్టర్ తప్పుకున్నాడు కానీ, చవన్‌సింగ్ మాత్రం మొండిగా ముందుకొస్తున్నాడు. ఆజాద్ అది గమనించాడు. ఒక దెబ్బతో వాణ్ణి పిట్టలా నేలగూల్చాడు.

నిముషాల్లో వార్త లాహోరు అంతటా వ్యాపించింది. పోలీసులు వలపన్నారు. లాహోరు నుండి విప్లవకారులు తప్పించుకుని బయట పడకుండా అన్ని జాగ్రత్తలు తీసుకున్నారు.

"ఇన్‌క్విలాబ్ జిందాబాద్"

జె.పి. సాండర్సు హత్యతో, లాలాజీ హత్యకు ప్రతీకారం జరిగిందని, తెల్లారేసరికల్లా లాహోరు గోడలమీద ఎర్రని అక్షరాలతో కరపత్రాలు వెలిశాయి.

జె.పి. సాండర్సు అనే ఒక పోలీసు వెధవ చేతుల్లో "ముప్పైకోట్ల ప్రజలు అభిమానించే నాయకుడు చనిపోవడం విచారకరం. ఇది భారతదేశానికి, దేశ యువతకూ, జాతి పౌరుషానికే సవాల్. భారత ప్రజలు నిర్వీర్యులు కారనీ, వారి రక్తం గడ్డ కట్టలేదనీ, వారు దేశం కోసం ప్రాణాలు తీయగలరనీ,ఈనాడు ప్రపంచానికి విదితమైంది".

"హంతకుల ప్రభుత్వానికి మా హెచ్చరిక:"

"మా దేశ పీడిత ప్రజల భావాలను బంధించాలని ప్రయత్నించకు. సైతాన్ బుద్ధిని మార్చుకో. ఆయుధాలు ధరించరాదన్న నీ శాసనాలు, నిర్బంధాలు అధిగమించి పిస్టోల్, రివాల్వర్‌లు మా ప్రజలు చేతికందుతాయి. సంపూర్ణ విప్లవానికి ఆయుధాలు అవసరమైనా – కాకపోయినా, దేశాభిమానాన్ని రక్షించుకునేందుకు కావలసిన ఆయుధాలు మాకు దొరుకుతాయి. మా వాళ్ళు కూడా మమ్మల్ని నిందించినా, అవమాన పరచినా, విదేశ పాలకులు ఎన్ని నిర్బంధాలు పెట్టినా, మా దేశ గౌరవాన్ని కాపాడటానికి, విదేశ పాలకులకు బుద్ధి చెప్పడానికి మేమెన్నడూ వెనకాడం. ఎన్ని అవాంతరాలొచ్చినా విప్లవ నినాదాన్ని వినిపిస్తూనే వుంటాం. ఉరికంబం మీద కూడా నినదిస్తూనే వుంటాం".

"ఇంక్విలాబ్ జిందాబాద్"

"ఒక వ్యక్తిని హత్య చేయడం మాకూ విచారకరమే కానీ, ఆ వ్యక్తి నిర్దయుడు, నీచుడు, అన్యాయపు రాచరికపుతొత్తు, వానిని తొలగించడం అవసరం. ఈ హత్య భారతదేశంలో సామ్రాజ్యవాదుల దుష్టశాసనాలకు వ్యతిరేకంగా చేయబడింది. ఈ ప్రభుత్వం

ప్రపంచంలో కెల్లా పరమ దుర్మార్గ ప్రభుత్వం. ఒక మనిషి రక్తాన్ని చిందించడం మా కిష్టం లేదు. అయితే, విప్లవంలో రక్తపాతం తప్పదు. మా లక్ష్యం విప్లవం, మనిషిని మనిషి దోపిడీ చేసే వ్యవస్థను అంతం చేయడం.

ఇన్‌క్విలాబ్ జిందాబాద్ బాల్‌రాజ్.

"కమాండర్ - ఇన్ - చీఫ్ హెచ్.ఎస్. ఆర్.ఎ"

అర్థరాత్రివేళ – ఇస్లామాబాదు నిద్రలో వుంది. సోహన్‌సింగ్ జోష్, యింట్లో ఒంటరిగా నిద్రపోతున్నాడు. బయట తలుపు తట్టిన శబ్దం విని లేచి తలుపు తెరిచాడు. ఎదురుగా ఎరిగిన వ్యక్తులు భగత్‌సింగ్, సుఖదేవ్‌లు ఆంగ్లేయుల దుస్తుల్లో నిలుచున్నారు.

వారిని లోనికి ఆహ్వానించాడు.

పోలీసుల దృష్టిలో వున్న ఆ ఇంటికి వాళ్ళు రావడం శ్రేయస్కరం కాదని సోహన్‌సింగ్ అనుకున్నాడు.

"ఇది ప్రమాదకరమైన ప్రదేశం. పోలీసులు ఏ క్షణాన్నైనా దాడి చేయొచ్చు" అన్నాడు.

"ఏం ఫరవాలేదు. అన్ని ఏర్పాట్లు చేశాం" లోనికి నడుస్తూ భగత్‌సింగ్ అన్నాడు.

"చాలా ఆకలితో వున్నాం–తినడానికేమైనా వుందా?" అడిగాడు భగత్‌సింగ్.

అర్థరాత్రివేళ – ఇంట్లో ఏముంది? మిగిలివున్న రెండు చపాతీలు గ్లాసు పాలు తెచ్చి వారి ముందుంచి "ఎంతసేపు! వంట చేద్దాం" అన్నాడు సోహన్‌సింగ్.

"వద్దు మాట్లాడుకుని పడుకుందా"మన్నాడు భగత్‌సింగ్.

"సాండర్సు హత్య గురించేమనుకుంటున్నారు?" మళ్ళీ భగత్‌సింగ్ ప్రశ్నించాడు.

చచ్చింది సాండర్సన్నది తెలుసుకున్న సోహన్‌సింగ్:

"స్కాట్‌ను చంపితే బాగుండే"దన్నాడు

"వెళ్ళింది వాడికోసమే. కానీ ఈ దుర్మార్గు డొచ్చాడు. కష్టపడి. ప్లానుతో వెళ్ళాం - ఖాళీగా వెనక్కు రాలేకపోయాం. ఏమైతేనేం ఒక ప్రారంభం చేశా"మన్నాడు భగత్‌సింగ్.

"గాంధేయ వాదుల అభిప్రాయం వేరుగా వుంద"న్నాడు సోహన్‌సింగ్.

అది ముందుగానే వూహించామని చెప్పి, "చౌరీచౌరా ఘటన తర్వాత సహాయ నిరాకరణోద్యమాన్ని విరమించి గాంధీజీ దేశానికి వెన్నుపోటు పొడిచాడు. ఆ నిరాశ, నిస్పృహల మబ్బుల్లోనే యింకా ప్రజలున్నారు. పోనీలే..."

ఆ సంగతొదిలేద్దామని:

"సాండర్సును చంపడం వల్ల బ్రిటిష్ పాలకులపై ఎలాంటి ప్రభావం పడుతుందను కుంటారు?"

"ఇంకా తెలియదు. ఇంత తొందరలో చెప్పలే"మన్నాడు సోహన్‌సింగ్.

భగత్‌సింగ్ తన అభిప్రాయంలో: "వాళ్ళకు కంపరం పుడుతుంది. కొంతమంది అప్పుడే తమ భార్యా బిడ్డల్ని ఇంగ్లండుకు పంపే ఏర్పాట్లు చేస్తున్నారు. వాళ్ళు భయంతో వణికిపోతున్నా"రన్నాడు.

"అది తాత్కాలికమైనది. త్వరలో పోతుంద"న్నాడు సోహన్‌సింగ్.

"ఇంతకూ మీ అభిప్రాయమేమిటీ?" సూటిగా అడిగాడు.

"నా అభిప్రాయాలు మీకు తెలుసు. చాలాసార్లు చర్చించాం. ఇక యిప్పుడు జరుగనున్నది వాళ్ళ ప్రతీకార చర్య. దౌర్జన్యం పెరుగుతుంది. నౌజవాన్ భారత్‌సభ కార్యకర్తల అరెస్టులు మొదలవుతాయి". అన్నాడు.

ఆ వాదనను భగత్‌సింగ్ అంగీకరించలేదు.

"నేను అలా అనుకోవడం లేదు. ఈ చర్య ప్రజలనుత్తేజితుల్ని చేస్తుంది. ఉద్యమం బలపడుతుందన్నాడు".

వాళ్ళిద్దరి చర్చలు వింటున్న సుఖదేవ్ మధ్యలో కలుగజేసుకొని సోహన్‌సింగ్ నడిగాడు.

"మీరు కలకత్తా కెపుడు బయల్దేరుతున్నారు?"

"రేపు ఉదయం"

"అయితే పొద్దున్నే మీదారిన మీరెళ్ళండి మా దారినమేమెళతా"మన్నాడు సుఖదేవ్.

అప్పటికే చాలా పొద్దుపోయింది. వున్న రెండు మంచాలపై ముగ్గురు సర్దుకుని పడుకున్నారు. చీకట్లోలేచి ఆ యిద్దరు సోహన్‌సింగ్ వద్ద వీడ్కోలు తీసుకుని వెళ్ళిపోయారు.

ఆ తర్వాత సోహన్‌సింగ్ కలకత్తా బయల్దేరాడు.

ఉదయానికల్లా రాష్ట్రమంతటా ముమ్మరంగా అరెస్టులు మొదలయ్యాయి.

హెచ్.ఎస్.ఆర్.ఎ సభ్యులతోపాటు కమ్యూనిస్టు పార్టీ, కార్మిక నాయకులు కేదార్‌నాథ్ సైగల్, అబ్దుల్ మజీద్‌లను కూడా అరెస్టు చేశారు.

సాండర్సు హత్య తరువాత రెండు రోజులపాటు లాహోరులో రహస్యంగా వున్నారు. భగత్‌సింగ్ గడ్డం గీకి. తల వెంట్రుకలు కత్తిరించి – ఇంగ్లీషు క్రాఫ్ చేయించాడు. సూటూ – బూటూ వేసుకున్నాడు. మిగతా వాళ్ళు వేరువేరు మారువేషాలు వేసుకున్నారు. భగవతీ చరణ్ భార్య, దుర్గాదేవి – భగత్‌సింగ్ భార్యగా – రెండు సంవత్సరాల కొడుకు "శచిని" చంకనబెట్టుకున్నది. రాజగురు కూలీగా భగత్‌సింగ్ సూటుకేసు నెత్తినెత్తుకున్నాడు. భగత్‌సింగ్ దొరలాగా రైల్వేస్టేషన్‌కు వెళ్ళాడు. ఆజాద్, కిషోరీలాల్, సన్యాసులుగా, సుఖదేవ్, తల్లితో పాటు దైవభక్తులుగా సన్యాసుల గుంపులో కలిశారు. రైలు ఎక్కారు. ప్రభుత్వం కళ్ళుగప్పి బయటపడ్డారు.

ఆలిండియా వర్కర్స్ అండ్ పెజెంట్స్ పార్టీ

1928 డిశంబరు 21 నుండి 24 వరకు కలకత్తాలోని ఆల్బర్ట్ హాలులో ఆలిండియా వర్కర్సు అండ్ పెజెంట్సు పార్టీ మహాసభ జరుగుతోంది. సోహన్‌సింగ్ జోష్ ఆ మహాసభకు అధ్యక్షత వహిస్తున్నాడు. చివరిరోజు చర్చలు జరుగుతున్నాయి. ఒక వ్యక్తి సోహన్ సింగ్‌కు ఓ చీటి తెచ్చియిచ్చాడు. అది చూసి సోహన్‌సింగ్ వచ్చిన వ్యక్తితో హాలు బయటికి నడిచాడు. ఆ వ్యక్తి కొంతదూరం వెళ్ళాక ఒక మంగలి షాపులోకి దారితీశాడు. అనాలోచితంగా సోహన్‌సింగ్ షాపులోకి అతన్ని అనుసరించాడు. ఎదురుగా భగత్‌సింగ్ కూర్చున్నాడు. లోనికి అడుగుబెట్టిన తర్వాత అర్థమైంది. తానొచ్చింది ఒక మంగలి షాపుకని – చూస్తున్నది భగత్‌సింగ్ నన్నది. ఆ చుట్టుపట్ల పోలీసు, గూఢచారుల నిఘావుంది. సర్దార్‌జీకి మంగలిషాపులో పనేమిటన్న అనుమానం రావచ్చు. భగత్‌సింగ్ వచ్చింది కనిపెట్టి వుండవచ్చు. ఏమైనా ప్రమాదకరమైన ప్రదేశమన్నది తెలిసిపోయింది. అలా చేసినందుకు సోహన్‌సింగ్ కోపగించాడు. కానీ, అతను మాత్రం నిబ్బరంగా కూర్చుని:

"ఏం ఫర్వాలేదు. ఏం జరగదు. అన్ని ఏర్పాట్లు చేశామని" సంతృప్తి పర్చాడు.

మహాసభ వివరాలడిగి తెలుసుకున్నాడు. నిర్ణయాలు సంతృప్తికరంగా వున్నవన్నట్లుగా: మీరు కార్మికులను ఐక్యం చేసే పనిచూడండి. పని చూస్తాం. మేము బ్రిటిష్‌వాళ్ళను అనైక్యం చేసే ఈ విధంగా పని పంపకం చేసుకుందామని"ని చెప్పి, సెలవు తీసుకొని భగత్‌సింగ్ వెళ్ళిపోయాడు.

హెచ్.ఎస్.ఆర్.ఎ. కేంద్ర కార్యాలయం ఆగ్రా రహస్య స్థావరానికి మారింది. అక్కడే రహస్యంగా బాంబులు తయారుచేసే ఫ్యాక్టరీ, విప్లవకారులకు శిక్షణకు ఏర్పాటు జరిగింది. ఇతర ప్రాంతాల్లో బాంబులు తయారీ, శిక్షణ కోసం శివవర్మను సాహరాన్‌పూర్, సుఖదేవ్‌ను లాహోరుకు పంపారు.

సహాయ నిరాకరణోద్యమం విరమణ తర్వాత మహాత్మాగాంధీ దాదాపు ప్రత్యక్ష రాజకీయాలకు దూరంగా వున్నాడు. 1924 ఫిబ్రవరి 5న జైలు నుండి విడుదలైన తర్వాత వార్ధాలోని ఆశ్రమంలో ఎక్కువకాలం గడిపాడు. పాక్షికంగా రాజకీయ రంగం నుండి విరమించినట్లు భావించబడింది. జరిగిన రాజకీయ పోరాటాలలో కాంగ్రెసు నిర్ణయాలతో ప్రత్యక్ష సంబంధం లేదు.

1928 ఫిబ్రవరిలో నెహ్రూ రిపోర్టు వెలువడింది. 1928 డిశంబరు ఆఖరి వారంలో కాంగ్రెసు వార్షిక సభ జరుగుతోంది. మహాత్మాగాంధీ 6 సంవత్సరాల రాజకీయ అజ్ఞాతవాసం తర్వాత మహాసభలో పాల్గొన్నాడు. కాంగ్రెసులో రెండు ధోరణులున్నాయ్. జవహర్‌లాల్ నెహ్రూ అతివాద భావాలకు ప్రాతినిధ్యం వహిస్తున్నాడు. మహాసభలో ఐక్యతను సాధించడానికి మహాత్మాగాంధీ ప్రయత్నించి సఫలుడయ్యాడు.

దేశంలో కార్మికవర్గం తమ హక్కులకోసం పోరాడుతోంది. బొంబాయి, షోలాపూర్ బట్టల మిల్లుల కార్మికులు, దేశమంతటా లక్షలాది రైల్వే కార్మికులు సమ్మెకు దిగారు. ఈ

పోరాటాలకు కమ్యూనిస్టులే కారణమన్నది ప్రభుత్వం కనిపెట్టింది. గూఢచారి విభాగం సేకరించిన సమాచారాన్ని ప్రభుత్వానికి అందజేసింది. 1928లో ప్రభుత్వ కార్యదర్శికి, కమ్యూనిజం ప్రమాదాన్ని గుర్తుచేస్తూ వైస్రాయ్:

"భారతదేశంలో కమ్యూనిస్టుల కార్యక్రమాలు ప్రస్తుతం పరిమితంగా, ప్రారంభదశలోనే వున్నాయి. వెంటనే అంత ప్రమాదం లేదు. కానీ, త్వరితగతిని పెరిగే ప్రమాదం కనబడుతోంది. బలహీనంగా వున్నప్పుడే గట్టి దెబ్బతీసి అరికట్టాలి. ఏం చెయ్యాలో ఆలోచించ"మన్నాడు.

దానికి ప్రభుత్వ కార్యదర్శి 1928 డిశంబరు 19న పంపిన నివేదికలో,

"బొంబాయి కార్మికులంతా దాదాపు కమ్యూనిస్టుల నాయకత్వంలోనే వున్నారు. కార్మిక సంఘాలన్నీ కమ్యూనిస్టుల ఆధీనంలోనేవున్నాయి. సమ్మె కమిటీలలో వారి ప్రతినిధులు తిరుగులేని నాయకులుగా వున్నార"ని తెలియజేశాడు.

సిద్ధాంతాన్ని ప్రచారం చేసే సంస్థలను నిషేదించాలని స్వదేశీ విదేశీ సంస్థలతో వాటికున్న సంబంధాలను కనిపెట్టి శిక్షించాలని కోరాడు. ఏదో రకంగా వారందరినీ కుట్రకేసులో యిరికించాలని సూచించాడు. కేసు ఎలా పెట్టాలి? ఎలా నడపాలి? ఎక్కడ నడపాలి? ఎవరెరిని అందులో పెట్టాలన్నది చాలా జాగ్రత్తగా ఆలోచించాలని కోరాడు. కాన్పూరు కుట్రకేసు అనుభవం గుర్తు చేసుకుని, కేసు నుండి వారు బయటపడటానికి వీల్లేని విధంగా చూడాలన్నాడు. అంతా 3-4 నెలల్లోనే పూర్తిచేయడం మంచిదన్న అభిప్రాయాన్ని తెలియజేశాడు.

మరో వైపు కాంగ్రెసు విధానాలు కూడా సామ్రాజ్యవాదులకు ప్రమాదకరంగా కనిపించాయి. 1929 ఫిబ్రవరి 21న పంపిన ప్రభుత్వ రహస్య పత్రంలో: "రానున్న కాలంలో కాంగ్రెసు విధానాలు యువకుల పైననే ముఖ్యంగా జవహర్ లాల్ నెహ్రూ, సుభాష్‌చంద్రబోస్‌లపై ఆధారపడి వుండబోతున్నాయి. విప్లవకారులు వీరితో ఐక్యం కావచ్చును. పండిత జవహర్ లాల్ నెహ్రూ అతివాద జాతీయవాదే గాక, కమ్యూనిస్టు సిద్ధాంతం వైపు ఆకర్షించబడి దాదాపు వారితో పూర్తిగా కలిసిపోయే దశలో వున్నాడు. పరిస్థితి ప్రమాదకరంగా మారింద"ని తెలిపింది.

సామ్రాజ్యవాదులు అనుకుంటే అడ్డేముంది? కార్మిక పోరాటాలను అణచటానికి పబ్లిక్ సేఫ్టీ బిల్లు సిద్ధం చేయబడుతోంది. కార్మికులను కఠినంగా శిక్షించే ఈ బిల్లును రానున్న "పార్లమెంటు"లో చట్టంగా చేయాలని యోచిస్తున్నారు.

కార్మిక నాయకులను ఏరివేయడానికి కుట్ర జరిగింది. 1929 మార్చి 14వ తేదీన వైస్రాయ్ ఇర్విన్ సెక్షన్ 121 ప్రకారం ఆర్డరు వేశాడు. మీరట్‌లో కమ్యూనిస్టులు కుట్ర పన్నారన్నాడు. ఆ నేరంపై వారిని అరెస్టు చేసి కుట్రకేసు విచారణ జరపమన్నాడు.

మార్చి 20వ తేదీన పొద్దుపొడిచేసరికి దేశం నలుమూలల ఎక్కడెక్కడో వున్న 31 మంది నాయకుల అరెస్టు జరిగింది. ముజఫర్ అహ్మద్, డాంగే, ఎస్.వి. ఘాటే, జోగ్లేకర్, నీంబ్‌కర్, మిరాజ్‌కర్, షౌఖత్ ఉస్మానీ, అబ్దుల్ మజీద్, సోహన్‌సింగ్ జోష్, ధరణిగోస్వామి,

కేదార్‌నాథ్ సైగల్, పి.సి.జోషి, గులాం హైదర్ వీరంతా భారత కమ్యూనిస్టుపార్టీ సభ్యులుగా ఎంచబడ్డారు. జర్మనీ కమ్యూనిస్టుపార్టీ సభ్యత్వం కలిగి దేశానికి తిరిగొచ్చిన డా॥ గంగాధర అధికారి, బ్రిటిష్ కమ్యూనిస్టుపార్టీకి చెందిన ఫిలిప్ స్ప్రాట్ బ్రాడ్లీ హటిచిన్‌సన్ మొదలగువారు ముద్దాయిలు. గులాం హైదర్ దొరకలేదు. మిగతావారందరినీ అరెస్టు చేశారు.

చక్రవర్తిపై తిరుగుబాటు చేయడానికి కుట్రచేశారన్నది నేరం. అంతర్జాతీయ కమ్యూనిస్టులతో సంబంధం కలిగివున్నారన్నది మరో నేరం.

కార్మిక నాయకుల అరెస్టుకు వ్యతిరేకంగా పెద్ద ఎత్తున నిరసన వచ్చింది. కాంగ్రెసు నాయకులు ఈ చర్యను ఖండించారు. దేశం నలుమూలల నుండి న్యాయవాదులు స్వంత ఖర్చుతో ముద్దాయిల తరఫున వాదించడానికి ముందుకొచ్చారు. ముద్దాయిల్లో 8 మంది ఎ.ఐ.సి.సి. సభ్యులున్నారు. మోతీలాల్ నెహ్రూ అధ్యక్షుడుగా, జవహర్‌లాల్‌నెహ్రూ కార్యదర్శిగా ముద్దాయిల తరఫున డిఫెన్సు కమిటీ ఏర్పాటయింది. దేశంలో పేరుగాంచిన న్యాయవాదులు మోతీలాల్ నెహ్రూ, సర్ తేజ్ బహదూర్ సప్రూ, కైలాసనాధ కట్జూ, యం.సి.చాగ్లా మొదలైనవారు వాదించడానికి ముందుకొచ్చారు.

సాండర్సు హత్యతర్వాత హెచ్‌ఎస్‌ఆర్ఎ కార్యక్రమాలు చెప్పుకోదగ్గవి లేవు. కొంతనిస్తబ్ధత, పునరాలోచన వచ్చింది.

కార్మిక నాయకుల అరెస్టు, రానున్న కార్మిక వ్యతిరేక చట్టాలను చూసి హెచ్.ఎస్.ఆర్.ఎ పరిస్థితులెలా మారుతున్నాయో వూహించింది.

1929 మార్చిలో ఆగ్రాలో కేంద్రకమిటీ సమావేశం జరిగింది. సామ్రాజ్యవాదుల కళ్ళు తెరిపించాలి. జాతి గొంతు వినిపించాలి. హిందుస్థాన్ రిపబ్లికన్ సోషలిస్టు అసోసియేషన్ లక్ష్యమేమిటో భారత ప్రజలకు తెలియజేయాలి. దానికొక సాహసపూరితమైన చర్యకు పూనుకోవాలి. తుపాకులు – బాంబులతోనే కాదు, విప్లవకారుల విప్లవదీక్షను రుజువు చేయాలి. సామ్రాజ్యవాదుల గుండెలు దద్దరిల్లే భయంకర శబ్దం చేసే ప్రాణాపాయం లేని పొగబాంబును పార్లమెంటులో వేయాలి. బాంబును తయారుచేసే బాధ్యత జతిన్‌దాస్‌కు అప్పగించారు. బాంబుతోపాటు పార్టీ కార్యక్రమాన్ని వివరించే కరపత్రం విసరాలి. దాన్ని రూపొందించే బాధ్యత భగత్‌సింగ్, విజయ్‌కుమార్ సిన్హా, సుఖదేవ్‌లకు యిచ్చారు. ఒకచేత బాంబు – మరోచేత కరపత్రం – ఒకటి చెవులు దద్దరిల్లేట్లు శబ్దం చేసేది – మరొకటి వాళ్ళ కళ్ళు తెరిపించేది – బాంబువేసి – కరపత్రాలు విసిరి పారిపోరాదు. పట్టుబడాలి – నేరం ఆపాదించబడి కోర్టులో విచారణ ప్రారంభమైనప్పుడు కోర్టును రాజకీయ ప్రచారవేదికగా మార్చుకోవాలి.

సామ్రాజ్యవాదుల దోపిడీ విధానాన్ని బట్టబయలు చేయాలి. బ్రిటిష్ పన్నాగాలను, వారి దుర్మార్గపు చట్టాలను ప్రతిఘటించాలి. చిత్రహింసలను భరించాలి. అవసరమైతే ప్రాణాలను అర్పించాలి. కోర్టులు జైళ్లు పోరాట కేంద్రాలుగా మార్చాలి. ప్రజల దృష్టిని ఆకర్శించాలి. వారిలో చైతన్యం కల్పించాలి. ఆవేశం రగిలించాలి. అది చేయాలంటే

రాజకీయ సామర్థ్యం, విప్లవదీక్ష, సమయస్ఫూర్తిగల సమర్థుడు కావాలి. అందుకు భగత్‌సింగ్ పేరు ప్రతిపాదించబడింది. భగత్‌సింగ్ తానే వుండాలన్నాడు. కానీ బయట పార్టీ నిర్మాణ బాధ్యత కూడా అంతే అవసరమని, రాజగురు - బి.కె. దత్‌లను ఎంపిక చేశారు. ఆ సమావేశానికి సుఖదేవ్ హాజరుకాలేదు. నిర్ణయం తెలిసిన తర్వాత రాజగురు బదులు భగత్‌సింగ్ వుండాలని, నిర్ణయాన్ని మార్చాలని కోరాడు. తిరిగి సమావేశం జరిగింది. సుఖదేవ్ కారణాలను వివరించాడు. భగత్‌సింగ్ పేరు నిర్ణయం జరిగింది. రాజగురు అసంతృప్తి చెందాడు. విప్లవదీక్షలో భగత్‌సింగ్ పోటీపడాలనే మనస్తత్వం గలవాడు. తనకు వచ్చిన అవకాశాన్ని కోల్పోయానని బాధపడ్డాడు.

ఆ సందర్భంగా జరిగిన చర్యల్లో ఫణీంద్రనాథ్‌ఘోష్ వేదాంత ధోరణిలో:

"అంతా భగవత్యేచ్ఛ - మనం నిమిత్తమాత్రులం. ఎప్పుడు ఏమీ జరగాలి? ఎలా జరగాలని నిర్ణయించేది అతనే. ఆ భగవంతుడే మనచేత ఇలా చేయిస్తున్నాడు. విప్లవకారులుగా మన కర్తవ్యం నేరవేర్చాలి. అందువలన జరగవలసిన దాన్ని గురించి ఆలోచిస్తే ప్రయోజన మేమిటి?" అన్నాడు.

భగత్‌సింగ్: "అన్నింటికీ ఆ భగవంతుడే అనుకుంటే జరిగేది శూన్యం."

ఫణీంద్ర: "నీవు ఇప్పుడిలాగే అంటావు! ఇలాగే ఎందరో భగవంతుడు లేడన్నారు. ఆపదలో ఉన్నప్పుడు ఆ భగవంతుణ్ణే రక్షించమని వేడుకుంటావు."

భగత్: నా జీవితం ఏమైనా ఎన్ని కష్టాలొచ్చినా నా భావాలు మారవు." అన్నాడు.

కావాల్సిన ఏర్పాట్లన్నీ జరిగాయి. జతిన్‌దాస్ పొగబాంబును సిద్ధం చేశాడు. జయదేవ్‌పూర్ పార్లమెంటు హాలుకు ప్రవేశపత్రం సంపాదించి 5-6 రోజులు పరిశీలించాడు.

1929 ఏప్రిల్ 8: పార్లమెంటు జరుగుతోంది. ట్రేడ్ డిస్ప్యూట్ బిల్లుపై చర్చ జరుగుతోంది. భగత్‌సింగ్. బటుకేశ్వర్‌దత్. జయదేవ్‌కపూర్ మారు పేర్లతో ప్రేక్షకుల గ్యాలరీలో వున్నారు.

జయదేవ్ కపూర్ కనుసైగ చేసి మెల్లగా బయటికి వెళ్లాడు.

భగత్‌సింగ్ చేతిలోని బాంబు అధ్యక్ష స్థానంలో వున్న జార్జి షూస్టర్ కుర్చీ వెనకబడింది. భయంకరమైన శబ్దం, పొగలు కమ్ముకున్నాయి. రెండో బాంబు దత్ విసిరాడు. గందరగోళం, భయాందోళనతో సామ్రాజ్యవాద ప్రతినిధులు పరుగులు తీస్తున్నారు. జార్జి షూస్టర్ కుర్చీ కింద పిల్లిలా నక్కాడు. సభలో గగ్గోలు పుట్టింది. భారతీయ ప్రతినిధులు విఠల్‌భాయి పటేల్, మోతీలాల్ నెహ్రూ, మదన్‌మోహన్ మాలవ్యా, మహ్మద్ ఆలీ జిన్నా ఏం జరిగిందో తెలుసుకోలేకపోతున్నారు.

పొగలమధ్యపై నుండి కరపత్రాల వర్షం పడుతోంది.

"ఇన్‌క్విలాబ్ జిందాబాద్"

"సామ్రాజ్యవాదం నశించాలి."

"ప్రపంచ కార్మికులారా ఏకంకండి"

ఇద్దరు వీరులు గొంతెత్తి నినదిస్తున్నారు తెప్పరిల్లిన తెల్ల దొరలు ధైర్యం తెచ్చుకొని తుపాకులెక్కుపెట్టి ముందుకొచ్చారు. పారి పోవాలన్న ఉద్దేశ్యంలేని వీరులు లొంగిపోయారు. సామ్రాజ్యవాదుల సంకెళ్ళు వారిని కట్టి వేశాయి.

భగత్‌సింగ్ విసిరిన కరపత్రం

"చెవిటివాడికి వినిపించాలంటే పెద్ద గొంతు కావాలి- ఇలాంటి సందర్భంలోనే పరాక్రమ శాలియైన ఒక ఫ్రెంచి అరాచకవాది, అమర వీరుడన్న దివ్య వాక్కులతో మేమూ మా చర్యను గట్టిగా సమర్థిస్తున్నాం.

గత పది సంవత్సరాలుగా సంస్కరణల (మాంటేగ్ చెమ్స్‌ఫర్డ్ రిపోర్టు సంస్కరణలు) పేరుతో జరిపిన అవమానకర చరిత్రను పునశ్చరణ చేయకుండా ఉండలేం. 'భారత పార్లమెంట్' అనబడే యీ సభ భారతదేశం నెత్తిన వేసిన అవమానాన్ని గుర్తు చేయకుండా ఉండలేం. సైమన్ కమిషన్ తర్వాత కొన్ని సంస్కరణల మెతుకుల కోసం ఆశిస్తూ - ఎదురుచూస్తున్న తరుణంలో - ప్రజలపై ప్రజా భద్రత వాణిజ్య వ్యవహారాల (Trade Dispute bill) బిల్లులాంటి సరికొత్త అణచివేత చట్టాలను ప్రవేశపెడుతూ - "పత్రికా, ప్రభుత్వ ధిక్కరణ" బిల్లును వచ్చే సమావేశానికై యోచిస్తున్నది. బహిరంగంగా పనిచేసే కార్మిక నాయకులను విచక్షణా రహితంగా బంధించడం చూస్తే గాలి ఎటు వీస్తుందో తెలుస్తోంది. ఇలాంటి రెచ్చగొట్టే ప్రయత్నాలు జరుగుతున్నప్పుడు, హెచ్.ఎస్. ఆర్. ఎ. పూర్తి బాధ్యత నెరిగి, రానున్న పరిణామాలను ఊహించి, అవమానకరమైన ప్రయత్నాలకు అంతం పలకాలని తన సైనిక విభాగానికి ఈ చర్యను ఆచరించమని ఆదేశించింది. పరాయి బ్యూరోక్రటిక్ దోపిడీ దారులు, వాళ్ళకిష్టమొచ్చింది చేసుకోనీ: అయితే వాళ్ళ చర్యలను నగ్నంగా ప్రజలముందు పెట్టాలి. ప్రజా ప్రతినిధులు తమ తమ నియోకవర్గాలకు వెళ్ళి ప్రజలను రానున్న విప్లవానికి సిద్ధంచేయాలి.

ప్రజాభద్రతా, వాణిజ్య వ్యవహారాల బిల్లులకు వ్యతిరేకంగా, లాలా లజపతిరాయ్‌ను క్రూరంగా హత్య చేసినందుకు ప్రతీకారంగా, నిస్సహాయులైన భారత ప్రజలకు చరిత్ర నేర్పిన గుణపాఠాన్ని మేము ప్రభుత్వానికి గుర్తుచేయదలిచాం. మేము మనిషి జీవితానికి విలువనిస్తాం ప్రతి మనిషికీ శాంతి, సంపూర్ణ స్వాతంత్ర్యాన్నిచ్చే ఉజ్వల భవిష్యత్తు కోసం కలలు గంటున్నాం. తప్పనిసరై మనిషి రక్తాన్ని చిందించాల్సి వచ్చినందుకు విచారిస్తాం ఆ విషయం మేము అంగీకరిస్తాం. అందరికీ స్వేచ్ఛను సంపాదించి, మనిషిని మనిషి దోపిడీ చేసే వ్యవస్థను అంతమొందించేందుకు సాగే మహా విప్లవంలో వ్యక్తుల త్యాగాలు అనివార్యం.

ఇన్‌క్విలాబ్ జిందాబాద్
బాల్ రాజ్
కమాండరిన్ ఛీఫ్

బాంబు వేసిన తర్వాత:

ఆజాద్, శివవర్మ, వైశంపాయన్, రాజగురు, కుందన్‌లాల్, భగవాన్‌దాస్, సదాశివరావు, మల్కాపూర్‌కర్, ఘాన్సీ రహస్య స్థావరంలో కలుసుకున్నారు. బాంబువేసిన తర్వాత ఢిల్లీలోని వార్తలు, ప్రజల అభిప్రాయాలు, భగత్‌సింగ్, బి.కె. దత్ పరిస్థితి గురించి ఆలోచించారు. వారిద్దరి ఫోటోలు ముందు బెట్టుకొని కంటతడి బెట్టారు. ముఖ్యంగా ఆజాద్ జరగనున్న పరిణామాన్ని వూహించుకొని, కన్నీరు పెడుతూ – "ఇక వీరిద్దరూ అమరులే, దేశమాతకు అంకితమయ్యారు – దేశ సంపదగా మారిపోయారు – దేశప్రజలు ఆరాధిస్తారు" అన్నాడు.

చంద్రశేఖర్ ఆజాద్– శారీరకంగా బలాఢ్యుడు. ఉగ్రరూపం – క్షణికావేశం – తప్పుజేస్తే క్షమించడు. నోటికొచ్చినట్లు తిడుతాడు. కాని అతడు సున్నిత హృదయుడు. ఆత్మీయులకు బాధ కలిగితే తానూ కన్నీరు పెడతాడు. వారు కన్నీరు పెడితే తానూ కన్నీరు పెడతాడు. అతనికి కన్నతల్లి మీద ఎనలేని ప్రేమ. ఆమెను చూడాలన్న కోరిక. అతని బలహీనత పోలీసులు పసిగట్టారు. ఎప్పుడో ఒకప్పుడు తల్లిని చూడటానికి వస్తాడని కళ్లల్లో వొత్తులేసుకొని కాపలా కాస్తున్నారు. ఆ విషయం ఆజాద్ గుర్తించాడు. భూదేవినే కన్నతల్లిగా భావించాడు. తల్లి జ్ఞాపక మొచ్చినప్పుడల్లా శిరస్సును నేలమీద బెట్టి భూమిని ముద్దు బెట్టుకునేవాడు. కన్నీటితో కన్నతల్లికి నీరాజనం చేసేవాడు. అందువల్లనే భగత్‌సింగ్ –బి–కె. దత్తులకు రానున్న ప్రమాదానికి చలించాడు. ఎలాగైనా వారిద్దరిని కాపాడాలన్నాడు.

అప్పటి వరకు ఆజాద్, ఘాన్సీకి సమీపంలో ఉన్న సాతార్ నది ఒడ్డున కుటీరంలో ఉంటున్నాడు. సాధువుగా అజ్ఞాత జీవితం గడుపుతున్నాడు. సమావేశం జరుగుతుండగానే

బీహారునుండి సురేంద్రస్వామి వచ్చాడు. ఘాన్సీ స్థావరం, ఆజాద్ కుటీరం గురించి సి.ఐ.డిలు తెలుసుకున్నారన్న వార్త జెప్పాడు.

ఆజాద్ – హెచ్.ఎస్.ఆర్.ఎ. సైనాధిపతిగా ఆదేశాలు జారీ జేశాడు. భగవాన్‌దాస్, సదాశివరావు తనతో పాటు ఉండాలని, మిగతా వారు ఒక్కొక్కరు నెమ్మదిగా తప్పుకోవాలన్నాడు.

ఢిల్లీ జైలు నుండి తండ్రి కిషన్‌సింగ్‌కు రాసిన లేఖ:

"పూజ్య పితాజీ"!

ఏప్రిల్ 22న పోలీసు కస్టడీనుండి ఢిల్లీ జైలుకు మార్చరు మే 7వ తేదీన కేసు విచారణ జైలులోనే జరుగుతుంది. నెలరోజుల్లో విచారణ తతంగం ముగియవచ్చు. ఆందోళన చెందనవసరం లేదు. మీరు ఇక్కడికొచ్చి న్యాయవాదులతో మాట్లాడారని తెలిసింది. మీరు కొలవవచ్చు. ఒకటి రెండు విషయాలలో న్యాయవాది సలహా అవసరమవుతుంది. అవి ముఖ్యమైననేమీకాదు. అనవసరంగా మీరు ఖంగారు పడవద్దు. మీరు కలవాలనుకుంటే ఒంటరిగా రండి. వాహిదా సాహిబా (అమ్మగారిని) తీసుకరావద్దు. తట్టుకోలేదు – ఏడుస్తుంది – అది నాకు బాధ కలిగిస్తుంది. మీ ద్వారా ఇంటి విషయాలు తెలుసుకుంటాను.

మీరు వచ్చినప్పుడు గీతా రహస్యం, నెపోలియన్ జీవిత చరిత్ర, నా పుస్తకాల అల్మారాలోనుండి తీసుకరండి. మరొకొన్ని మంచి ఇంగ్లీషు నవలలు తేగలరు.

వాహిదా సాహిబా, మాతాజీ (నాయనమ్మ) చిన్నమ్మకు, బాపూజీ (తాతగారికి) నా పాదాభివందనాలు.

రంబీర్‌సింగ్, కులతార్‌సింగ్‌లకు ప్రణామాలు తెలియజేయండి.

పోలీసు కష్టడీ, ఇప్పుడు జైలులో మాలో సరిగ్గానే వ్యవహరిస్తున్నారు.

మీరు ఆందోళన చెందవద్దు.

మీ

భగత్‌సింగ్

***

మీరట్ కుట్రకేసులో కమ్యూనిస్టులపై విచారణ జరుగుతోంది. వారికి సర్వేసర్వత్రా సంఘీభావం వ్యక్తమవుతోంది. సామ్రాజ్యవాదులు కట్టుదిట్టంగా నడపదలచిన కేసులో నుండి బయటపడేందుకు ప్రయత్నించమని. అవసరమైతే క్షమాపణ చెప్పుకొమ్మని కొందరు కాంగ్రెస్ నాయకులు సలహా యిచ్చారు. దాన్ని ముద్దాయిలు తిరస్కరించారు. బోనులో నిలబెట్టిన కమ్యూనిస్టులు నిర్భయంగా "ప్రారంభంలోనే మేము కమ్యూనిస్టులమని యీ కోర్టుకు తద్వారా యూపత్ ప్రపంచానికీ, ముఖ్యంగా పెట్టుబడిదారీ, సామ్రాజ్యవాద, భూస్వామ్య, దోపిడీ వర్గాల ప్రపంచానికి తెలియజేయదలచాం. మార్క్స్, ఏంగెల్స్ మాటల్లో

"కమ్యూనిస్టు లెన్నడూ వారి భావాలను, ఆశయాలను దాచుకోరు. వారి లక్ష్యం ప్రస్తుత వ్యవస్థను, దాని ప్రభుత్వాన్ని బలంతో పడగొట్టడం" అదే తమ ఆశయమని ప్రకటించారు.

డా॥ అధికారి తన ప్రకటనలో మరింత స్పష్టం చేశాడు:

"ఈ కేసు స్వభావాన్ని బట్టి, వ్యక్తిగతంగా నా నిర్దోషిత్వాన్ని నిరూపించుకునే సమస్యే వుత్పన్నం కాదు. మాపార్టీని, దాని సిద్ధాంతాన్ని, పార్టీగా కొనసాగే హక్కును, కమ్యూనిస్టు ఇంటర్నేషనల్‌తో సంబంధాలు కలిగిఉండే హక్కు సమర్థించుకోవడమే మా ప్రయత్నం. అది మా కర్తవ్యం. నేరాన్ని మోపినవారు కమ్యూనిస్టు సిద్ధాంతంపై, కమ్యూనిస్టులపైన, కమ్యూనిస్టు ఇంటర్నేషనల్ మీద నిందాపూరిత బురదచల్లారు. ప్రభుత్వంమీదనే కాదు: మొత్తం మానవజాతికే ద్రోహం తలపెట్టామన్నారు. కానీ నేను చెప్పదలుచుకున్నది - సామ్రాజ్యవాదులు, వారి కిరాయిమూకలు మొత్తం మానవజాతికే ద్రోహం తలపెట్టారని హంతకులని చెప్పదలచాను. ఎవరు సంఘద్రోహులు? అన్నది నా ప్రశ్న? రక్తపిపాసులై కత్తీ, నిప్పు తీసుకొని, ఖండఖండాలలో వలస పాలన సాగిస్తూ ప్రజల రక్తాన్ని చిందిస్తూ, భయోత్పాతం సృష్టిస్తూ కోట్లాది ప్రజలను ఆ గర్భ దరిద్రులుగా, బానిసలుగా మార్చి మానవ మారణ హోమాన్ని తలపెట్టిన సామ్రాజ్య వాదులా? లేక ప్రపంచ పీడిత ప్రజల్లో చైతన్యం పెంచి, దారుణ దోపిడీ, క్రూర నిర్బంధాలతో దుష్టపాలనకు కారణభూతమైన ఈ వ్యవస్థను నిర్మూలించి, - దాని స్థానంలో నూతన వ్యవస్థను స్థాపించాలని, మానవ సమాజాన్ని రక్షించి, పతనమవుతున్న నాగరికతను నిలబెట్టడానికి నడుంగట్టిన కమ్యూనిస్టులా? ఈ కేసులో సంఘద్రోహులు నేరారోపకులుగా ప్రభుత్వ స్థానాల్లో కూర్చున్నార" ని వేలెత్తిచూపాడు.

అలాగే: శతాబ్దాలుగ క్రమబద్ధంగా పెరిగిన శ్రామికవర్గ ఉద్యమ స్వరూపమే కమ్యూనిస్టు ఇంటర్నేషనల్. గత రెండు ఇంటర్నేషనల్‌ల విప్లవ వారసత్వంతో, దశాబ్దాల కార్మికవర్గ పోరాట అనుభవంతో, సోషలిస్టు వ్యవస్థ స్థాపనకోసం శ్రామిక వర్గాన్ని నడిపిస్తూన్న సంస్థ కమ్యూనిస్టు ఇంటర్నేసనల్" అన్నాడు.

కమ్యూనిస్టు ఇంటర్నేషనల్ నాయకత్వాన ప్రపంచమంతటా పురోగమిస్తున్న కార్మికోద్యమాలకు సోవియట్ యూనియన్ కొండంత అండగా ఉంది. ఆ కేంద్రం పెట్టుబడిదారీ దేశాల్లోని కార్మికవర్గాన్ని, వలసపాలనో మగ్గుతున్న కోట్లాది పీడిత ప్రజలను, పెట్టుబడిదారీ సామ్రాజ్యవాద కబంధ హస్తాల నుండి విముక్తి పొందేందుకు ప్రోత్సహిస్తోంది."

"కమ్యూనిస్టు ఇంటర్నేషనల్ ప్రపంచ చరిత్రలో ఒక బ్రహ్మాండమైన ఫ్యాక్టరీ లాంటిది. అది ప్రస్తుత వ్యవస్థలో విధ్వంసానికి గురవున్న మానవ సమాజాన్ని మహోన్నత నాగరికతా శిఖరాలకు కొనిపోవడానికి నిర్మించిన ఫ్యాక్టరీ."

"కానీ, దిగజారిన బూర్జువావర్గ తొత్తులు దాన్నర్థం చేసుకోలేరు. వాళ్ళకు కమ్యూనిస్టు ఇంటర్నేషనల్ ఒక రహస్య కుట్రగా కనబడుతుంది. పీనల్‌కోడ్ సెక్షన్ పేరుతో ముద్ర వేయడం మాత్రమే తెలుస్తుంద"ని డా॥ అధికారి ఘంటాపథంగా ప్రకటించాడు.

ఈ ప్రకటనలన్నీ – ఆ నాడున్న హక్కు ప్రకారం పత్రికల కెక్కుతున్నాయి. ప్రజల్లో చర్చలు సాగుతున్నాయి.

ప్రజా భద్రతా బిల్లుపై 'పార్లమెంటు'లో మాట్లాడుతు మోతీలాల్ నెహ్రూ: "ముళ్ళకంచెలూ అసహజ అడ్డంకులతో భారతదేశం నుండి భావాలను వెళ్ళగొట్టలేరు. మీరలా చేయగల రోజులు పోయాయి. వాళ్ళు నాకు బాగా తెలుసు. వారి భావాలు బలమైనవి. వారి సంకల్పం ధృఢమైనది. మీరంగీకరించినా, లేకపోయినా నిజాయితీ పరులైన ప్రతి భారతీయుడు వారిని గౌరవిస్తాడు." అని సామ్రాజ్యవాదులను హెచ్చరించాడు.

ప్రపంచ ప్రఖ్యాత రచయిత రొమారోలా, విశ్వవిఖ్యాత శాస్త్రవేత్త ఐన్‌స్టీన్, బ్రిటిష్ న్యాయశాస్త్ర నిపుణులు హెరాల్డ్ జె లాస్కీ మీరట్ కేసు పేరుతో సామ్రాజ్యవాదులు పన్నిన కుతంత్రాన్ని ఖండించారు.

భగత్‌సింగ్, బటుకేశ్వర్ దత్తులను పోలీసు స్టేషన్లో నెలరోజులు శారీరకంగా, మానసికంగా హింసించారు.

1929 మే 7న ఢిల్లీ కోర్టులో ప్రవేశపెట్టారు.

జడ్జి – పి.బి. పూల్, ఆంగ్లేయుడు.

ప్రభుత్వ ప్రాసిక్యూటర్ రాయ్ బహదూర్ సూర్యనారాయణ

సెక్షన్ 307 ఐ.పి.సి, సెక్షన్ 3 విస్ఫోటక పదార్థాల చట్టం ప్రకారం నేరం.

ముద్దాయిల తరపున న్యాయవాది కాంగ్రెస్ నాయకుడు. ఆసఫ్ అలీ –

జడ్జి: "1929 ఏప్రిల్ 8న నీవు అసెంబ్లీలో వున్నావా?" భగత్‌సింగ్‌ను అడిగాడు.

భగత్‌సింగ్: "ఈ కేసుకు సబంధించి ప్రస్తుతం ఏలాంటి ప్రకటన చేయనవసరం లేదని భావిస్తున్నాను. అవసరమైనప్పుడు చేస్తాను."

జడ్డి: నీవు కోర్టులోనికి ప్రవేశించినప్పుడు "విప్లవం వర్థిల్లాలి" అన్నావు. దాని అర్థమేమిటి?"

భగత్‌సింగ్: "విప్లవమంటే రక్తపాతంకాదు. వ్యక్తిగత హింసకాదు. లేక బాంబు, పిస్తోలు కాదు. విప్లవమంటే ఈనాటి వ్యవస్థను, దాన్ని కాపాడే శాసనాలను, వాటి ఆధారంగా జరిగే అక్రమాలను అరికట్టడం" అన్నాడు.

జడ్డి అంతటితో విచారణ ముగించాడు. కేసును సెషన్సు కోర్టు విచారణకు పంపుతూ తీర్పునిచ్చాడు.

ఢిల్లీ సెషన్సు కోర్టులో 1929మే 7 న విచారం ప్రారంభమయింది. ప్రభుత్వం ఆపాదించిన నేరారోపణకు భగత్‌సింగ్ సుదీర్ఘ లిఖిత పూర్వక ప్రకటన తయారు చేశాడు. భగత్‌సింగ్ – దత్ తరపు న్యాయవాది ఆసఫ్ అలీ దాన్ని కోర్టులో చదివి వినిపించాడు. ఆప్రకటన విప్లవ పార్టీ లక్ష్యాలు, బాంబు వేయడానికి గల కారణాలను సిద్ధాంత పరంగా వివరించిన పత్రం.

“తీవ్రమైన నేరారోపణలను ఎదుర్కొంటూ మేమిక్కడ నిలుచున్నాం. ఈ పరిస్థితుల్లో మా వైఖరిని స్పష్టం చేయడం అవసరమని భావిస్తున్నాం. ముందుగా కేసుకు సంబంధించి ఉత్పన్నమయ్యే ప్రశ్నలు.

1) శాసన సభలో మేము బాంబులు వేశామా? వేస్తే ఎందుకు వేశాము?

2) కింది న్యాయస్థానం చేసిన అభియోగాలు న్యాయమైనవా? కాదా?

మొదటి ప్రశ్నకు మా సమాధానం అవును. కాని, ప్రత్యక్ష సాక్షులుగా ప్రవేశపెట్టిన వాళ్లు ప్రమాణం చేసి పచ్చి అబద్ధాలు చెప్పారు. అయితే, మా బాధ్యతలు విస్మరించడం లేదు. మా వాంగ్మూలంలో చెప్పిన విషయాన్ని పరిశీలించాలి. ఉదాహరణకు, సార్జంట్‌టేరిమాలో ఒకరి వద్ద నుండి తుపాకి లాక్కొన్నట్లు చెప్పాడు. మిగతా సాక్షులు, మేం బాంబులు విసురుతుంటే కళ్ళారా చూశామన్నారు. ఇవిపచ్చి అబద్దాలు, కట్టుకథలు న్యాయ వ్యవస్థ న్యాయాన్ని విశ్వసించే వారికి ఇదొక గుణపాఠం కాగలదు.

అయితే పబ్లిక్ ప్రాసిక్యూటర్, జడ్డి న్యాయపరంగానే వ్యవహరించారని అంగీకరిస్తున్నాం.

మొదటి ప్రశ్నలో రెండవ అంశం! ఈ సంఘటన చారిత్రక ఘటనగా మారింది. వాస్తవాలను, మా ఉద్దేశాలను స్పష్టంగా, సమగ్రంగా తెలియజేయవలసి వున్నది.

జైలులో ఒక పోలీసు అధికారి చెప్పిన ప్రకారం శాసనసభల సంయుక్త సమావేశంలో ప్రసంగిస్తూ లార్డ్ ఇర్విన్ మేము “బాంబులు విసిరింది ఒక వ్యక్తి మీద కాదు– మొత్తం వ్యవస్థ మీదనే దాడి” అన్నారట. మా ఉద్దేశాన్ని, రాజకీయ ప్రాముఖ్యతను వారు సరిగ్గానే అర్థం చేసుకున్నారని భావిస్తున్నాం.

మానవ జీవితానికి మేమెంతో విలువనిస్తాం. వ్యక్తిగతంగా ఏ వ్యక్తిపైన మాకు ద్వేషం లేదు. మానవ జీవితాన్ని అమితంగా, పవిత్రమైనదిగా గుర్తిస్తాం. మేము దుర్మార్గాలకు, అఘాయిత్యాలకు పాల్పడే వాళ్ళం కాదు. కుహనా సోషలిస్టు దివాన్ చమన్‌లాల్ మమ్మల్ని దుర్మార్గులు, దుష్టులుగా పేర్కొనడం దేశానికే అవమానం. లాహోరు దినపత్రిక ట్రిబ్యూన్, మరికొన్ని పత్రికలు రాసినట్టు మేము ఉన్మాదులంకాదు.

మా దేశ చరిత్రను, స్థితిగతులను, ప్రజల జీవితాలను అధ్యయనం చేశాం. వారి ఆకాంక్షలు మాకు తెలుసు. బూటకాలు, నాటకాలు మాకు తెలియవు. మా నిరసన ఈ వ్యవస్థపైననే, జాతీయ శాసనసభ నిరుపయోగమైనది. అధికార దుర్వినియోగానికి, దుష్ట చర్యలకు నిలయంగా మారింది. భారతీయుల అసహనానికి ప్రతిబింబంగా వున్నది. నిరంకుశ పాలనకు అది ఉపయోగపడుతున్నది. ప్రజా ప్రతినిధులు జాతి సమస్యలు వ్యక్తం చేసినా దానికి వినిపించదు.

అమోదం పొందిన మంచి నిర్ణయాలు కూడా కనుమరుగవుతున్నాయి.

నిరంకుశ, నియంతృత్వ పాలనకు జాతీయ శాసనసభ ఆమోద ముద్ర వేసే సంస్థగా మారింది. భారత ప్రజల చమట చుక్కలతో కష్టంతో నిర్మించిన శాసనసభ భవనం, బూటకపు ప్రకటనలు, శాసనాలకు పటా టోపానికి – కేంద్రంగా మారింది.

ఇదే సమయంలో,

కార్మిక నాయకుల మూకుమ్మడి అరెస్టును మేము తీవ్రంగా పరిగణిస్తున్నాం. వాణిజ్య వివాదాల బిల్లు సభలో ప్రవేశపెట్టారు. అక్కడ జరిగిన చర్చలు విన్నాం. కోట్లాది మంది భారతీయులకు ఈ పార్లమెంటు ద్వారా ఏలాంటి ప్రయోజనం లేదన్నది అర్థమయింది. దోపిడీ వర్గానికి ప్రయోజనకారిగా, శ్రామికవర్గాన్ని బానిసత్వంలో బంధించేదిగా ఉపయోగపడుతున్నది.

మరో విషయం, దేశ ప్రజలచేత ఎన్నుకోబడిన ప్రజా ప్రతినిధులను అనాగరికంగా, అనుమానంగా అవమానిస్తున్నది. దేశ ప్రజల ప్రాథమిక హక్కును హరిస్తున్నది. శ్రమజీవుల దుర్భరస్థితిని చూసిన వారెవరైనా చలిస్తారు. రెక్కలు ముక్కలు జేసి, తమ చమట చుక్కలతో సంపదను సృష్టించిన వారు ప్రశాంతంగా వుండలేరు. నెత్తురు మరుగుతుంది. ఆ నిర్భాగ్యుల ఆర్తనాదాలు ప్రతిధ్వనులుగా వినిపిస్తాయి.

ఈ సందర్భంలో కీ.శే. యస్. దాస్. మాకు గుర్తుకువస్తాడు. అతను గవర్నర్ జనరల్ కార్యనిర్వాహక సమితి సభ్యుడుగా పనిచేశాడు. ఒక సందర్భంలో తన కొడుక్కు రాసిన ఉత్తరంలో, "స్వప్నాల్లో విహరిస్తున్న ఇంగ్లండును నిద్రలేపాలంటే బాంబు కావాలి" అన్నాడు.

తమ హృదయవేదనను తెలియజేయడానికి మార్గం లేని వారి బాధలను తెలియజేయడానికి, నిరసన వ్యక్తం చేయడానికే మేము బాంబులు వేశాము. మా లక్ష్యం చెవిటివాడికి వినిపించేట్లు చేయడమే, సరైన సమయంలో హెచ్చరికచేయడమే మా చర్య భారత జాతి మనోభావాలను ప్రతిబింబిస్తున్నది. వారి హృదయాల్లో అగ్నికణం రగులుతున్నది. ఆ ప్రమాదకర పరిస్థితులకు హెచ్చరిక మా చర్య. అహింసా పద్ధతులు నిరుపయోగమని యువతరం భావిస్తున్నా, మేము ఊహాజనిత అహింసను ఎంచుకున్నాం. వివరంగా చెప్పాలంటే, దౌర్జన్యం చేసిన చర్య హింస అవుతుంది. అది సమర్థనీయం కాదు. కానీ, సమాజశ్రేయస్సుకోసం, ప్రజా ప్రయోజనం కోసం చేసిన చర్య సమర్థనీయం. ఇది మాతోనె మొదలు కాలేదు. గురుగోవింద్‌సింగ్, శివాజీ, కమల్‌పాషా, రజాఖాన్, వాషింగ్టన్, గారీబాల్డీ, లఫాయట్, లెనిన్‌లు మాకు ప్రేరణ కలిగించారు. మా పోరాటాన్ని విదేశీ పాలకులు, స్వదేశ ప్రజా నాయకులు అర్థం చేసుకోలేకపోతున్నారు – ప్రజల ఘోషను పెడచెవిని పెడుతున్నారు. అందుకే, మా గొంతు నలుదిశలా వినిపించేలా, మా కర్తవ్యం ఎంచుకున్నాం.

మేము ఆకాంక్షిస్తున్న, ప్రజా ప్రయోజనాలు, నూతన సమాజం గురించి వివరించ దలిచాం.

మాకు వ్యక్తిగత ద్వేషంలేదు. మా చర్యవల్ల ఎవరికైనా స్వల్పగాయాలు, తగిలివుంటే వారిపై మాకు ద్వేషం, శత్రుత్వం లేదని మనవిచేస్తున్నాం. వాస్తవానికి శాసనసభలో వున్న వారెవరిపట్ల వ్యక్తిగత ద్వేషంలేదు. మానవ జీవితానికి అత్యంత విలువనిస్తాం.

ఇతరులకు హానికలగించడం గాక, అవసరమైతే మానవజాతి కొరకు మా ప్రాణాలను అర్పించడానికి సిద్ధంగా వున్నాం. సామ్రాజ్యవాదుల కిరాయి సైనికుల్లాగా ప్రజలు ప్రాణాలు తీయం - శక్తిమేరకు ప్రాణానికి విలువనిచ్చి కాపాడటానికి ప్రయత్నిస్తాం.

అసెంబ్లీలో ఉద్దేశ పూర్వకంగానే బాంబులు వేసింది వాస్తవం - దాన్ని మేము అంగీకరిస్తున్నాం. అయితే, మా ఉద్దేశం ఏమిటి? పరిగణలోనికి తీసుకోకుండా, మా చర్య పై నిర్ణయానికి రావడం సరియైనది రాదు.

ప్రభుత్వ వాదన ఎలావున్నా, బాంబు విసరడం వల్ల ఒక బల్ల కొద్దిగా దెబ్బతిన్నది. అయిదారుగురికి చాలా స్వల్ప గాయాలయ్యాయి. భయంకర ప్రమాదం తప్పిందని ప్రభుత్వ అధికారులు ప్రకటించారు. కానీ, మాది శాస్త్రీయ పరిజ్ఞానంతో చేసిన ప్రక్రియ మా రెండు బాంబులు బల్లలు మధ్య ఖాళీస్థలంలో పేలాయి. దాని పక్కనే రెండు అడుగుల దూరంలో కూర్చున్న రావు, శంకరరావు, జార్జి, తదితరులకు ఏ గాయం తగలలేదు. కొందరికి శరీరంపై గీతలు పడ్డాయి. ప్రభుత్వ నిపుణుడు, బాంబులలో శక్తివంతమైన పోటాషియం క్లోరేట్, ఫికరేట్ ఉన్నాయన్నాడు. అలాంటి పదార్థాలు వుంటే, బల్లలన్నీ బద్ధలయ్యేవి. చాలామందికి తీవ్రమైన గాయాలు అయ్యేవి. సభలోవున్న వారిలో ఎక్కువమంది మరణించేవారు. ప్రాణహాని కలిగించాలనుకుంటే, అధికార సభ్యులపై బాంబులు వేసేవాళ్ళం దుర్మార్గుడైన కమీషన్ చైర్మన్ జీన్ సైమన్‌పైననే బాంబులు విసిరేవాళ్ళం. కానీ, అది మా ఉద్దేశ్యం కాదు. మా ఉద్దేశం ఎవరికీ హానికలిగించరాదన్నది. మేము చేసిన దానికి శిక్షను అనుభవించడానికి సిద్ధమై స్వచ్ఛందంగా పట్టుబడ్డాం. వ్యక్తులుగా మమ్మల్ని హతమార్చవచ్చు - కానీ, మా భావాలను హతమార్చలేరు. ఒకటి రెండు సంస్థలను నిర్మూలించడం ద్వారా, ఒక జాతి ఉద్యమాన్ని అణచలేరు. లాటర్స్, డే కేట్యుట్, బాస్టిల్లీలు ఫ్రాన్సు విప్లవోద్యమాలను అణచివేయలేక పోయారని చారిత్రక సత్యాన్ని గుర్తుజేస్తున్నాం. రష్యన్, సైబీరియా విప్లవాలను, ఉరికొయ్యలు నివారించలేకపోయాయి. బ్లడ్ సండే, బ్లాక్, టైమస్ అణచివేత చర్యలు విప్లవాలను అరికట్టలేకపోయాయి.

ఆర్డినెన్సులు, భద్రతా బిల్లులుతో భారత స్వాతంత్ర్య పోరాట జ్వాలలను చల్లార్చలేరు. కుట్రకేసులు, చెరసాలలు విప్లవ ప్రస్థానాన్ని అడ్డుకోలేవు.

మా హెచ్చరికను పరిగణలోనికి తీసుకుంటే, రానున్న ప్రమాదాన్ని, ప్రాణ నష్టాన్ని అరికట్టవచ్చు.

అందుకే, మా బాధ్యతగా భావించి హెచ్చరిక చేశాం. మా కర్తవ్యాన్ని నెరవేర్చాం.

విప్లవమంటే రక్తపాతంకాదు - వ్యక్తిగత కక్షల పగ సాధింపుకాదు. విప్లవమంటే, బాంబులు, తుపాకులు కాదు. దోపిడి పునాదులపై నిర్మించబడిన అన్యాయపు వ్యవస్థను కూల్చడమే మా విప్లవలక్ష్యం. ఉత్పత్తి చేసే శ్రామికుల శ్రమఫలితాన్ని దోపిడీదారులు కబళిస్తున్నారు. వారి హక్కులను కాలరాస్తున్నారు. పంటలు పండించి అందరికీ అన్నంపెట్టె రైతన్నలు పిల్లా పాపలతో పస్తులు ఉంటున్నారు. ప్రపంచానికంతటికీ బట్టలు నేసి ఇచ్చే

చేనేత కార్మికులు, వారి పిల్లలు ఒంటిమీద గుడ్డ లేకుండా వున్నారు. భవనాలు, విలాసవంతమైన సౌదాలు నిర్మించిన తాపీ పనివాళ్ళు, కమ్మరి, వడ్రంగి మురికి వాడల్లో మగ్గుతున్నారు. దోపిడి దారులు పరాన్న భుక్కులుగా వారి శ్రమ ఫలితాన్ని దోచేస్తున్నారు. సమాజంలో అసమానతాలు పెరిగి పోతున్నాయి. దోపిడికి గురవుతున్న వారిలో అసహనం అనివార్యంగా అగ్నిపర్వతంగా బద్ధలవుతుంది.

సమయం మించకముందే స్పందిచకపోతే నాగరికత పేరుతో నిర్మించిన సమాజం కుప్పకూలిపోతుంది. మార్పు అనివార్యం - సోషలిజం పునాదులపై నవనిర్మాణం జరుగుతుందన్నది గుర్తుంచుకోవాలి. మనిషిని మనిషి, ఒకదేశం మరో దేశాన్ని, దోపిడీ చేసే వ్యవస్థ పోవాలంటే, మానవజాతి కడగండ్లు తీరాలంటే, యుద్ధాలకు స్వస్తి చెప్పాలి. లేకుంటే విశ్వశాంతి అన్నది బూటకమే అవుతుంది.

మా ఉద్దేశంలో విప్లవమంటే అసమానతలు, అశాంతిలేని సామాజిక వ్యవస్థ, శ్రామికవర్గ నేతృత్వంలో ఏర్పడే వ్యవస్థ. దోపిడీ, వర్గ దోపిడి, సామ్రాజ్యవాదుల యుద్ధాలనుండి మానవాళిని రక్షిస్తుంది.

ఈ సిద్ధాంత, అధ్యయనం కారణంగానే మా హెచ్చరికను తీవ్రంగా కనబరిచాం.

ప్రభుత్వం మా హెచ్చరికను పట్టించుకోకుండా నూతన భావాలను పరిగణలోనికి తీసుకోకుండా అడ్డుకోవాలని ప్రయత్నిస్తే భీకర పోరాటం తప్పదు. విప్లవ సాధనకై శ్రామికవర్గం నడుం బిగిస్తుంది - శ్రామికవర్గ రాజ్య స్థాపన చేస్తుంది. స్వాతంత్ర్యం మానవుని జన్మహక్కు దాన్ని నిరోదించడం ఎవరివల్లకాదు. సమాజాన్ని నిర్మించేది, నిలబెట్టేది, దాన్ని కాపాడేది శ్రామికవర్గ సార్వభౌ మాధికారమే.

మా ఆదర్శాలను, విశ్వాసాలను ప్రకటించడం కోసం ఎంతటి త్యాగాలకైనా సిద్ధమే. న్యాయస్థానం విధించే ఏ శిక్షనైనా భరించడానికి సిద్ధంగా వున్నాం. విప్లవ ప్రస్థానంలో మా యవ్వనాన్ని సమిదలుగా చేయడానికి సిద్ధంగావున్నాం. మహత్తర ఆశయం కంటే మా త్యాగాలు గొప్పవి కావని భావిస్తున్నాం.

విప్లవం ద్వారా వచ్చే ఆ మహోదయంకోసం నిరీక్షిస్తుంటాం.

హెచ్. ఎస్. ఆర్.ఎ. సభ్యులను పట్టుకోవడానికి పోలీసులు గాలించారు. జయగోపాల్, హంసరాజ్ హోరా, ఫణీంద్రనాథ్‌లను పట్టుకొని చిత్ర హింసలు పెట్టారు. హింసలు తట్టుకోలేక రహస్యాలు వెల్లడించారు.

1925 ఫిబ్రవరి 15 న లాహోరు, షాజహన్‌పూర్ బాంబులు తయారు చేసే కేంద్రాలపై దాడిచేశారు. సుఖదేవ్, కిషోరీలాల్, జయగోపాల్ పట్టుబడ్డారు. తర్వాత శివవర్మ. గయాప్రసాద్, జతిన్‌దాస్, జయదేవ్ కపూర్, విజయకుమార్ సిన్హా, అజయఘోష్, కుందన్‌లాల్ మొదలైన వారందరూ పట్టుబడ్డారు.

ఈలోగా 1929 జూన్ 12న సెషన్సు కోర్టు భగత్‌సింగ్, బి.కె. దత్‌లకు యావజ్జీవ శిక్ష విధించింది.

***

వారిద్దరితోపాటు, మిగతా హెచ్. ఎస్.ఆర్.ఎ. సభ్యులందరిని కలిపి "లాహోరు కుట్రకేసు" (సాండర్సు హత్యలో కలిపి) నమోదు చేసింది. కేసు విచారణ లాహోరులో జరగనున్నందున భగత్‌సింగ్‌ను, పంజాబులోని మియాన్‌వాలి, దత్‌ను లాహోరు జైలుకు మార్చారు. వారిని పంజాబుకు మార్చినందున, సెషన్సు కోర్టు తీర్పుపై, హైకోర్టు అప్పీలు విచారణ కూడా పంజాబు హైకోర్టుకు మార్చారు.

***

భగత్‌సింగ్, దత్ విడిపోతున్నారు. జైలులో ఆలోచనలతో గడపటం కాకుండా, జైలును కూడా పోరాట కేంద్రం చేసుకోవాలనుకున్నాడు భగత్‌సింగ్. జూన్ 14న నిరాహారదీక్ష ప్రారంభించమన్నట్లు దత్‌కు చెప్పాడు. అతను కూడా అదే రోజు నిరాహార దీక్ష ప్రారంభిస్తానన్నాడు.

వారి డిమాండ్లు:

1)రాజకీయ ఖైదీలుగా గుర్తించాలి.

2) రాజకీయ ఖైదీలతో పనులు చేయించరాదు.

3) యూరోపియన్ ఖైదీలకిచ్చే సదుపాయాలు కలిగించాలి.

4) రాజకీయ ఖైదీలకు వార్తాపత్రిక అందజేయాలి.

5) పుస్తకాలు, పెన్ను వగైరా ఇవ్వాలి.

6) రాజకీయ ఖైదీలను ప్రత్యేక వార్డుల్లో వుంచాలి.

7) స్నానాల గదులు ఏర్పాటు చేయాలి.

8) జగత్‌నారాయణ్, ఖాన్ బహదూర్ హాఫీజ్, హిదాయత్ హుస్సేన్ ప్రతిపాదించిన జైలు సంస్కరణలు అమలు చేయాలి.

అనుకున్న ప్రకారం జూన్ 14న ఇద్దరు నిరాహారదీక్ష ప్రారంభించారు.

1929 జూలై10 – బ్రోస్టల్‌లోని ఒక బ్యారక్ ఒక న్యాయస్థానంగా మారింది. హిందూస్థాన్ సోషలిస్టు రిపబ్లికన్ అసోసియేషన్ సభ్యులపై లాహోరుకు కుట్రకేసు విచారణ జరగబోతున్నది.

రాయ్ సాహెబ్ పండిత కిషన్‌చంద్ ఫస్టుక్లాసు మెజిస్ట్రేట్. బ్రిటిష్ ప్రభుత్వం అతనికి రాయ్ సాహెబ్ బిరుదు ప్రదానం చేసింది. అందుకే బ్రిటిష్ ప్రభుత్వానికి నమ్మిన బంటుగా వున్నాడు.

భగత్‌సింగ్, మరో 27 మందిపై "చక్రవర్తిపై యుద్ధం ప్రకటించారు." 'సాండర్స్ హత్య సెక్షన్ 121, 121ఎ 122,, మరియు 128 పెనల్ కోడ్ ప్రకారం నేరం. ప్రభుత్వ ప్రాసిక్యూటర్సు (న్యాయవాదులు)గా సి హెచ్. కార్టెన్ నోడ్ , కలందర్ అలీఖాన్, జయగోపాల్ లాల్ – నేరారోపణను జడ్జికి తెలిపారు.

12వ తేదీన విచారణ ప్రారంభమయింది.

నెలరోజులుగా నిరాహార దీక్షలోవున్న భగత్‌సింగ్ , దత్‌లను చక్రాల కుర్చీలో, చేతులకు సంకెళ్ళతో తీసుకొచ్చారు. మిగతా 26 మందిని కూడా సంకెళ్ళతో కోర్టులో ప్రవేశ పెట్టారు. ప్రభుత్వ న్యాయవాది కార్డెన్ నోడ్, నేరం వినిపించి, కఠినశిక్షలు విధించాలని జడ్జిని కోరాడు.

నిరాహారదీక్ష వల్ల భగత్‌సింగ్ 14 కేజీల బరువు తగ్గాడు. నీరసించి, కదల్లేని పరిస్థితిలో వున్నాడు. ఆ దృశ్యం చూసి కోర్టు గ్యాలరీలో ప్రేక్షకుల్లో వున్న విద్యావతి వేదవ్రత కంటతడి పెడుతూ, ఆవేశం పట్టలేక ప్రభుత్వ న్యాయవాదిపై చెప్పు విసిరింది. అది గురితప్పి బల్లమీద పడింది. మరో మహిళ, ఇన్‌క్విలాబ్ జిందాబాద్, బిగ్గరగా అన్నది.

ప్రభుత్వానికి లొంగిపోయిన విప్లవ ద్రోహి జయగోపాల్ సాక్షం చెప్పడానికి బోన్‌లో కెక్కాడు. అతన్ని చూడగానే విప్లవకారులు ఆగ్రహాన్ని చూపులలోనే వ్యక్తం చేశారు. కానీ వారిలో చిన్నవాడైన యోగేష్ ప్రేమ్‌దత్, కాలు చెప్పు తీసి అతనిపై విసిరాడు.

జయగోపాల్ ద్రోహపూరిత అసత్య సాక్ష్యం చెప్పుతుంటే విప్లవకారులు అడ్డుకునే ప్రయత్నం చేశారు. జడ్జి రాయ్‌సాహెబ్ కిషన్ చంద్ ఆదేశంతో పోలీసులు కోర్టు ఆవరణలోనే తీవ్రంగా లాఠీ చార్జి చేశారు.

జడ్జి ముద్దాయిలకు సంకెళ్ళు వేయాలని, సంకెళ్ళతోనే ఇకముందు కోర్టులో ప్రవేశ పెట్టాలని ఆదేశించాడు.

ఆ రోజునుండే బోర్‌స్టల్ జైలులోని హెచ్. ఎస్. ఆర్.ఎ. విప్లవకారులు కూడా నిరవధిక ఆమరణ నిరాహార దీక్షలో పాల్గొంటామని ప్రకటించాడు.

గదర్‌వీరుడు, 60 సంవత్సరాల కురువృద్ధుడు, బాబాసోహన్‌సింగ్ బాక్నా , విప్లవకారులకు భీష్మాచార్యులు. గదర్‌పార్టీ నిర్మాతల్లో ప్రథముడు, పార్టీ అధ్యక్షుడు. గదర్ వీరులను భారతదేశంలో విప్లవానికి నడిపించిన సేనాని.

లాహోరు కుట్రకేసులో ఉరిశిక్షపడి– తర్వాత యావజ్జీవశిక్షగా మారింది.

నరకకూపం, కాలాపానీ గా పేరొందిన అండమాన్ జైలులో ఖైదీ అయ్యాడు. చేతులకు సంకెళ్ళు, కాళ్ళకు అరదండాలు, ఆరడుగుల చీకటి గదిలో నిర్బంధం, బలవంతపు చాకిరి. చిత్రహింసలు 12 సం॥రాలు భరించాడు.

అతన్ని 1928లో లాహోరు సెంట్రల్ జైలుకు మార్చారు.

జైలులో అడుగు పెట్టగానే, సోహన్‌సింగ్ బాక్నా కళ్ళల్లో నీళ్ళు తిరిగాయి. గతం కళ్ళముందు తిరిగింది.

1915 సంవత్సరం - అదే జైలులో మొదటి లాహోరు కుట్రకేసు నిందితుడిగా వున్నాడు. ఆ జైలులోనే ప్రత్యేక న్యాయస్థానం ఏర్పడి, విచారణ తతంగం నడిపింది. ఉరిశిక్షలు యావజ్జీవ శిక్షలు వినిపించింది. ఆ జైలులోనే ఉరిశిక్ష పడిన కర్తార్‌సింగ్ సారాబా, బ్యారక్ నెం. 121లో వున్నాడు. ఆ గది గోడల మీద “విప్లవకారుల రక్తం వృధాకాదు. ఎన్నటికైనా ఫలిస్తుంద”ని అతను రాసిన అక్షరాలు గుర్తుకొచ్చాయి. కర్తారసింగ్ వొరిగిపోయిన ఉరి కంబం కళ్ళముందు కనబడింది.

తిరిగి ఈనాడు, రెండవ లాహోరు కుట్రకేసు తతంగం ఆ జైలులోనె జరుగుతున్నది. అదే నేరం - అదే పద్ధతి. కొనసాగుతున్నది. అదే ఆశయం, ఉత్తేజం, ఉద్వేగం హిందూస్థాన్ సోషలిస్టు రిపబ్లిక్ అసోసియేషన్ విప్లవకారుల్లో కనబడుతున్నది.

సరిగ్గా, కర్తార్‌సింగ్ సారాబా - వయస్సే - అదే ఉద్వేగం, అదే పట్టుదల, అదే విశ్వాసం, భగత్‌సింగ్, జైలులోనే ఉద్యమం సాగిస్తున్నాడు. నిరాహారదీక్షతో అతని శరీరం శుష్కించింది. అతనితో పాటు రాజకీయ ఖైదీలందరూ నిరాహారదీక్ష సాగిస్తున్నారు.

ఒకరోజు, నిరాహారదీక్షలో వున్న భగత్‌సింగ్‌ను కలుసుకునే అవకాశం దొరికింది.

బాబాసాహన్‌సింగ్ బాక్నాను చూడగానే, భగత్‌సింగ్, ఆశ్యర్యం, ఆనందంతో ఉద్వేగం పొందాడు.

"ఎందుకు యవ్వనాన్ని వృధా చేసుకుంటున్నావు?" సోహన్‌సింగ్ అడిగాడు.

"కారణం మీరే" నన్నాడు భగత్‌సింగ్.

"మేమా?" ఆశ్చర్యంగా అడిగాడు భగత్‌సింగ్.

"అవును మీరే!

మీ గదర్ పోరాటమే మాకు ప్రేరణ కలిగించింది. మీ త్యాగాలే మాకు స్ఫూర్తినిచ్చాయి.

దానికి కారణం మీరు కాదా?" అని ప్రశ్నించాడు.

సోహన్‌సింగ్ కళ్ళు చెమ్మగిల్లాయి

"ఈ రోజు నుండి నేనూ నిరహారదీక్షలో పాల్గొంటున్నానన్నాడు. 60 సంవత్సరాల వయసు. ఇప్పటికీ అనేక కష్టాలు భరించాడు. నిరాహార దీక్షలో పాల్గొనవద్దని, భగత్‌సింగ్, సుఖదేవ్, తదితరులందరూ విజ్ఞప్తి చేశారు.

కానీ, సోహన్‌సింగ్ బాక్నా వినిపించుకోలేదు.

నిరాహారదీక్షలో పాల్గొన్నాడు. బలవంతంగా ఆహారం ఇవ్వడాన్ని ప్రతిఘటించాడు. భగత్‌సింగ్ దీక్ష విరమించే వరకు 90 రోజులు కొనసాగించాడు. విప్లవకారులకు స్ఫూర్తినిచ్చాడు.

***

కోర్టుకు తీసకువెళ్ళడానికి పోలీసులు కొత్త ప్రయోగం చేశారు. విప్లవకారులు ఒకరితో ఒకరు మాట్లాడుకోకుండా రహస్యాలు చెప్పుకోకుండా ఒక్కొక్క ముద్దాయికి మధ్య ఒక పోలీసును సంకెళ్ళతో కలిపి కోర్టుకు తీసుకెళ్ళారు. కూర్చున్నా - లేచినా సంకెళ్ళు మధ్యలో పోలీసులు. సంకెళ్ళు తగిలించుకోమని ముద్దాయిలు నిరాకరించారు. బలవంతంగా వారందరినీ కోర్టుకు హాజరుపరిచారు. కోర్టు విచారణలో కూడా విప్లవకారులుగా ప్రవర్తించాలనుకున్నారు. కేసును రాజకీయ పోరాట వేదికగా చేయాలనుకున్నారు.

ప్రభుత్వం పెట్టిన కేసులో సాక్ష్యాధారాలు లేక- విడుదల కావడానికి అవకాశం వున్న వాళ్ళు న్యాయపరిధిలో విడుదల కావడానికి ప్రయత్నించాలి. వాళ్ళు విడుదలైతే విప్లవోద్యమాన్ని కొనసాగిస్తారు. అలాంటి అవకాశం వున్నవారు అజయ్‌ఘోష్, కిశోరిలాల్,

మాస్టర్ ఆత్మారాం, దేవరాజ్ భారతి, ప్రేమ్‌దత్. న్యాయవాదుల సహకారంతో కేసులో నిరపరాధులుగా నిరూపించుకోవడానికి మహావీర్‌సింగ్, బి.కె. దత్, డా॥ గయాప్రసాద్ , కుందన్‌లాల్, జితేంద్రనాథ్ సన్యాల్ ఉండాలి.

కోర్టుకు రాజకీయ వేదికగా మార్చి - స్వయంగా వాదించడానికి - భగత్‌సింగ్, రాజగురు, సుఖదేవ్, శివవర్మ, జయదేవ్‌కపూర్, విజయకుమార్ సిన్హా, కమలనాథ్ తివారీ, సురేంద్రనాథ్ పాండే, ఉండాలని నిర్ణయించారు.

భగత్‌సింగ్ కోర్టులోకి రాగానే:

"మెజిస్ట్రేట్ గారూ!

పోలీసులతో కలిసి మాకు సంకెళ్ళు వేయడం అవమానంగా భావిస్తున్నాం. మీరు గుడ్డిగా పోలీసుల ఆజ్ఞలను పాటిస్తున్నారు. మా ఎడల నిర్దాక్షిణ్యం చూపుతున్నారు. మా విజ్ఞప్తులను పెడచెవిని బెడుతున్నారు. మీరు పూర్తిగా పోలీసుల అదుపాజ్ఞలతో నడుస్తున్నారు. సంకెళ్ళతో నోట్సు ఎలా రాసుకోగలం? కేసు విషయంలో ఒకరితో ఒకరు ఎలా మాట్లాడుకోగలం? ఈ న్యాయస్థానం మాకు న్యాయం చేస్తుందన్న నమ్మకం మాకు లేదు. న్యాయపీఠం మీద మీరున్నారా? లేక అబ్దుల్ అజీజ్ (పోలీసు అధికారి)ఉన్నాడా? అన్న సందేహం కలుగుతోంది." అన్నాడు.

భగత్‌సింగ్ నిరాహారదీక్ష కొనసాగిస్తూనే కోర్టు వాదనలకు సిద్ధమయ్యాడు. రోజులు, వారాలు గడిచాయి. అతని ఆరోగ్యం క్షీణించింది. అయినా అతని పట్టుదల సడలలేదు. బోర్‌స్టల్ జైలు ఖైదీలుకూడా నిరాహారదీక్షను విప్లవ దీక్షగా భావించారు. నిరాహార దీక్షతో ప్రాణాలర్పించడానికి సిద్ధమయ్యారు.

జైలు అధికారులకు కలవరం పుట్టింది. ప్రభుత్వ ఆజ్ఞల ప్రకారం - బలవంతంగా ఆహారం ఎక్కించి - నిరాహార దీక్షలను భగ్నం చేయడానికి ప్రయత్నించారు. గొంతు, ముక్కుల ద్వారా ద్రవ పదార్థం బలవంతంగా ఎక్కించడానికి పూనుకున్నారు. ఖైదీలు ఏమైనా దీక్ష కొనసాగించాలనుకున్నారు. బలవంతంగా ఎక్కించిన ఆహారాన్ని బయటికి పంపించడానికి అజయ్‌ఘోష్ ఈగల్ని పట్టి మింగడం వల్ల వాంతి జరుగుతుందని కనిపెట్టాడు. కిశోరీలాల్ వేడి నీళ్ళూ - కారం కలిపి ముద్దగా చేసి ముక్కూ - గొంతులో పెట్టుకుంటే గొంతూ - ముక్కూ వాసిపోయి - ట్యూబ్ ఎక్కించడానికి వీలుకాకుండా పోతుందన్న చిట్కా కనిపెట్టాడు. ఏదో రకంగా దీక్షకు అంతరాయం కలగరాదన్నది వారి అభిమతం.

బలాత్కారంతో నిరాహారదీక్షలను నీరుగార్చలేమని గ్రహించారు. మానసిక వొత్తిళ్ళతో ప్రయోగం చేశారు. మంచినీళ్ళు కూడా దొరకని గదిలో నురుగుల పాల కుండలు పెట్టారు. దాహంతో, మానసిక బలహీనతతో సేవిస్తారని ఆశించారు. నిజంగా అది పరీక్షగా మారింది. పెట్టిన పాల కుండలను పగలగొట్టి ప్రతిజ్ఞ నెరవేర్చుకున్నారు.

నిరాహార దీక్షలను విరమింపజేయడానికి జైలు అధికారులు చేస్తున్న ప్రయోగాలు, హింసాత్మకతీరును సచీంద్రనాథ్, అజయ్‌ఘోష్ కోర్టులో వివరిస్తూ:

"నిరాహార దీక్షలను విరమింపజేయడానికి జైలు అధికారులు క్రూరంగా ప్రవర్తిస్తున్నారు. అమానుషంగా కృత్రిమ పద్ధతుల ద్వారా ఆహారం ఎక్కించడానికి రకరకాల పద్ధతులు అవలంభిస్తున్నారు. ఒక వ్యక్తి బలవంతంగా ఆహారంగా ఎక్కించడానికి 7-8 మంది బలప్రయోగం చేస్తున్నారు. ఒక వ్యక్తి తల పట్టుకుంటాడు. మరోకడు ఛాతిపై కూర్చుంటాడు. మిగతా వాళ్ళు కాళ్ళు - చేతులు గట్టిగా అధిమిపట్టుకుంటారు. పొడవైన రబ్బరు గొట్టాన్ని ముక్కుల్లోకి తోసి ద్రవపదార్థం పోస్తారు. ఇదే ప్రతరోజూ జరుగుతుంది. నిన్న ఇదే పద్ధతి జతిన్‌దాస్‌పై సాగింది. ఏదిఏమైనా ఆహారం నా శరీరంలోకి పోవడానికి వీల్లేదని జతిన్‌దాస్ పట్టుబట్టాడు. ఎక్కించి తీరుతాను - సరైన గుణపాఠం నేర్పుతానని వచ్చిన డాక్టరన్నాడు. ఒక పెద్ద ట్యూబ్ గొంతులో మరోకటి ముక్కులోకి ఎక్కించాడు. పాలు పోశాడు. జితిన్ దాస్ శక్తినంతా ప్రయోగించాడు. పర్యవసానం అతను స్పృహతప్పాడు. నాడిపడిపోయింది. డాక్టరు అతన్ని మామూలు స్థితిలోకి తేవడానికి కొద్దిగ బ్రాందీ తాగించాడు. ఇంజక్షన్ ఇచ్చాడు. అయినా ఫలితంలేదు. అతను ప్రాణాప్రాయ స్థితిలో వున్నాడు. అతను మరణిస్తే - బాధ్యత బ్రిటిష్ ప్రభుత్వానిది, ఈ కోర్టుదే" నన్నాడు.

ఆవార్తను ఎలాగో సేకరించి ట్రిబ్యూన్ పత్రిక వార్తగా ప్రచురించింది.

"జతిన్‌దాస్ శరీరంలో రక్తం క్షీణించింది. అతను మాట్లాడలేకపోతున్నాడు. సరిగా చూడలేకపోతున్నాడు. కుడికాలు కదలడంలేదు. శరీరంలో శక్తి వుడిగిపోయింది. అతివేగంగా శక్తిని కోల్పోతున్నాడు. చేతులు చల్లబడుతున్నాయి. నాడి పడిపోతున్నది. కళ్ళు తెరవలేకపోతున్నాడు. అతని ఆరోగ్య పరిస్థితి దిగజారుతున్నది." ఆవార్తతో ప్రజల్లో ప్రభుత్వ వ్యతిరేకతతో ఉద్రిక్త వాతావరణమేర్పడింది. ప్రభుత్వం జైలు పరిస్థితులను భగత్‌సింగ్ డిమాండ్లను పరిశీలించడానికి విచారణ కమిటీని సెప్టెంబర్ 2న ప్రకటించింది. భేషరతుగా జతిన్‌దాస్‌ను విడుదల చేయడానికి అంగీకరించింది. కానీ, అతని ఆరోగ్య పరిస్థితి అప్పటికే చెయిజారిపోయింది. 63రోజుల నిరాహారదీక్షతో 1919 సెప్టెంబర్ 13న జతిన్‌దాస్ కన్నుమూశాడు.

అంతకు ముందురోజు, సెప్టెంబరు 12న లెజిస్లేటివ్ అసెంబ్లీలో జిన్నా:

"ఇది యుద్ధ ప్రకటన! నిరాహారదీక్ష చేస్తున్నవాళ్ళు తమ ప్రాణాలను అర్పించడానికి సిద్ధంగా వున్నారు. అది మామూలు విషయం కాదు. నిరాహారదీక్ష చేయడమంటే పిల్లలాట కాదు. వారి కొక లక్ష్యం వున్నది. అది న్యాయమైనదన్న విశ్వాసం వారికున్నది. వాళ్ళు హత్యలు చేసే క్రూరులు కారు. భారత ప్రజలు ఈ క్రూరమైన ప్రభుత్వ వ్యవస్థను వ్యతిరేకిస్తున్నారు. ఈ సభ వెలుపల వేలాది మంది యువకులు దాన్ని గమనిస్తున్నారని మరవరాదు." అన్నాడు.

జతీన్‌దాస్ మరణంపై 14వ తేదీన అసెంబ్లీలో వాయిదా తీర్మానం పెడుతూ:

"ప్రభుత్వ నిర్లక్ష్యాన్ని తీవ్రంగా ఖండిస్తున్నాం.

జతిన్‌దాస్ ఆరోగ్యం క్షీణించినా, రోజు రోజుకు ప్రాణాపాయం ముంచుకొస్తుందని తెలిసినా ప్రభుత్వం పట్టించుకోలేదు. రోమ్ నగరం కాలిపోతుంటే నీరో చక్రవర్తి ఫిడేల్‌ను వాయిస్తూ కూర్చున్నట్లుగా ప్రవర్తించింది. నీరో చక్రవర్తిని మించిపోయింది. కార్య సాధనకోసం యువకులు నిరవధిక నిరాహారదీక్ష చేస్తుంటే, వారి ప్రాణాలను కాపాడటానికి ఈ ప్రభుత్వం ఎలాంటి చర్యలు తీసుకోలేదు" అని విమర్శించాడు.

మదన్ మోహన్ మాలవ్యా, తీర్మానాన్ని బలపరుస్తూ ప్రసంగించాడు.

దేశమంతటా విషాద ఛాయలు అలుముకున్నాయి. బెంగాల్ ప్రజలు దుఃఖంలో మునిగారు. సుభాష్ చంద్రబోస్ బెంగాలు ప్రజల తరపున జతిన్‌దాస్ భౌతిక కాయాన్ని తమకు అప్పగించాలని ప్రభుత్వాన్ని కోరాడు. ఖర్చుల నిమిత్తం రు. 600 లు పంపాడు.

లాహోరునుండి కలకత్తా వరకు దారి పొడవునా రైల్వే స్టేషన్లలో వేలాది మంది జనం గుమిగూడి జతిన్‌దాస్‌కు జోహార్లర్పించారు. కలకత్తాలో 6 లక్షల మంది అంతిమయాత్రలో పాల్గొని కనివినీ ఎరగని రీతిలో ఆ వీరునికి దహన సంస్కారాలు నిర్వహించారు.

జతిన్‌దాస్ మరణంతో జైలు అధికారులకు కలవరం పుట్టింది. ప్రభుత్వానికి పరిస్థితి అర్థమయింది. దీర్ఘకాలంగా నిరాహారదీక్షలో వున్న భగత్‌సింగ్, బటుకేశ్వర్‌దత్తు ఆరోగ్యం పూర్తిగా క్షీణించింది. జాతీయోద్యమ నాయకులెందరో జైలుకు వెళ్ళి భగత్‌సింగ్‌ను, అతని సహచరులను పరామర్శించారు. వాళ్ళను చూసిన తర్వాత జవహర్‌లాల్ నెహ్రూ :

"వారంతా బాగా నీరసించి కదల్లేని స్థితిలో వున్నారు. వారితో మాట్లాడడం ఎంతో కష్టంగా వుంది. భగత్‌సింగ్ ఆకర్షణీయమైన వ్యక్తి, మేధావి. అతను ఏమాత్రం ఆందోళన పడకుండా ప్రశాంతంగా వున్నాడు. ఆవేశం కనిపించదు. అతని మాటల్లో, చూపుల్లో ఎంతో సౌమ్యత వున్నది." అన్నాడు.

భగత్‌సింగ్ తన ఆరోగ్యస్థితి ప్రాణాపాయం కలిగిస్తుందని భీతి చెందకపోయినా, ప్రజల్లో మాత్రం అలజడి రేగింది. ప్రభుత్వ నిర్లక్ష్యాన్ని, నిరంకుశ ధోరణిని ఖండించారు.

సెప్టెంబర్ 18న మీరట్ కుట్రకేసు కమ్యూనిస్టులు ప్రభుత్వాన్ని హెచ్చరించారు. "జతిన్‌దాస్ వీరమరణం పొందాడు. ఇప్పుడు భగత్‌సింగ్ బట్‌కేశ్వర్‌దత్తుల ప్రాణాలకు అపాయం ఏర్పడింది. దీనిక్కారణం కేంద్ర ప్రభుత్వం, అలాగే రాష్ట్ర ప్రభుత్వం, వారి న్యాయమైన కోర్కెలను అంగీకరించడానికి నిరాకరించడమే" నన్నారు.

"ప్రభుత్వంపై కుట్ర పన్నామని జైల్లో బంధించబడిన మాకు జైళ్ళ పరిస్థితులేమిటో ప్రత్యక్ష్యంగా తెలుసు. లాహోరు ఖైదీల కోర్కెలు న్యాయమైనవి, చాలా స్వల్పమైనవి. ఇప్పటికైనా అంగీకరించి తక్షణమే అన్ని రాష్ట్ర ప్రభుత్వాలు అమలు జరిపేటట్లు చూడాలని" కోరారు.

"భగత్‌సింగ్ దత్ ఆరోగ్య పరిస్థితి విషమించిన దృష్ట్యా వెంటనే ప్రభుత్వం వారి కోర్కెలు అంగీకరించాలి. లేనిపక్షంలో మేము కూడా ఆ మార్గాన్నే అనుసరించవలసి వస్తుంది. వారం రోజుల్లో ప్రభుత్వ నిర్ణయం రాకపోతే మేమూ అదే కార్యక్రమానికి పూనుకుంటా"మని హెచ్చరించారు.

ప్రజాందోళన పెరిగింది. భగత్‌సింగ్ దీక్ష 114 రోజులకు చేరింది. ఏమాత్రం అలస్యం చేసినా ప్రమాదం తప్పదని ప్రభుత్వం గుర్తించింది. లొంగివచ్చి వారి కోర్కెలనంగీకరిస్తూ ప్రకటించింది.

అక్టోబరు 5న దీక్షవిరమించాడు.

ఆజాద్, యశ్‌పాల్, భగవతీచరణ్, బచ్చన్, సుఖదేవ్‌రాజ్ పట్టుబడకుండా వున్నవాళ్ళు. వారిలో భగవతీచరణ్ పెద్దవాడు. రాజకీయ అనుభవం కలవాడు. అతనిపై మీరటు కుట్ర కేసు వారంటు కూడా వుందని వినికిడి. అతని భార్య దుర్గాదేవి. అందరూ ఆమెను గౌరవంతో బాబీ అని పిలుస్తారు. విప్లవ కార్యక్రమంలో చురుకైన నాయకురాలు. సుశీలాదేవి - ప్రకాశవతి వంటి మహిళా కార్యకర్తలు కూడా వున్నారు.

పార్టీ నిర్మాణం దెబ్బతిన్నది. క్రమశిక్షణ లోపించింది. నాయకత్వం కొరత కనిపించింది. అయినా ఆజాద్‌కు ఏదో ఒకటి చేయాలన్న పట్టుదలున్నది. ప్రభుత్వానికి లొంగిపోయి రహస్యాలు వెల్లడించి, సాక్షిగా మారిన జయగోపాలును చంపాలని ప్రయత్నించాడు. వైస్రాయ్ లార్డ్ ఇర్విన్‌ను హతమార్చాలనుకున్నాడు. అందుకు 1929 డిసెంబర్ 23ను ఎన్నుకున్నాడు. ఆ రోజు ఇర్విన్ ప్రత్యేక రైలులో ప్రయాణం చేస్తున్నాడు. ఢిల్లీలోని నిజాముద్దీన్ స్టేషన్‌వద్ద ఆజాద్, భగవతీచరణ్ యశ్‌పాల్ మాటు పెట్టుకున్నారు. బాంబు కొన్ని క్షణాలు ఆలస్యంగా పేలడంతో ఇర్విన్ ప్రాణాలతో బయటపడ్డాడు. కానీ, ఆ షాక్ నుండి కోలుకోవడానికి చాలా కాలం పట్టింది.

ఆ దాడి ఆజాద్ చేసిందేనని మహాత్మాగాంధీకి మిగతా దేశానికి తెలిసిపోయింది. బాంబు దాడిని గాంధీజీ ఖండించాడు. బాంబుల వల్ల ఫలితం వుండదని , ఇది పిరికివాళ్ళ లక్షణమని విమర్శించాడు. దానికి సమాధానంగా హెచ్.ఎస్.ఆర్. ఎ. "బాంబుతత్వం"... పేరుతో కరపత్రాన్ని ప్రకటించింది.

"దేశానికి విప్లవం ద్వారానే విముక్తి లభిస్తుందని విప్లవకారుల విశ్వాసం. తాము నిరంతరం పోరాడుతూ ఎదురుచూసే విప్లవం - పరాయి ప్రభుత్వంతో, దాని మద్ధతు దారులతో - ప్రజలు సాగించే సాయుధ సంఘర్షణ ద్వారానే నూతన సామాజిక వ్యవస్థ ఏర్పడుతుంది. పెట్టుబడిదారీ విధానానికి, వర్ణ వివక్షతకు, వారికున్న ప్రత్యేక హక్కుల విధ్వంసానికి మృత్యుగంట మోగిస్తుంది. ఈనాడు విదేశీ, స్వదేశీ భయంకర దోపిడీ, దాస్యంతో నలుగుతూ, కుములుతూ, ఆకలితో అలమటించే కోట్లాది ప్రజలకు, ఆనందాన్ని, సౌభాగ్యాన్ని తెస్తుంది. నూతన రాజ్యానికి, బహు నూతన వ్యవస్థకు జన్మనిస్తుంది. అన్నిటికంటే ముఖ్యంగా శ్రామిక వర్గం తన నియంతృత్వాన్ని నెలకొలిపి రాజకీయాధికార సింహాసనం నుండి పరాన్న భుక్కులను శాశ్వతంగా కూలదోస్తుందని"ని ప్రకటించింది.

అందువల్ల, సమ సమాజాన్ని సాధించాలనే లక్ష్యంతో తాము చేసిందీ - చేసేదీ న్యాయమైనదేనని చెప్పింది.

దేశ ప్రజలకు విజ్ఞప్తి చేస్తూ:

"ఈ సందర్భంగా, మా దేశ ప్రజలనూ, యువతనూ, కార్మిక కర్షక, మేధావి వర్గాలను ముందుకు సాగమనీ - స్వతంత్ర పతాకను సమోన్నతంగా ఎగరవేయడానిపకి మాతో చేతులు కలపమనీ విజ్ఞప్తి చేస్తున్నాం. రాజకీయ, ఆర్థిక, దోపిడీ లేని నూతన సాంఘిక వ్యవస్థను సాధిద్దాం. పిరికి వాళ్ళను, రాజీ కోసం, శాంతి పేరుతో వెనక్కి తగ్గనీయండి. మేమెన్నడూ దయాదాక్షిణ్యాలకై అర్థించం - వాటి కవకాశమివ్వం. విజయమో - వీరస్వర్గమో తేల్చుకునేదే యుద్ధం." అని హెచ్. ఎస్. ఆర్. కరపత్రం చాటి చెప్పింది.

***

1929 అక్టోబరు 10న పంజాబు రాష్ట్ర విద్యార్థి సంఘం మహాసభలు లాహోరులో జరుగుతున్నాయి. నేతాజీ సుభాష్ చంద్రబోస్ అధ్యక్షత వహించనున్నాడు.

ఆ సందర్భంలో భగత్‌సింగ్ తన మిత్రుల ద్వారా సందేశం పంపించాడు. ఆ సందేశంలో:

"మేమిప్పుడు యువకులను బాంబులు, తుపాకులు పట్టమని చెప్పడంలేదు. విద్యార్థులు అంతకు మించిన బాధ్యతను నిర్వహించ వలసిన సమయం అసన్నమైనది. లాహోరులో, త్వరలో కాంగ్రెస్ మహాసభ జరగనున్నది. స్వాతంత్ర్య సంగ్రామానికి పిలుపు ఇవ్వనున్నది. దేశ చరిత్ర సంక్లిష్ట సమయంలో, యువత భుజస్కందాలపై మహత్తర బాధ్యత రానున్నది.

విద్యార్థులు ఆ పోరాటంలో అగ్రభాగాన నిలవనున్నారు. నిర్ణయాత్మకమైన పోరాటంలో ధైర్యంగా, ఆత్మవిశ్వాసంతో మృత్యువును సైతం ఎదుర్కొవడానికి వెనుకంజవేయరు.

యువకులు, నిర్భాగ్య జీవితాలను గడుపుతున్న కోట్లాది మంది ప్రజల్లో విప్లవ చైతన్యం కలిగించాలి. విప్లవ సందేశాన్ని, పారిశ్రామిక ప్రాంతాల్లోని మురికివాడల్లో, పల్లెల్లోని పూరి గుడిసెల్లోని ప్రజలకు సందేశం వినిపించాలి. దేశ నలుమూలలకు ఉద్యమ వార్తను అందించాలి. అప్పుడే మనకు స్వాతంత్ర్యం సిద్ధిస్తుంది. మనిషిని మనిషి దోపిడి చేసే వ్యవస్థ అంతరిస్తుంది. కొన్ని విషయాల్లో పంజాబు యువకులు వెనుకబడుతున్నట్లు అభిప్రాయ మున్నది. అందుకే పంజాబు యువకులు అమరవీరుడు జతిన్‌దాస్ వారసులుగా, దేశభక్తులుగా, అకుంఠిత దీక్షతో స్వాతంత్ర్య సంగ్రామంలో నిలిచి మీ పోరాట పటిమను రుజువు చేయాలి" అని కోరాడు.

1929 అక్టోబరు 27న అకస్మాత్తుగా మహాత్మాగాంధీ మీరట్ కుట్రకేసులోని వారిని కలవడానికి జైలుకొచ్చాడు. రావడంతోనే, తానే మందహాసంతో ముందుగా:

"బహుశా నా రాక మీకు ఆశ్చర్యం బాధను కలిగించదనుకుంటా." నన్నాడు.

నిజానికి గాంధీజీ రాక వారికి ఆశ్చర్యాన్ని కలిగించింది. అనేక సమస్యలపై వారి మధ్య చర్చలు సాగాయి. చర్చల్లో 1928 లో జరిగిన కార్మికవర్గ సమ్మెలను ఎందుకు

బలపరచలేదని గాంధీజీని ప్రశ్నించారు. దానికి గల కారణాలను గాంధీజీ వివరించాడు. మరో అంశాన్ని కమ్యూనిస్టులు లేవనెత్తారు. సంపూర్ణ స్వాతంత్ర్యం నినాదాన్ని ఎందుకు బలపరచడంలేదని? దానికి సమాధానంగా గాంధీజీ:

"ఒకవేళ డిశంబరు 31 లోగా భారతదేశంలోని బ్రిటిష్ ప్రభుత్వం, ఇంగ్లండుగనక, డొమీనియన్ ప్రతిపత్తిని అంగీకరించకపోతే నేను కూడా సంపూర్ణ స్వాతంత్ర్య వాదినవుతానన్నాడు. ఒకవేళ రానున్న శాసనోల్లంఘనోద్యమంలో చౌరీచౌరా లాంటి నుగో సంఘటనేదైనా జరిగితే ఉద్యమాన్ని విరమిస్తారా? అన్న ప్రశ్నకు మహాత్మాగాంధీ:

"అది నాలో ఉన్న బలహీనత. దాన్ని మీరు భరించక తప్ప"దన్నాడు.

ఆ రోజు సాయంత్రం మీరట్‌లో జరిగిన బహిరంగసభలో గాంధీజీ ప్రసంగిస్తూ:

"ఈ చిన్న పట్టణాన్ని దురుద్దేశంతో విచారణకు ఎంచుకున్నందున, మీరట్ యొక్క బాధ్యత వేయిరేట్లు పెరిగింది. ఈ పట్టణంలో తగిన న్యాయవాదులు, పుస్తకాలు, ఇతర సౌకర్యాలు లేవు" అన్నాడు. మీరట్ ప్రజానీకాన్ని ఉద్దేశించి.

"ముద్దాయిలను విడిపించడానికి ప్రయత్నించమని" కోరాడు.

"అయితే నేను కమ్యూనిస్టును కాను -లేక మరే యిస్టునూ కాను" అని స్పష్టం చేశాడు.

1929 డిశంబరు ప్రారంభంలో లాహోరులో జరిగిన భారతీయ జాతీయ కాంగ్రెసు మహాసభ మొదటిసారిగా సంపూర్ణ స్వాతంత్ర్యం తన లక్ష్యంగా ప్రకటించింది. 1930 జనవరి 26న స్వతంత్ర దినంగా భావించి, దేశ మంతటా త్రివర్ణ పతాకాల నెగరవేయాలని ప్రజలకు విజ్ఞప్తి చేసింది. యువతరం నాయకుడు జవహర్‌లాల్ నెహ్రూ కాంగ్రెస్ అధ్యక్షుడుగా, అతివాద భావాలకు ప్రాతినిధ్యం వహిస్తున్నాడు.

కేవలం తీర్మానంతోనే సరిపెట్టకుండా ప్రథమ చర్యగా కేంద్ర పార్లమెంటు ఇతర సంస్థల్లో వున్న ప్రజాప్రతినిధులు రాజీనామాలు చేయాలని కోరింది. శాసనోల్లంఘ నోద్యమాన్ని ప్రారంభించాలని తీర్మానించింది. అనువైన సమయాన్ని నిర్ణయించే అధికారం వర్కింగ్ కమిటీకి యిచ్చింది. హెచ్.ఎస్.ఆర్. ఎ. కరపత్రాలు మహాసభ ఆవరణలో పంచబడుతున్నాయ్. యువతరంలో వుత్సాహం కనబడుతోంది.

నూతనోత్తేజంతో శాసనోల్లంఘన పిలుపు కోసం ప్రజలు ఎదురుచూస్తున్నారు. కాంగ్రెసు విధానాల్లో వచ్చిన మౌలిక మార్పులకు హర్షిస్తున్నారు.

***

ఢిల్లీ సెషన్సు కోర్టు అసెంబ్లీ బాంబుకేసులో విధించిన యావజ్జీవ శిక్షను సవాల్ చేస్తూ చేసిన అప్పీలు లాహోరు హైకోర్టు విచారణ కొచ్చింది.

1930 జనవరి 13న భగత్‌సింగ్, బి.కె. దత్ హాజరైనారు. భగత్‌సింగ్ సెషన్సు తీర్పును సవాల్ చేస్తూ ప్రసంగించాడు.

"మిలార్డ్!

మేము న్యాయవాదులం కాదు. భాషా ప్రవీణులం కాదు. డిగ్రీలు పొందలేదు. మేము అనర్గళమైన ప్రసంగం చేయలేము. మా ప్రకటనలో భాషా దోషాలు వుండవచ్చు. అందువల్ల, గౌరవన్యాయస్థానం మా భావాన్ని, సారాంశాన్నీ మాత్రం అర్థం చేసుకోవాలని కోరుతున్నాం. ఇతర విషయాలను మా న్యాయవాదులకు వదిలేసి, ఒకే అంశానికి పరిమిత మవుతాను. ఈ కేసులో అది చాలా కీలకమైనది. మేము నేరస్తులమా? మా ఉద్దేశాలేమిటి? అన్నది సున్నితమైన, సంక్లిష్టమైన ప్రశ్న. ఏ వ్యక్తికూడా మీ ముందు మాకంటే ఎక్కువగా ఈ విషయంలో వ్యక్తీకరించలేరు. మాకు ప్రేరణ కలిగించిన అంశాన్ని స్పష్టంగా వ్యక్తం చేయలేక పోవచ్చు. మా నేరం వెనుక వున్న ఉద్దేశాన్ని అర్థం చేసుకోవాలని కోరుతున్నాం.

ప్రఖ్యాత న్యాయవాది జూరిస్టు సోలోమన్

"ఒక వ్యక్తి ఉద్దేశ్యం చట్ట విరుద్ధంగా కాకపోతే, అతన్ని శిక్షించరాదు" అన్నాడు.

మేము సెషన్సు కోర్టులో లిఖితపూర్వకమైన ప్రకటన అందజేశాం. అందులో మా ఉద్దేశ్యం – లక్ష్యం వివరించాం.

కానీ, గౌరవజడ్డి.

"సాధారణంగా చట్టం ఏ ఉద్దేశ్యంతో నేరం చేశాడన్నది పరిగణలోనికి తీసుకోదు – నేరం చేశాడా? లేదా? అన్నదే న్యాయ శాస్త్రం పరిశీలిస్తుంది. అని అది ఒక్క కలం పోటుతో కొట్టిపారేశాడు.

మిలార్డ్. గౌరవనీయ జడ్జిగారు మా ఉద్దేశాలను, వాంగ్మూలాలను పరిగణనలోనికి తీసుకోలేదు. మేము విసిరిన బాంబులవల్ల ఎవరికీ గాయాలుకాలేదు. ఆస్తి నష్టం జరగలేదు. అందువల్ల సెషన్సు జడ్జి విధించిన శిక్ష కఠినమైనది – పగసాగింపుతో విధించబడింది. నేరస్తుడుగా ముద్రవేసిన వ్యక్తి. ఏ ఉద్దేశ్యంతో చేశాడు? అన్నది పరిగణనలోనికి తీసుకోకపోతే అది న్యాయసమ్మతం కాదు. ఉద్దేశ్యాన్ని విస్మరిస్తే ఏ వ్యక్తికీ న్యాయం జరగదు. ఉద్దేశ్యాన్ని పట్టించుకోనవసరం లేదనుకుంటే యుద్ధరంగంలో పోరాడే సైనికులందరూ హంతకులే అవుతారు. పన్నులు వసూలు చేసే అధికార్లు బందిపోట్లవుతారు. శిక్షలు విధించే న్యాయమూర్తులు కూడా హంతకులే అవుతారు. అప్పుడు సాంఘిక వ్యవస్థలో ప్రతిదీ హత్య, మోసంగానే కనబడతాయి. ఉద్దేశ్యాలు అవసరం లేదనుకుంటే, ప్రభుత్వాలు

పనిచేయలేవు. మత ప్రవక్తలు అసత్య ప్రచారకులుగా మారిపోతారు. ఏసుక్రీస్తు కూడా కల్లోలాలకు కారకుడుగా కనిపిస్తాడు. శాంతిని విఘాతం కోల్పోయిన, తిరుగుబాటు ప్రోత్సహించిన "ప్రమాదకరమైన వ్యక్తిగా" న్యాయశాస్త్రంలో కనిపిస్తాడు.

వేలాదిమంది అమాయకులను, నిరాయుధులను నిర్ధాక్షిణ్యంగా కాల్చి చంపిన జనరల్ డయ్యర్ కు మిలటరీ కోర్టు ఉరిశిక్ష విధించలేదు - పైగా లక్షల రూపాయల అవార్డుతో సత్కరించింది. ఇలాంటి ఉదాహరణలెన్నోవున్నాయి. పిండిలో విషం కలపడం నేరం కాదు - విషం కలిపిన పిండిని ఎలుకలకు కాకుండా మనుషులను చంపడానికి ఉపయోగిస్తే నేరమవుతుంది.

ఏప్రిల్ 8.1929 నాడు అసెంబ్లీలో బాంబులు వేశాం. వాటివల్ల నలుగురైదుగురి శరీరాలపై స్వల్ప గాయాలయ్యాయి. సభలో గందరగోళం ఏర్పడింది. వందలమంది ప్రేక్షకులు, శాసనసభ్యులు పరుగులు తీశారు. నేనూ, నా మిత్రుడు దత్ అక్కడే కూర్చున్నాం. స్వచ్ఛందంగా పోలీసులకు పట్టుపడ్డాం. కావాలనుకుంటే మేము సురక్షితంగా బయట పడేవాళ్ళం. కానీ, మేము అలా చేయలేదు. పట్టుబడిన తర్వాత మానేరం అంగీకరించాం. మా ఉద్దేశ్యం తెలియజేశాం. కానీ, న్యాయమూర్తి మా వాంగ్మూలం, మా ఉద్దేశ్యాన్ని పరిగణనలోనికి తీసుకోలేదు. హత్యానేరంతో యావజ్జీవ శిక్ష విధించారు.

దేశం ప్రమాదకర పరిస్థితుల్లో వుందని హెచ్చరించడానికే మేము పూనుకున్నాం. న్యాయమూర్తి మా ఉద్దేశ్యంతో ఏకీభవించకపోవచ్చు. మేము చేసింది నేరంగా కనిపించవచ్చు. కానీ, మా చర్యను, ఉద్దేశ్యాన్ని వక్రీకరించడం సరియైనదికాదు.

"ఇన్‌క్విలాబ్ జిందాబాద్" "సామ్రాజ్యవాదం నశించాలన్న" మా నినాదాలకు వివరణ యిచ్చాం. అదే మా వాంగ్మూలానికి మూలం. కానీ, ఆ భాగాలను రికార్డులనుంచి తొలగించారు.

ఇన్‌క్విలాబ్ అంటే కొంతమందిలో అపోహలున్నాయి. విప్లవమంటే బాంబులు. తుపాకులు కాదని స్పష్టం చేశాం. మా లక్ష్యం, ఆశయం, ఉద్దేశం అర్థం చేసుకోకుండా తీర్పునివ్వడం సరైనది కాదు.

దేశ ప్రజలలో పెరుగుతున్న అశాంతిని నివారించకపోతే ప్రమాదం రాబోతుందని హెచ్చరించాం. మా హెచ్చరికను పట్టించుకోకపోతే, జరగనున్న పరిణామాలు తీవ్రంగా వుంటాయని. హెచ్చరించడానికి ఈ చర్య చేపట్టాం.

మేము చరిత్రను లోతుగా అధ్యయనం చేశాం.

ఫ్రాన్సు, రష్యా దేశాల్లోని పాలక వర్గాలు సరైన సమయంలో తగు చర్యలు తీసుకొని వుంటే అక్కడ రక్తపాతం జరిగేది కాదు.

ప్రపంచంలో చాలా దేశాలు భావాలను తుంచివేయాలి, విప్లవాలను అణచివేయాలి అని, ప్రయత్నించి విఫలమయ్యాయి. ప్రజా ఉద్యమాలను నిర్మూలించలేకపోయాయి.

మరో విషయం స్పష్టం చేయాలి.

అది మేము విసిరిన బాంబు శక్తి సామర్థ్యాల గురించి, ఆ బాంబు శక్తేమిటో మాకు తెలుసు. అది శక్తివంతమైన, ప్రాణ హాని కలిగించేది అయితే ప్రయోగించేవాళ్ళం కాదన్నది గమనించాలి.

ఆసభలో భారత జాతీయోద్యమ నేతలు, పండిత మోతీలాల్ నెహ్రూ, కేల్కర్, మదన్‌మోహన్ మాలవ్యా, మహమ్మద్ అలీ జిన్నా, జయకర్ వున్నారు. మేము మా నాయకుల ప్రాణాలకు ముప్పువాటిల్లే చర్య చేయలేము. మేము ఉన్మాదులంకాదు. మాకు ఆ బాంబుల గురించి పూర్తి అవగాహనవున్నది. అది కూడా మనుషులపై పడకుండా ఖాళీ ప్రదేశంలో పడేట్లు జాగ్రత్త తీసుకున్నాం.

మిలార్డ్,

మమ్మల్ని, మా ఉద్దేశ్యాన్ని అర్థం చేసుకోలేదని భావిస్తున్నాం.

మా శిక్షలు తగ్గించమని అభ్యర్థించడంలేదు.

మా వైఖరిని, మా ఉద్దేశ్యాన్ని స్పష్టం చేయడానికే ఇక్కడికి వచ్చాం. మా గురించి, మేము ఆచరించిన చర్య గురించి, దురభిప్రాయాలను ప్రకటించడం సరైనది కాదని స్పష్టం చేయదలచాం.

మాకు విధించిన శిక్ష మా దృష్టిలో ప్రధానమైనదికాదు" అన్నాడు.

"మేము మనిషి జీవితానికి అత్యంత విలువనిస్తాం. మనిషికి హానికలిగించడం మా ఉద్దేశ్యం కాదు. సామ్రాజ్యవాద సైనికుల్లా హత్యలు చేయం. అసెంబ్లీలో ఉద్దేశ్యపూర్వకంగానే బాంబు వేశాం. అది ప్రాణాలు తీయడానికి కాదు. దానికి నిదర్శనం – బాంబు వేసిన తర్వాత ఫలితమే. కానీ, మాపై హత్యానేరం మోపబడింది.

"ఆ బాంబు శక్తి మాకు తెలుసు. ఎవరికీ హాని కలిగించని రీతిలో తయారు చేశాం. ఎవరికీ హాని కలగకుండా ప్రయోగించాం."

జస్టిస్ షోర్టు "అది శక్తిహీన బాంబేనని – ప్రయోగించినప్పుడు అన్ని జాగ్రత్తలు తీసుకున్నామని ఎలా నిరూపించగలవు?"

భగత్‌సింగ్: "బాంబు తయారీ చేసేటప్పుడు అధికంగా క్లోరెడ్ పోటాష్ వాడి ఉంటే ఆ భవనమంతా తునాతునకలయ్యేది. ఎంతో మంది గాయపడేవారు. బాంబులో హానికరమైన ప్రేలుడు పదార్థాలు కలిపి ఇనుప ముక్కలు వేసి ఉంటే విధానసభ (లెజిస్లేచర్ అసెంబ్లీ) సభ్యుల్లో అత్యధికుల ప్రాణాలు పోయేవి. అత్యధికులు అధికారులు కూర్చున్న స్థానంపై ఆ సమయంలో అధ్యక్షగాలరీలో కూర్చున్న సర్‌జాన్ సైమన్‌కు గురిపెట్టే వాళ్ళం. అతని కమిషన్ సిఫారసులనే విధానసభ చర్చిస్తున్నది. వాటిని ప్రజల తీవ్రంగా వ్యతిరేకించారు. అందువల్ల మా ఉద్ధేశ్యం మనుషులను చంపడం కాదు. కేవలం హెచ్చరిక చేయడం కోసం పెద్ద శబ్దంతో పొగను విరజిమ్మే బాంబును ప్రయోగించడం. ఆ ఉద్దేశ్యంతోనే బాంబును తయారు చేశాం. ఆ ప్రకారం ప్రయోగించాం. ఇది మా చమత్కారానికి నిదర్శనం" అన్నాడు.

'అంతేకాదు - ఆ సభలో భారత ప్రజల ప్రియతమ నాయకులు - విఠల్‌భాయి పటేల్, మోతీలాల్ నెహ్రూ, పండిత మదనమోహన మాలవ్యా లాంటి వారున్నారు. వారిపై ప్రమాదకరమైన బాంబులు విసరడం కలలో కూడా ఊహించలేం. వారి అభిప్రాయాలతో మేము విభేదించవచ్చు. వారి మార్గం మాకు నచ్చకపోవచ్చు. అది వేరే విషయం." అన్నాడు.

"మా బాంబు ప్రయోగం వల్ల ఎవరికీ హాని జరగలేదు. మేము తయారు చేసిన బాంబు హానికరం.

కానిది. అయినా మాపై హత్యానేరం మోపి- జీవితఖైదు శిక్ష విధించబడింది.

భగత్‌సింగ్ వాదన - అతని నినాదాలు చూసి జడ్జి ఆగ్రహించాడు. కోర్టు ఆవరణలోనే అతనిపై పోలీసులు లాఠీలు ప్రయోగించి యీడ్చుకుపోయారు.

జస్టిస్ షోర్టు, సెషన్సు కోర్టు తీర్పును ధృవీకరిస్తూ, భగత్‌సింగ్, దత్‌కు యావజీవ శిక్ష తీర్పు చెప్పాడు.

లాహోరు కుట్రకేసు విచారణ జరుగుతోంది.

1929 డిశంబరు ప్రారంభంలో లాహోరులో జరిగిన భారతీయ జాతీయ కాంగ్రెసు మహాసభ మొదటిసారిగా సంపూర్ణ స్వాతంత్ర్యం తన లక్ష్యంగా ప్రకటించింది. 1930 జనవరి 26న స్వతంత్ర దినంగా భావించి, దేశ మంతటా త్రివర్ణ పతాకాల నెగరవేయాలని ప్రజలకు విజ్ఞప్తి చేసింది. యువతరం నాయకుడు జవహర్‌లాల్ నెహ్రూ కాంగ్రెస్ అధ్యక్షుడుగా, అతివాద భావాలకు ప్రాతినిధ్యం వహిస్తున్నాడు.

కేవలం తీర్మానంతోనే సరిపెట్టకుండా ప్రథమ చర్యగా కేంద్ర పార్లమెంటు ఇతర సంస్థల్లో వున్న ప్రజాప్రతినిధులు రాజీనామాలు చేయాలని కోరింది. శాసనోల్లంఘ నోద్యమాన్ని ప్రారంభించాలని తీర్మానించింది. అనువైన సమయాన్ని నిర్ణయించే అధికారం వర్కింగ్ కమిటీకి యిచ్చింది. హెచ్.ఎస్.ఆర్. ఎ. కరపత్రాలు మహాసభ ఆవరణలో పంచబడుతున్నాయ్. యువతరంలో వుత్సాహం కనబడుతోంది.

నూతనోత్తేజంతో శాసనోల్లంఘన పిలుపు కోసం ప్రజలు ఎదురుచూస్తున్నారు. కాంగ్రెసు విధానాల్లో వచ్చిన మౌలిక మార్పులకు హర్షిస్తున్నారు.

విప్లవకారులను సంకెళ్ళతో బంధించి కోర్టుకు తీసుకొస్తున్నారు. దారి పొడవునా వారు నినదిస్తున్నారు.

ఆరోజు 1930 జనవరి 21: లెనిన్ జన్మదినం.

మెడకు ఎర్రని రుమాళ్లు ధరించిన విప్లవకారులు నినాదాలతో కోర్టు ఆవరణలో అడుగుపెట్టారు.

"సోషలిస్టు విప్లవం జిందాబాద్"

"కమ్యూనిస్టు ఇంటర్నేషనల్ జిందాబాద్"

"లెనిన్ కా నామ్ అమర్ హై"

"సామ్రాజ్యవాదం నశించాలి."

పిడికిళ్ళు బిగించి, గొంతెత్తి పలుకుతున్న నినాదాలతో కోర్టు ఆవరణ మారు మోగుతోంది. జడ్జి తన స్థానంలోకి రాగానే విప్లవకారులు ఒక పత్రాన్ని అతనికందజేశారు.

దానిని టెలిగ్రాం ద్వారా మాస్కోకు పంపవలసిందిగా కోరారు. అది అసాధ్యమని తెలిసినా తమ అభిమతాన్ని వ్యక్తం చేయాలన్నది వారి కోరిక. ఆ పత్రంలో:

"లెనిన్ జన్మదినమైన ఆ రోజున, లెనిన్ భావాలతో ముందుకు సాగుతున్న వారందరికీ మా హృదయపూర్వక అభినందనలందజేస్తున్నాం. రష్యాలో జరుగుతున్న మహత్తరమైన ప్రయోగం విజయం సాధించాలని కాంక్షిస్తున్నాం. అంతర్జాతీయ కార్మికవర్గ పోరాటంలో మా గొంతులు కలుపుతున్నాం. కార్మికవర్గం విజయం సాధించి తీరుతుంది. పెట్టుబడిదారీ విధానం కూలిపోతుంది. సామ్రాజ్యవాదం నశించాలి" అన్నది ఆ సందేశం.

విప్లవకారుల ప్రవర్తన, చేస్తున్న నినాదాలు చూసి ఆంగ్లేయ జడ్జి మండిపడ్డాడు. కోర్టుకు రాజకీయ ప్రచారానికి వాడుకోవద్దని హెచ్చరించాడు. హెచ్చరికను లెక్క చెయ్యకుండా నినాదాలు సాగుతున్నాయి. పోలీసులు రంగంలోకి వచ్చారు. చేతులెత్తి నినదించకుండా చేతులకూ, కాళ్ళకూ గొలుసులు వేశారు. వారిగొంతులు మూయలేక పోయారు. ఆ గొంతులు మూయడానికి లాఠీలు లేచాయి. విప్లవకారుల్ని పడదోసి బూట్లతో తొక్కారు. లాఠీలతో అమానుషంగా కొట్టారు. తలలు పగిలాయ్. వొళ్ళంతా చిట్లింది. రక్తం చిందుతున్నా, వారి గొంతులు పలుకుతూనే వున్నాయ్. కోర్టు లోపలే బీభత్సం జరిగిపోయింది. పోలీసులు పశుత్వాన్ని కళ్ళారా చూసిన న్యాయమూర్తుల్లో ఒకరైన భారతీయుడు ఆగా హైదర్ సహించలేకపోయాడు. బహిరంగంగానే దాన్ని ఖండించాడు.

సామ్రాజ్యవాదులు తలుచుకుంటే అధికారాలకు కొదవేముంది. "లాహోరు కుట్రకేసు ఆర్డినెన్సు 1930" పేరుతో కొత్త ఆర్డినెన్సు రానేవచ్చింది. దాని ప్రకారం ప్రత్యేక న్యాయస్థానానికి కేసు అప్పగించారు. ముద్దాయిలను కోర్టుకు తేనక్కరలేదు. వారి తరపున న్యాయవాదులకు అవకాశం లేదు. సాక్షుల ప్రసక్తి లేదు. తీర్పుకు అప్పీల్లేదు. ఆ కోర్టు తీర్పే అంతిమ తీర్పుగా ప్రకటించబడుతుంది.

భగత్‌సింగ్ జైలును తిరిగి పోరాటానికి కేంద్రం చేసుకున్నాడు. రాజకీయ ఖైదీలకిచ్చిన వాగ్దానాలను అమలు జరపడంలో ప్రభుత్వం విఫలమైందని మళ్ళీ నిరాహార దీక్ష ప్రారంభించాడు. లాహోరు కుట్ర కేసులోని వారందరూ నిరాహార దీక్షలో చేరారు. ఈ వార్త విని బరోలి జైలులోని కకోరి ఖైదీలు, మీరట్ జైల్లోని కమ్యూనిస్టులు మూకుమ్మడిగా నిరాహారదీక్ష మొదలు పెట్టారు. జైళ్ళల్లో వున్న వృద్ధులైన గదర్‌వీరులు కూడా వారితో కలిశారు.

ఉద్యమంగా నిరాహారదీక్షలు సాగుతున్నాయి. ఇక తప్పదనుకున్న ప్రభుత్వం కోర్కెలనొప్పుకుంది.

భగత్‌సింగ్ మిగతా లాహోరు విప్లవకారులు దీక్ష విరమించాడు. ప్రభుత్వం చెబితే నమ్మరని భగత్‌సింగ్ పేరుతో అన్ని జైళ్ళకూ దీక్ష విరమణ వర్తమానం ప్రభుత్వం పంపింది. దాన్ని కూడా నమ్మబోమని కకోరివీరులు మొండికేశారు. గణేశ్‌శంకర్ విద్యార్థి స్వయంగా వెళ్ళి కకోరి ఖైదీలను కలుసుకొని దీక్ష విరమించమన్నాడు. చంద్రశేఖర్ ఆజాద్ వారికొక రహస్య సందేశం పంపుతూ:

"ఒక వేళ యీసారి కూడా ప్రభుత్వం మోసంచేస్తే ద్రోహం చేసిన నేరానికి జైళ్ళ ఇన్‌స్పెక్టర్ జనరల్ కల్నల్ పామర్, ఇతర ఉన్నతాధికారులు తమ ప్రాణాలే మూల్యంగా చెల్లించవలసి వుంటుందని"ని హామీ యిచ్చి దీక్ష విరమణ చేయమన్నాడు.

ఒక పక్క లాహోరు కుట్ర కేసు, మరో పక్క మీరట్ కేసు రాజకీయ ప్రచార వేదికలుగా మారాయి. బయట దేశమంతటా యువ నాయకత్వం ఆధిపత్యంలో భారత జాతీయ కాంగ్రెసు మౌలికంగా మార్పు చెందింది.

సుభాష్‌చంద్రబోస్, ట్రేడ్ యూనియన్ కాంగ్రెసుకు అధ్యక్షుడయ్యాడు. అతనొక సభలో ప్రభుత్వంపై తిరుగుబాటు లేవదీసే ఉపన్యాసం చేశాడని అరెస్టు చేసి 9 నెలలు శిక్ష విధించి అలీపూర్ జైల్లో బంధించింది.

మార్గాలు వేరైనా గమ్యం ఒక్కటిగా అందరి మధ్య సంఘీభావం పెరుగుతోంది.

***

1930 మార్చి 12న భారత జాతీయ కాంగ్రెసు శాసనోల్లంఘనోద్యమం చేపట్టింది. గాంధీజీ ఉప్పుసత్యాగ్రహం, 'దండి' యాత్రతో ప్రారంభం కావాలని నిశ్చయించింది. ఉప్పుమీద కూడా ప్రభుత్వం పన్ను విధిస్తోంది. ప్రభుత్వ శాసనాన్ని ధిక్కరించి ఉప్పును తయారుచేయడానికి గుజరాత్‌లోని 'దండి' గ్రామానికి 79 మంది సత్యాగ్రహులతో గాంధీజీ బయల్దేరాడు. దారిపొడవునా గ్రామోద్యోగులను రాజీనామాలు చేసి ఉద్యమంలో చేరమని ఉద్బోధించాడు.

ఏప్రిల్ 6న దండిచేరి ఉప్పుసత్యాగ్రహానికి గాంధీజీ ఉపక్రమించాడు. ప్రభుత్వం లాఠీలు ప్రయోగించింది. అరెస్టులు జరిపింది. ప్రవాహంలా జనం ఉద్యమంలో కదిలారు. సమ్మెలు, హర్తాళ్, సత్యాగ్రహాలు, ఎటుచూసినా సామ్రాజ్యవాద వ్యతిరేకత కనబడింది. సమైఖ్యశక్తిగా ఉద్యమంలో విజృంభించిన జాతినుద్దేశించి, ఏప్రిల్ 9న మహాత్మాగాంధీ ఇలా ప్రకటించాడు.

"త్యాగం లేకుండా వచ్చే స్వాతంత్ర్యం ఎక్కువకాలం వుండదు అందువల్ల ప్రజలు తమ శక్తికి తగినంత ఎక్కువ త్యాగం. చేయడానికి సిద్ధంగా వుండాలని కోరుతున్నాను. నిజమైన త్యాగానికెప్పుడూ, బాధలన్నీ ఒకే వైపు వుంటాయ్. ఒకరిని చంపకుండా తాను చంపబడే సంస్కారాన్ని పెంచుకోవాలి. జీవితాన్ని వదులుకోవడం ద్వారా బతుకు సార్థకం చేసుకోగలగాలి. ఈ మంత్రాన్ని భారతదేశం పాటించగలుగుతుందా?" అని సందేహం వెలిబుచ్చాడు. అయితే, "మన మార్గం సరిగ్గా వుంది. ప్రతి గ్రామం ఉప్పును సేకరించాలి లేదా తయారు చేయాలి. విదేశీ మత్తుపానీయాలు, నల్లమందు అమ్మే దుకాణాల వద్ద మహిళలు పికెటింగ్ చేయాలి. యువకులూ, వృద్ధులూ అనే భేదం లేకుండా అందరూ విధిగా చేయాలి. విదేశీ వస్తువులు తగలబెట్టాలి. హిందువులు అంటరానితనాన్ని విడనాడాలి. హిందువులు, ముస్లింలు, సిక్కులు, పార్శీలు, క్రిస్టియన్లు సమభావాన్ని పెంచుకోవాలి. విద్యార్థులు పాఠశాలలు మానేయాలి. ఉద్యోగస్తులు రాజీనామాలు చేసి

ప్రజాసేవకు పూనుకోవాలి. అలా చేసినప్పుడు సంపూర్ణ స్వాతంత్ర్యం దానంతటదే మన తలుపులు తడుతూ ముంగిట వుంటుంద"న్నాడు.

ఉత్తేజకరమైన మహాత్ముని పిలుపు జాతికి వుత్తేజాన్నిచ్చింది. స్త్రీలు, పురుషులు, విద్యార్థులు, యువకులు, కార్మికులు, కర్షకులు, ఉద్యోగస్తులు – ఒకరేమిటి జాతి మొత్తం కదిలింది. ప్రభుత్వ ఆజ్ఞల ధిక్కరణ జరుగుతోంది. ఎటుచూసినా జనసందోహం కనబడుతోంది. గుజరాత్, మహారాష్ట్ర, కర్నాటక, యు.పి, బీహార్, బెంగాల్, పంజాబు రాష్ట్రాల్లో పన్నుల నిరాకరణ సాగుతోంది. ఉద్యమాన్ని అణచడానికి ఎన్నో ఆర్డినెన్సులు తెచ్చినా అవేమీ అరికట్టలేకపోయాయి.

చిటగాంగ్‌లో విప్లవ కారుల ఢంఖా మోగింది. 1930 ఏప్రిల్ 22న సామ్రాజ్య వాదుల ఆయుధాల గిడ్డంగిపై దాడిచేశారు. చిటగాంగ్ పట్టణాన్ని స్వాధీనం చేసుకున్నారు. రెండు రోజులపాటు బ్రిటిష్ సేనలకు – విప్లకారులకు మధ్య పోరాటం సాగింది. విప్లవకారుల శక్తి చాలలేదు. పట్టణాన్ని వదిలి పక్కనున్న జలాలాబాద్ కొండలపై కెక్కారు. భీకరపోరాటం సాగింది. దాదాపు వంద బ్రిటిష్ సైనికులు నేలాకూలారు. విప్లవకారుల్లో కొంతమంది చనిపోయారు. అందులో అందరికన్నా చిన్నవాడు 14 సంవత్సరాల బాల వీరుడు టేగ్రా. ఒకడు. పోరాటంలో యువతులు కూడా ప్రముఖ పాత్ర వహించారు. సూర్యసేన్, అనంతసింగ్, అంబికా చక్రవర్తి, గణేష్‌ఘోష్ చిటగాంగ్ వీరులుగా నిలిచారు. సామ్రాజ్యవాదంపై సాయుధ విప్లవం ప్రకటించిన విప్లవకారులు ఆ సందర్భంగా విద్యార్థి – యువకులకో విజ్ఞప్తి చేశారు:

"సోదరులారా! పరిస్థితి గమనించి లేవండి. ఎన్నో దీనావస్థలకు గురిచేయబడిన మన దేశాన్ని చూడండి. దాస్యబంధాలనుండి విముక్తి చేయడానికి నడుంగట్టండి. జర్మనీ, రష్యా, చైనా దేశాల విద్యార్థి యువజనులేంచేస్తున్నారో గమనించండి. మీ గుండెల్లో పగను పెంచి, ప్రతీకార జ్వాలలు రగిలించండి. భారత రిపబ్లిక్ ఆర్మీలో సైనికులుగా చేరి, దురదృష్టకర, దీనాతిదీన అగాధంలో వున్న మాతృభూమిని రక్షించడానికి ప్రతిజ్ఞ చేయండని." పిలుపిచ్చారు.

చిటగాంగ్ వీరులు గెరిల్లా పోరుతో శత్రువుల నెదిరించారు. సామ్రాజ్యవాదుల అంగబలం – ఆయుధబలం ముందు విప్లవకారుల శక్తి తక్కువైంది. చివరకు శత్రువు జయించాడు. కానీ భారతీయుల శౌర్య. పరాక్రమాలకు చిటగాంగ్ పోరాటం చరిత్రాత్మకమైంది. పట్టుబడిన విప్లవకారుల మీద చక్రవర్తి పై యుద్ధం ప్రకటించారని అనంతసింగ్‌తో పాటు మరో 30 మందిపై కేసు పెట్టారు.

సూర్యసేన్ యింకా చిక్కలేదు. పెషావరు మరో యుద్ధరంగంగా మారింది. ఏప్రిల్ 23 సత్యాగ్రహ నాయకులను అరెస్టుచేసి తీసుకెళుతున్నారు. వేలాది మంది ప్రజలు వూరేగింపుగా నాయకులను సాగనంపుతున్నారు. అది చూసి ప్రభుత్వ సేనలు ప్రజలమీద కాల్పులు జరిపాయి. మరో జలియన్ వాలాబాగ్ అయింది. నేలకొరిగిన వారిని చూశారు

జనం. సైన్యంపై తిరగబడ్డారు. ఆ సంఘర్షణలో 200మంది చనిపోయారు. ప్రభుత్వం షెషావరులో మార్షల్‌లా ప్రకటించింది. హిందువులు - ముస్లింలు ఒక్కటిగా కలిసి నిలిచారు. ఖాన్ అబ్దుల్ గఫార్‌ఖాన్ నాయకత్వాన రెడ్‌షర్టు వాలంటీర్ల శాంతిసేన పనిచేస్తోంది. సామ్రాజ్యవాదులు ప్రత్యేకంగా ఘర్వాలి సైన్యాన్ని దింపారు. శాంతియుత ప్రదర్శకులపై కాల్పులకు ఆర్డర్ వేశారు. ఠాకుర్ చంద్రసింగ్ నాయకత్వంలోని గర్వానీసైనికులు నిరాకరించి ప్రజలతో కలిసిపోయారు. అందుకు నిరాకరించి ప్రజాసేనతో కలిసిపోయింది. పెషావరు విముక్తి చెందింది. ఏప్రిల్ 25 నుండి మే 5 వరకు, 10 రోజులపాటు పెషావర్‌లో ప్రజాపాలన సాగింది.

షోలాపూర్ కార్మికవర్గం తిరుగుబాటు చేసింది. ప్రజలంతా ఏకమయ్యారు. సామ్రాజ్యవాదులను తరిమికొట్టారు. స్వపరిపాలన చేపట్టారు.

మిద్నపూర్ స్వతంత్రాన్ని ప్రకటించుకుంది. ఎటు చూసినా చైతన్య కెరటాలు లేస్తున్నాయ్. శాంతియుత సత్యాగ్రహాలు, విప్లవ తిరుగుబాట్లు జరుగుతున్నాయి. ఆంగ్లేయులపై పగలు సెగలు రగులుతున్నాయి. కలకత్తా పోలీసులు కమిషనర్ చార్లెస్ టీ గార్డ్‌పై బాంబు విసిరారు. మరో దాడిలో బెంగాల్ ఐజిపి లోమన్ చనిపోయాడు. కలకత్తా ప్రభుత్వ కేంద్రాలయంలో కల్నల్ సింప్సన్‌ను కాల్చివేశారు. యింకా ఎన్నోచోట్ల బాంబులు విసిరారు.

మే5వ తేదీన మహాత్మాగాంధీని అరెస్టు చేశారు. ప్రభుత్వం నిర్బంధాలను, బలగాలను అధికం చేసింది. జూన్‌లో కాంగ్రెసు అధ్యక్షుడు మోతీలాల్ నెహ్రూతో సహా వర్కింగ్ కమిటీ సభ్యులందరినీ నిర్బంధించారు.

నాయకులను బంధించినా, జైళ్ళు నిండినా పోరాటం సాగుతూనే వుంది. కార్మికవర్గం సమ్మెలు - వూరేగింపులు జరుపుతోంది. విదేశీ వస్తు బహిష్కరణ, ప్రభుత్వ శాసనాల ధిక్కారం జరుగుతూనే వుంది. ఉద్యమం రోజుకో కొత్త రూపం దాల్చుతోంది. పరిస్థితి సామ్రాజ్యవాదుల వూహకందకుండా మారుతోంది.

ఈ వార్తలన్నీ వింటూ భగత్‌సింగ్ జైల్లో వుప్పొంగిపోతున్నాడు. సామ్రాజ్యవాద మత్తేభంపై కొదమసింగాలవలె విరుచుకుపడుతున్న జాతిని చూసి గర్వపడుతున్నాడు. చిటగాంగ్ వీరోచిత పోరాటం, ఆజాద్ వీరకృత్యాలు విని సంతోషిస్తున్నాడు. షెషావరు, షోలాపూర్, వీరగాధలు విన్నాడు. ప్రజల ప్రమేయం లేని పోరాటం నిరర్థకమనుకున్నాడు.

ఆ ప్రజా పోరాట సంఘటనలు, అతని సిద్ధాంత భావాలకు మెరుగులు దిద్దాయి. నూతన ఆలోచనలు రేకెత్తాయి. సిద్ధాంత గ్రంథాలను చదవాలన్న జిజ్ఞాస కలిగింది. అధ్యయనంతో జైలు గోడల మధ్య కాలాన్ని సద్వినియోగం చేస్తున్నాడు. ప్రతి నిమిషం విలువైనదిగా భావిస్తున్నాడు. తెలిసిన ప్రతి గ్రంథం కోసం గాలిస్తున్నాడు. ఆ సందర్భంగా తన మిత్రుడు జయదేవ్‌కు రాసిన లేఖ:

నా ప్రియమైన జయదేవ్,

దయచేసి ద్వారాకాదాస్ లైబ్రరీకెళ్ళి, ఈ క్రింది పుస్తకాలు సేకరించి, శనివారంనాడు కుల్‌బీర్ ద్వారా పంపగలవు.

Militarism (karl liebnecht)
Hardmen's fight (B. russel)
sovieats at work
collapse of second international
Left wing communism
Mutual Aid - (Prince Kropatkin)
Fields, factories and workshops
Civil war in france (Marx)
Land Revolution in Russia

దయచేసి మరో పుస్తకం పంజాబ్ పబ్లిక్ లైబ్రరీలో తీసుకొని పంపాలి.

Historical materialism (Bukharin)

బోస్ట్రల్ జైలుకు ఏమైనా పంపారో లేదో లైబ్రేరియన్‌ను అడగండి. అతని వద్ద పుస్తకాల జాబితా వుంది. సుఖదేవ్ తమ్ముడు జయదేవ్ ద్వారా వాళ్ళు జాబితా పంపిరిచారు. కానీ, ఇంతవరకు ఒక్క పుస్తకం కూడా అందలేదు. ఒకవేళ అతనివద్ద జాబితా లేకపోతే దయచేసి లాలా ఫిరోజ్ చంద్‌గారిని అడిగి వారికి నచ్చిన పుస్తకాలు తీసి పంపండి. వచ్చే ఆదివారం నేనక్కడికి వెళ్ళేలోగా వారికి పుస్తకాలందాలి. ఎట్టి పరిస్థితుల్లోనూ యీ పని జరిగేట్లు చూడండి.

వీటితోపాటు... అటువంటిదే మరో రెండు మూడు పుస్తకాలు డా॥ ఆలం కొరకు కూడా కావాలి.

మీకు శ్రమ కలిగించినందుకు క్షమించండి. భవిష్యత్తులో మరోసారి మీకీ శ్రమను కలిగించనని వాగ్దానం చేస్తున్నాను.

అభివందనాలతో
"భగత్‌సింగ్"

భగత్‌సింగ్‌ను జైలు నుండి తప్పించాలని ఆజాద్ సంకల్పించాడు. భగవతీచరణ్ వోరా – దుర్గాదీది – సుశీలాదేవి – యశపాల్, బచ్చన్, ఇంద్రపాల్, సుఖదేవ్‌రాజ్, వెశంపాయన్ రహస్యంగా లాహోరుచేరి ఒక బంగాళా అద్దెకు తీసుకున్నారు. భగత్‌సింగ్‌ను కోర్టుకేసు నిమిత్తం బయటికి తీసుకెళ్ళే సమయంలో ఎలా దాడి చేయాలో ప్లాను వేసుకున్నాడు. ఆ విషయం భగత్‌సింగ్‌కు రహస్యంగా తెలియజేశారు. దాడిలో ప్రయోగించే బాంబులు యశపాల్ తయారు చేశాడు. చేసిన రెండు బాంబులను అల్మారాలో పెట్టి బయటికెళ్ళాడు. ఒక బాంబును ముందుగా ప్రయోగించి చూడాలని భగవతీచరణ్‌వోరా, సుఖదేవ్‌రాజ్, వైశంపాయన్, సైకిళ్ళపై రావీనది వొడ్డుకు వెళ్ళారు. అడవి ప్రాంతంలో

భగవతీచరణ్, బాంబును తీసుకొని ప్రయోగించకముందే అతని చేతిలోనే పేలింది. భయంకర శబ్దం - భగవతీచరణ్ చేయి ఎగిరిపోయింది. పొట్టలో గాయమై పేగులు బయటికొచ్చాయి. సుఖదేవ్ రాజ్‌కు స్వల్ప గాయాలయ్యాయి. వెంటనే ఆ వార్తను ఆజాద్‌కు తెలియజేయాలని వైశంపాయన్‌ను భగవతీచరణ్ వద్ద వుండమని సుఖదేవ్‌రాజ్ సైకిల్‌పై బయల్దేరాడు. అతను బయల్దేరిన కొద్ది నిమిషాలకే భగవతీచరణ్ కన్నుమూశాడు. కొన్ని గంటల తర్వాత యశ్‌పాల్ కారులో వెళ్ళాడు.

భగవతీచరణ్ మరణించాడని తెలిసి వెనక్కు తిరిగాడు. విని దుర్గాదీది - సుశీలా బహన్ దుఃఖంలో మునిగారు. ధన్వంతరి దుఃఖాన్ని ఆపుకోలేక కుమిలికుమిలి ఏడ్వసాగాడు. సుఖదేవ్‌రాజ్ గాయంతో మంచమెక్కాడు. రాత్రివేళ - ఆజాద్ - ధన్వంతరీ, మదన్‌గోల్, భగవతీచరణ్ భౌతికకాయానికి గోయి తీసి పాతిపెట్టి దహన సంస్కారాలు చేశారు.

***

భగతీచరణ్ వోరా విషాద మరణవార్త నుండి తేరుకోకముందే మరో దుర్ఘటన జరిగింది. వారు అద్దెకుంటున్న బంగళాలో బాంబు పేలింది. హడావుడిగా ఇంటిని ఖాళీచేసి బయటపడ్డారు. భగత్‌సింగ్‌ను విడిపించాలన్న ప్రయత్నం విఫలమయింది. ఇంటిలో బాంబు పేలడానిక్కారణం యశపాలేనని మదనగోపాల్ ఆరోపించాడు. "యశపాల్ - సుశీలాదేవి ప్రణయంలో మునిగిపోయారు. పరిహాసాలాడుతూ ఆల్మారాను తగలడం వల్లనే బాంబు పేలింది." అన్నాడు. భగవతీచరణ్ ప్రయోగించిన బాంబు విషయంలో కూడా సందేహం వెలిబుచ్చాడు. ఆ బాంబులు తయారు చేసింది యశపాల్. ప్రయోగించే సమయానికి లేకుండాపోయాడు. అతని ప్రవర్తన అనుమానాస్పదమైనదన్నాడు.

యశపాల్, ఢిల్లీ ఝుండేవాలాలోని రహస్యస్థావరానికి చేరాడు. అక్కడ కైలాసపతి వున్నాడు. కాన్పూరులో కేంద్రకమిటీ సమావేశం జరుగుతుంది. వెళ్ళాలని చెప్పాడు. కైలాసపతి, తాను తర్వాత వస్తానన్నాడు. స్టేషన్లో ఒక వ్యక్తి వుంటాడని చెప్పాడు. యశపాల్

కాన్పూరు చేరాడు. రైల్వేస్టేషనులో ఎవ్వరూ లేరు. వీరభద్ర తివారీ అక్కడ వుంటున్నాడు. అతనిపై పోలీసులు నిఘా లేదు. యశపాల్, తివారీ ఇంటికెళ్ళాడు. యశపాల్‌ను చూసి వీరభద్ర తివారి ఖంగారుపడ్డాడు. ఎందుకొచ్చావని అడిగాడు. "కేంద్ర కమిటీ సమావేశానికి వచ్చానని" యశపాల్ సమాధానమిచ్చాడు.

తివారీ: "నీవు అదృష్టవంతుడివి లేకపోతే నీ ప్రాణం పోయేది. కేంద్ర కమిటీ సమావేశం ఎప్పుడో అయిపోయింది. మిగతా విషయాలు నన్నేమీ అడగొద్దు. ఎవరి కంటబడకుండా యీ రాత్రికే వెళ్ళిపో" అన్నాడు.

కారణమేమిటని యశపాల్ మరీ మరీ అడిగాడు. తివారీ సందేహిస్తూ ఎవరికీ చెప్పనని వాగ్దానం చేస్తే నీకో రహస్యం చెపుతాను, ప్రమాణం చేయమన్నాడు. యశపాల్ వాగ్దానం చేశాడు.

వీరభద్రతివారీ: "నిన్ను రైల్వేస్టేషన్లో రిసీవ్ చేసుకోవడానికి వచ్చిన వ్యక్తి నిన్ను గుర్తించకపోవడం నీ అదృష్టం. లేకపోతే ప్రాణం పోయేది. నిన్ను చంపడానికి నిర్ణయం చేశారని" చెప్పాడు. సురక్షితమైన ప్రాంతానికి వెళ్ళమని పంజాబుకు మాత్రం వెళ్ళవద్దని సలహా యిచ్చాడు.

కేంద్ర కమిటీ తనను చంపాలని ఎందుకు నిర్ణయించింది? ఏమి తప్పు చేశావని యశపాల్ అడిగాడు.

తివారి: నీ మీద నీ మిత్రులకు విశ్వాసం పోయింది. నువ్వు సుఖానికి, షోకులకు మరిగావని, నీలో పిరికితనం వచ్చిందని అనుకుంటున్నారు. విప్లవానికి ద్రోహం చేస్తానని అభిప్రాయపడుతున్నారు.

"ఈ విషయం నేను చెప్పానని తెలిస్తే నా ప్రాణానికి ముప్పు వస్తుందని, నిన్ను చంపడం అన్యాయమని నీ ప్రాణాన్ని కాపాడటానికే రహస్యం చెప్పానన్నాడు". వీరభద్ర తివారి మరో విషయం కూడా చెప్పాడు. ప్రకాశవతి ప్రాణానికి కూడా ప్రమాద ముందన్నాడు.

యశపాల్ రహస్యంగా తిరిగి ఢిల్లీ చేరాడు. రహస్య స్థావరంలో వున్న ప్రకాశవతిని తీసుకొని తన బాల్య స్నేహితుడు దేవరాజ్ భల్లా ఇంటికి చేరాడు.

***

హెచ్. ఎస్. ఆర్.ఎ. నిర్మాణం దెబ్బతిన్నది. అంతర్గత విభేదాలు ఏర్పడ్డాయి. ముఖ్యంగా పంజాబులో రెండు గ్రూపులేర్పడ్డాయి. ఒకగ్రూపుకు ధన్వంతరీ – మరోదానికి ఇంద్రపాల్ నాయకులు . ఇంద్రపాల్‌ను యశపాల్ సమర్థించాడు. అతన్ని పంజాబు బాధ్యుడిగా ప్రకటించాడు. దాన్ని ధన్వంతరి ఖండించి పంజాబుకు తాను, సుఖదేవ్‌రాజ్ బాధ్యులమన్నాడు. యశపాల్ పంజాబు వెళ్ళి ఇంద్రపాల్ అతని అనుచరులతో చర్చలు జరిపాడు. ఆ సందర్భంలోనే దుర్గాదాస్‌ఖన్నాను కలిశాడు. యశపాల్‌ను పిలిపించింది చర్చల కోసం కాదు, కాల్చి చంపడానికేనన్న విషయం తెలుసుకున్నాడు. అతన్ని చంపాలన్న

కేంద్ర కమిటీ నిర్ణయం చెప్పాడు. ఆ విషయం ముందుగానే తెలుసు గాబట్టి యశపాల్ ఖంగారుపడలేదు. అదంతా ధన్వంతరి చేసిన కుట్ర, అతనే కేంద్ర కమిటీ పేరుతో చేస్తున్నాడు. ఏ విచారణ, ఏ నేరం లేకుండా కేంద్రకమిటీ ఎందుకు తనను కాల్చి చంపాలన్న నిర్ణయం చేస్తుందని అడిగాడు. ఒకవేళ అది సెంట్రల్ కమిటీ నిర్ణయమైనా ధిక్కరిస్తానని, తన సహచరులు ఆరుగురితో కలిసి తుపాకులతోనే తేల్చుకుంటానన్నాడు. ఆజాద్ ఎదురొచ్చినా భయపడనని ఆవేశంగా అన్నాడు. తాను ఏమి నేరం చేశానని దుర్గాదాస్‌ను మరోసారి అడిగాడు. దానికి దుర్గాదాస్ "నీమీద చాలా ఆరోపణలు చేశారు. ప్రకాశవతిని నీ స్వార్థం కోసం విప్లవ సంస్థలోకి తెచ్చి విప్లవ సంస్థకు కళంకం తెచ్చావు. ఆమె గౌరవాన్ని పెంచడానికి వేయి రూపాయల దొంగతనం ప్రేమనాథ్ మీద వేశావు. భగవతీచరణ్‌పై ఈర్ష్యతో అతని చేతిలో ప్రేలే బాంబు తయారుచేశావు. అజాగ్రత్తను ప్రకటించి అతని మరణానికి కారణమయ్యావు. భగత్‌సింగ్‌ను విడిపించడం నీకిష్టంలేదు. జవహల్‌పూర్ రోడ్ బంగళాలో బాంబు ప్రేలడానికి నువ్వే కారణం. బాంబు పేలడం వల్ల రహస్యం బయటపడుతుంది. భగత్‌సింగ్‌ను విడిపించే ప్లాను భగ్నమవుతుందనుకున్నావు. ఆ సమయానికి ఇంట్లో లేకుండా తప్పుకున్నావు. నీవు బయటికెళ్ళగానే బాంబు ప్రేలింది. అలా ప్లాను ప్రకారం ఏర్పాట్లు చేసుకున్నావు. ప్రకాశవతిని తీసుకొని పారిపోవాలని, సుఖజీవితం గడపాలనుకున్నావు. ఏ క్షణానైనా పోలీసులకు లొంగిపోయి రహస్యాలు చెప్పగలవన్నది, నీ మీద వున్న ఆరోపణలన్నా"డు.

యశపాల్: ఇవన్నీ ఈర్ష్యవల్ల కల్పించిన నేరాలు. వాళ్ళు చెప్పిన ప్రతిసందర్భంలోనూ ఎవరో ఒకరు నాతోపాటు వున్నారు. అలాంటి వాళ్ళు బయట కూడా వున్నారు. ఈ ఆరోపణలపై నన్నెందుకు ప్రశ్నించలేదు. ప్రకాశవతిని తీసుకొచ్చేముందు భగవతీచరణ్, ఆజాద్‌తో చర్చించాను. ఆమె వచ్చిన తర్వాత నా ప్రవర్తనలో ఎలాంటి మార్పురాలేదు. ఆ విషయం ఇంద్రపాల్‌కు కూడా తెలుసు. ప్రకాశవతిని నేను పిలిపిస్తే ముందుగా దుర్గాబాబీ దగ్గరికి ఎందుకు వెళ్ళింది.?" అన్నాడు.

విషయాలన్నీ చర్చించి పార్టీలో ఐక్యతను సాధించడానికి ధన్వంతరీతో మాట్లాడటం మంచిదని దుర్గాదాస్ ఖన్నా అభిప్రాయపడ్డాడు. యశ్‌పాల్ అంగీకరిస్తే ధన్వంతరీతో సమావేశం ఏర్పాట్లు చేస్తానన్నాడు. వాళ్ళిద్దరినీ కలిపాడు. ధన్వంతరీ - యశపాల్ అంగీకారంతో కేంద్ర కమిటీ సమావేశానికి ఏర్పాట్లు జరిగాయి.

ఢిల్లీలోని బాంబుల ఫ్యాక్టరీ రహస్య స్థావరంలో ధన్వంతరీ, ఆజాద్, కైలాసపతి వున్నారు. యశ్‌పాల్ - ఖయాలీ రాంగుప్త, ప్రకాశవతి, సుశీలాదేవిని వెంటబెట్టుకొని అక్కడికెళ్ళాడు.

యశ్‌పాల్ రావడం చూసి ఆజాద్ ఆగ్రహంతో "నలుగురిని వెంటబెట్టుకొని వచ్చి నన్ను భయపెడదామనుకున్నావా? అసలు వీళ్ళను ఎందుకు తీసుకొచ్చావు?నీకు ఆరుగురు మిత్రులున్నారని, వాళ్ళు నన్ను కాల్చి చంపడానికి కూడా వెనుకాడరన్నావట? ఎక్కడ వాళ్ళు? రమ్మను? తేల్చుకుందాం." అన్నాడు.

యశపాల్ - తనమీద లేనిపోని అపనిందలు వేశారని, తన వాదన వినకుండా నిజాలు తెలుసుకోకుండా, ఒక నిర్ణయానికి రావడం సరైనది కాదన్నాడు. చేసిన నిర్ణయం తప్పని, కొందరు మిత్రులు తనను సమర్థించేవారున్నారన్నాను తప్ప, దాడిచేస్తాను అని చెప్పలేదన్నాడు.

యశపాల్, ధన్వంతరీ వాదనలు విన్న ఆజాద్ పార్టీలో ముఠా తగాదాలు గమనించాడు. పరిష్కారమార్గంగా ధన్వంతరీని పంజాబుకు బాధ్యుడుగా నియమించాడు. యశపాల్ తనతో వుండాలన్నాడు.

ప్రకాశవతి, యశపాల్ భార్యాభర్తలుగా పార్టీ ఆమోదించింది.

అయినా, యశపాల్ - ధన్వంతరీ గ్రూపు తగాదాలు తొలగలేదు. మరింత తీవ్రమయ్యాయి. మరొకసారి సెంట్రల్ కమిటీ సమావేశం ఢిల్లీలోనే జరిగింది. ఆజాద్ సెంట్రల్ కమిటీ రద్దు చేశాడు. యిక ఎవరి దారి వారిని చూసుకోమన్నాడు. ఆజాద్ ఎవరినీ నమ్మలేని స్థితిలో పడ్డాడు. కొన్ని రోజుల తర్వాత ధన్వంతరీ పట్టుబడ్డాడు. హంసరాజ్ మినహా లాహోరులో కుట్రకేసులోని వారంతా అరెస్టయ్యారు. కైలాసపతి, మదనగోపాల్, ఇంద్రపాల్ మరికొందరు ప్రభుత్వ సాక్షులుగా మారారు.

త్వరలో లాహోరు కుట్రకేసు తీర్పు రానున్నది. అది భగత్‌సింగ్ ప్రాణానికే ముప్పు తేనున్నదని అందరూ వూహిస్తున్నదే. ఆ భయం భగత్‌సింగ్‌కు మాత్రం వున్నట్లు లేదు. నిబ్బరంగా తన అధ్యయనంలో మునిగిపోతున్నాడు. రానున్న ప్రమాదాన్ని గ్రహించిన మిత్రులు అతనికి రకరకాల సలహాలిచ్చారు. ఒక మిత్రుడు భగవంతుణ్ణి ప్రార్థించమని - ఆ దేవుడు దయదలిస్తే మేలు జరగొచ్చు. లేదా కనీసం మనసుకు శాంతైనా లభిస్తుందన్నాడు.

మిత్రుని మాటలు విని, "ఎన్ని కష్టాలెదురైనా ధైర్యంగా ఎదుర్కొన్న నాస్తికుల గురించి చదివాను. చివరివరకు - ఆఖరికి ఉరికంబం మీద కూడా తలెత్తుకు నిలవడానికి ప్రయత్నిస్తా" నన్నాడు. ఎలాగో సందర్భమొచ్చింది. అవకాశం చిక్కింది. దేవుని ఎడల తన అభిప్రాయం ఏమిటో తెలియచేయాలనుకొన్నాడు.

"ఎందుకు నేను నాస్తికుణ్ణయ్యాను?" అన్న వ్యాసాన్ని పూర్తిచేసి రహస్యంగా తన మిత్రుల కందజేశాడు.

ఎందుకు నాస్తికుణ్ణయ్యాను?

నాబుద్ధి శూన్యతకారణంగా సర్వశక్తి సంపన్నుడు, సర్వాంతర్యామి, సృష్టికర్తయైన దేవుడు లేడంటున్నానని నాపై విమర్శవుంది. ఈలాంటి ప్రశ్న వస్తుందని ఎన్నడూ వూహించలేదు, కొంతమంది మిత్రులతో చర్చల సందర్భంగా, వారితో నాపరిచయం స్వల్పమే దేవుడు లేడని నేను వాదనచేయడానికి కారణం నా గర్వమేనని భావించినట్లు అర్థమయ్యింది. ఏమైతేనేం. సమస్య చాలా క్లిష్టమైనది. నేను గొప్పలు చెప్పుకోదలచలేదు. నేను మనిషినే : అంతకంటే మరేంకాదు. మానవ బలహీనతనలు నాలోనూ వున్నాయి. గర్వంకూడా వుండొచ్చు. నా కామ్రేడ్సు కొందరు నేను నియంతలా ప్రవర్తిస్తానన్నారు.

చివరకు నా మిత్రుడు బి.కె.దత్ కూడా ఒక సందర్భంలో అదే అన్నాడు. నా అభిప్రాయాలను నెగ్గించుకోవడానికి నిరంకుశంగా ప్రవర్తిస్తానని కొంతమంది మిత్రులు ఆక్షేపణ చెప్పారు. కొంతవరకది యదార్థం, కాదనను. అది గర్వమే కావచ్చు. కానీ, నా వ్యక్తిగత జీవితానికి సంబంధించిన గర్వం మాత్రం కాదు. నా భావాలకు భిన్నమైన వాటినెదుర్కొనేటప్పుడు నాలో గర్వం కనిపించవచ్చు. దానిక్కారణం నా నమ్మకం. నా సిద్ధాంతం నాకిచ్చిన గర్వం. వ్యక్తిగతమైనది కాదు. అహంకారం నన్ను నాస్తికుణ్ణి చేసిందా? లేక నా పరిశీలన, అధ్యయనం, నాస్తికుణ్ణిచేసిందా? అదే చర్చించదలిచాను.

ముందుగా - గర్వం, అహంకారం ఒకటి కాదని చెప్పదలిచాను. నాకర్థం కాని విషయం - మితిమీరిన గర్వం - అహంకారం దేవుడు లేడనడానికి కారణమెలా అవుతాయి. నేనొక గొప్పవ్యక్తి గొప్పతనాన్ని శంకించడంలేదు. నేనొక మనిషిగా, భగవంతుడు లేదంటే గర్వమెలా అవుతుంది. ఒక మనిషి తాను భగవంతుడికి వ్యతిరేకినంటే - లేదా తానే భగవంతుణ్ణంటే అది అహంకారమో, గర్వమో అవుతుంది. ఈ రెండిట్లోను భగవంతుడున్నాడని చెప్పడం వుంది. పైగా రెండవదాంట్లో ఈ విశాల విశ్వాన్ని శాసించే ఆభగవంతుడు తానే అంటున్నాడు. రెండింట్లోను మౌలిక అంశం ఒకటే. అతని కానమ్మకముంది. ఏరకంగా చూసినా అతను నాస్తికుడుకాదు. మరినేను? నేను మొదటి రకంకాదు - రెండవ రకం అంతకంటే కాదు. సృష్టికర్త - సర్వాంతర్యామి ఎవరూలేరని నమ్మేవాణ్ణి. ఎందుకంటున్నానో తర్వాత వివరిస్తాను. ఇక్కడొక విషయం స్పష్టం చేయాలి. గర్వంకాదు నన్ను నాస్తికున్ని చేసింది. భగవంతుడికి శత్రువునుకాను - వారసుణ్ణికాను. అవతార పురుషుణ్ణి అంతకంటేకాదు. ఇది యదార్థం. నా నమ్మకానికి గర్వం కారణం కాదు. ఈ అపవాదును తొలగించడానికి కొన్ని వాస్తవాలు చెప్పాలి.

ఢిల్లీ బాంబుకేసు, లాహోరు కుట్ర కేసుల విచారణ సందర్భంలో నాకొచ్చిన కీర్తి - ప్రతిష్టలు బహుశా నా గర్వానిక్కారణమై వుంటాయని నా మిత్రుల అభిప్రాయం. ఇది యదార్థమా? నా నాస్తికత్వం ఈనాటిది కాదు - యవ్వనంలో వున్నప్పుడే దేవుడ్ని విశ్వసించడం మానేశాడు. అప్పుడు నేనెవరో వారికి తెలియదు. ఒక సామాన్య కాలేజి విద్యార్థిగా కీర్తి, ప్రతిష్ట, గర్వంతో నాస్తికుడు కాలేదు. అప్పుడున్న కొంతమంది అధ్యాపకులు పొగడినా, మరికొందరు అయిష్టపడేవాళ్ళు. కష్టపడి చదివేవాణ్ణి కాదు. పేరుగల విద్యార్థిని కాను. నేనేమీ చూసుకుని గర్వపడతాను. సిగ్గుపడే మనస్తత్వం, భవిష్యత్ ఎడల నైరాశ్యం వుండేది. ఆనాడు పూర్తి నాస్తికుణ్ణి కాను. మాతాత పెంపకంలో, ఛాందస అర్య సమాజవాద ప్రభావంలో పెరిగాను. అర్యసమాజవాది ఏమైనా కాగలడు కానీ నాస్తికుడు మాత్రం కాలేదు. ప్రాథమిక విద్య తర్వాత లాహోరు డి.ఎ.వి. స్కూల్లో చేరాను. బోర్డింగులో ఒక సంవత్సరం వున్నాను. అప్పుడు ప్రతిరోజూ ఉదయం - సాయంత్రం ప్రార్థన, గంటల తరబడి గాయత్రీజపం చేసేవాణ్ని. అప్పుడు పరమభక్తుణ్ణి. ఆ తర్వాత మా తండ్రిగారి వద్ద వున్నాను. మతవిషయంలో విశాల దృక్పథం కలవాడు. ఆయన బోధన ప్రభావం వల్లనే స్వాతంత్ర్యం కోసం నా జీవితాన్ని అర్పించాలన్న సంకల్పం కలిగింది. అతను

నాస్తికుడు కాదు. పరమభక్తుడు. ప్రార్థన చేయమని ప్రోత్సహించేవాడు. ఈ వాతావరణంలో పెరిగాను.

సహాయ నిరాకరణోద్యమ కాలంలో లాహోరు జాతీయ కళాశాలలో చేరాను. అక్కడే, మతాలగురించి, దేవుడి గురించి, ఆలోచన, చర్చ, విమర్శ ప్రారంభించాను. అయినా భక్తుడుగానే వున్నాను. దేవుడున్నాడనే దృఢ విశ్వాసం వుండేది. గడ్డం మీసాలు, తలవెంట్రుకలు పెంచానంటే మత సంప్రదాయం, సిక్కు మత విశ్వాసం, లేక మరో మత పరమైన కారణం వల్ల కాదు.

ఆ తర్వాత విప్లవ పార్టీలో చేరాను. నాకు పరిచయమైన మొదటి నాయకుడు భగవంతుడు లేడని ధైర్యంగా చెప్పలేక పోయాడు. నన్ను ఒప్పించలేక పోయాడు. దేవుడున్నాడా? అనడిగితే "నీకెప్పుడు ప్రార్థించాలనిపిస్తే అప్పుడు ప్రార్థించు" అనేవాడు. ధైర్యంలేని నాస్తికుడతడు. ఆ తర్వాత కలిసిన మరో నాయకుడు పూర్తిగా ఆస్తికుడు. అతనెవరో చెప్పాలి. అతను గౌరవనీయుడైన సచీంద్రనాథ్ సన్యాల్. ప్రస్తుతం కకోరి కుట్ర కేసులో జీవిత శిక్ష గడుపుతున్నాడు. అతను రాసిన ఏకైక గ్రంథం "బంధీజీవన్", మొదటి పేజీ నుండే భగవంతుని మహిమలను ప్రస్తుతించాడు. అత్యుత్తమమైన ఆ గ్రంథం రెండవ భాగం వేదాంతం, ఈశ్వర సంకీర్తన, భగవత్ జపం, అతని భావాలకు అద్దం పట్టాయి. ప్రాసిక్యూషన్ కథనం ప్రకారం, జనవరి 28, 1925 నాడు దేశ వ్యాపితంగా పంచిన "విప్లవ కరపత్రం" సృష్టికర్త అతనే. ఆ రహస్య పత్రంలో వెలిబుచ్చిన అభిప్రాయాలు వ్యక్తిగతంగా అతనికి ప్రియమైనవి కావచ్చు. కానీ, అభిప్రాయ భేదాలున్న మిగతా కార్యకర్తలందరూ దాన్ని అంగీకరించాలా! అందులో ఒకపేరా పూర్తిగా ఆ సర్వాంతర్యామి, ఆయన లీలలు, మహిమలే వున్నాయి. అదొక భక్తి పారవశ్యంలో రాసింది. విప్లవకారుల్లో కూడా ఆ నమ్మకాలు పూర్తిగా తొలగిపోలేదని చెప్పదలిచాను. ప్రఖ్యాతిగాంచిన కకోరి వీరులు నలుగురూ, చివరిరోజు ప్రార్థనతో గడిపారు. రాంప్రసాద్ బిస్మిల్ చాంధన ఆర్యసమాజవాది. రాజేంద్రలాహిరి – సోషలిజం – కమ్యూనిజం సిద్ధాంతాలను అధ్యయనం చేసినా, చివరిరోజు గీత, వేదశ్లోకాలు పఠించాడు. వారిలో నేనొక వ్యక్తినే చూశాను. అతనెప్పుడూ ప్రార్థన చేయలేదు. ఇప్పుడు జీవిత ఖైదుగా వున్నాడు. "మానవ బలహీనత, విజ్ఞానలోపమే దైవత్వానిక్కారణ" మనేవాడు. కానీ, దేవుడులేదని చెప్పలేకపోయాడు.

అప్పటికి నేనొక వుద్రేక, వూహాజనిత విప్లవకారుణ్ణి మాత్రమే, ఉద్యమంలో అనుచరులం మాత్రమే. ఇప్పటి పరిస్థితి వేరు. బాధ్యతలు మీద పడ్డాయి. పరిస్థితుల వల్ల కొంతకాలం పార్టీ వునికికే ప్రమాదమేర్పడింది. ఉత్సాహవంతులైన కామ్రేడ్స్, నాయకులే హేళన చేయడం మొదలయ్యింది. కొంతకాలానికి నాక్కూడా మా కార్యక్రమంపై నమ్మకం పోతుందేమోనన్న భయం కలిగింది. అది విప్లవ జీవితంలో మలుపు అయ్యింది. అధ్యయనం చేయాలన్న ఆలోచన నామెదడును తట్టిలేపింది. ప్రత్యర్థుల ప్రశ్నలకు సమాధానం చెప్పాలి. నా భావాలను వొప్పించడానికి నాకో కవచం కావాలి. దానికి అధ్యయన మొక్కటే మార్గమని తెలుసుకున్నాను. నా గత నమ్మకాలు. అభిప్రాయాలతో గణనీయమైన మార్పులొచ్చాయి.

మా ముందు తరానికి చెందిన విప్లవకారులకు హింసాయుత పద్ధతిపైననే నమ్మకముండేది. భావోద్రేకం, గుడ్డి నమ్మకాలు పోయాయి. వాస్తవికత మా విధానమయ్యింది. అనివార్యమైతే తప్ప హింస పనికిరాదని, శాంతియుత మార్గాలతో ప్రజా ఉద్యమాలను నిర్మించాలని తెలుసుకున్నాం. మా విధానం మారింది. ప్రధానంగా ఏ లక్ష్య సాధనకు పోరాడుతున్నామో స్పష్టమయ్యింది. కార్యాచరణకు ప్రధాన కార్యక్రమాల్లేనందున ప్రపంచ విప్లవానికి సంబంధించిన అనేక అంశాలను అధ్యయనం చేయడానికి అవకాశం చిక్కింది. అరాచకవాది బకునిన్, కమ్యూనిస్టు సిద్ధాంత మూల పురుషుడు మార్క్స్, తమదేశంలో తొలి విప్లవాన్ని విజయవంతంచేసిన లెనిన్, ట్రాట్స్కీ మొదలైన వారి రచనలు ఎక్కువగా చదివాను. వారంతా నాస్తికులే. "దేవుడు – రాజ్యం" అన్న బకునిన్ రచన సవివరంగా లేకపోయినా ఎంతో ఆసక్తికరంగా వుంది. ఆ తర్వాత నిర్మలాంబస్వామి రచన "ఇంగితజ్ఞానం" చదివాను. అందులో స్వాప్నిక నాస్తికత్వం గోచరిస్తోంది. నాస్తికత్వం పై నాకాసక్తి పెరిగింది. 1926 చివరినాటికి విశ్వాన్ని సృష్టించి, శాసించి, నడిపించే సర్వాంతర్యామెవరూ లేరని ధృవపడింది. నానమ్మకాన్ని వ్యక్తం చేశాను. మిత్రులతో చర్చించాను. పూర్తిగా నాస్తిక వాదినయ్యాను. అంటే ఏమిటో వివరించాలి.

1927 మేలో, లాహోరులో నన్ను పోలీసులు అకస్మాత్తుగా పట్టుకున్నారు. పోలీసులు వెంటాడుతున్నారని గమనించలేదు. ఒక తోటలో నుండిపోతుండగా చుట్టుముట్టడం చూశాను. నేను చలించలేదు. ఆవేశం, ఆందోళన పడలేదు. తీసుకెళ్ళి ఆ రోజంతా పోలీస్టేషన్లో వుంచారు. మరుసటిరోజు రైల్వే పోలీస్ లాకప్‌కు తీసుకెళ్ళారు. నెలరోజులక్కడే వుంచారు. పోలీస్ అధికారులతో చర్చల ద్వారా నన్నెందుకు అరెస్టు చేశారో తెలిసింది. కకోరి పార్టీతో నా సంబంధం, విప్లవోద్యమం, యితర కార్యక్రమాల్లో నాపాత్ర కారణమని చెప్పారు. కకోరి కేసు విచారణ జరుగుతున్నప్పుడే నేను లక్నో వెళ్ళి, వారిని తప్పించడానికి పథకం వేశానని, వారి అనుమతితో మేము కొన్ని బాంబులు సేకరించామని, బాంబును పరీక్షించేందుకు 1926 దసరా రోజున జనసమూహంపై విసిరామని చెప్పారు. నా శ్రేయస్సు కోరి చెబుతున్నామని మరో విషయం కూడా చెప్పారు. విప్లవ పార్టీ రహస్యాలు, కార్యక్రమాలు వెల్లడిజేస్తే ఏ కేసూ లేకుండా విడిచి పెడతామన్నారు. అప్రూవర్‌గా కోర్టుకు రావలసిన పనిలేదన్నారు. తగిన బహుమానం కూడా వుంటుందన్నారు. నవ్వుకున్నాను. అదంతా బూటకం, మా భావాలుగలవారు తమ అమాయక ప్రజలపైనే బాంబు ఎలా వేస్తారు? ఒకరోజు పొద్దున్నే ఒక సీనియర్ సిఐడి సూపరింటెండెంట్ న్యూమన్ వచ్చాడు. నాపై అభిమాన మొలకబోశాడు. వారు చెప్పినట్లు చేయకపోతే, ప్రభుత్వంపై యుద్ధం ప్రకటించారన్న నేరంతో కకోరి కుట్రకేసులో నన్నిరికిస్తానన్నాడు. దసరా సందర్భంగా బాంబు విసిరి అమాయకులు ప్రాణాలు తీసిన నేరంతో జైలుకు పంపుతానని బెదిరించాడు. రుజువు చేయడానికి, ఉరిశిక్ష విధించడానికి కావలసిన సాక్ష్యాధారాలున్నాయన్నాడు. ఆ రోజుల్లో పోలీసులు తలచుకుంటే ఏమైనా చేయగలరన్న అభిప్రాయం నాకుండేది. మరికొంత మంది అధికార్లు రెండు పూటలా ఆదేవుని వేడుకొమ్మని సలహా యిచ్చేవారు.

కానీ నేనిప్పుడు నాస్తికుణ్ణి, ఏ బాధలేక ఆనందంగా, ప్రశాంతంగా వున్నప్పుడు నాస్తికుణ్ణని గర్వంగా చెప్పుకోగలను. కానీ, యిలాంటి గడ్డు సమయాల్లో నిబ్బరంతో దానికి కట్టుబడి ఉండగలనా? అన్నది రుజువు చేసుకోవాల్సి వచ్చింది. దీర్ఘంగా ఆలోచించాను, దేవుణ్ణి నమ్మడం, ప్రార్థించడం అజ్ఞానమనుకున్నాను. నా నమ్మకానికే కట్టుబడివున్నాను. నిజానికి నాకది పరీక్షా సమయం, పరీక్షలో గట్టిగా నిలిచాను. ఉరికంబం నుండి తప్పుకోవాలన్న భయంతో ఒక్క నిమిషం కూడా వేరే ఆలోచన నాలో రాలేదు. కచ్చితంగా దేవుడుంటే నమ్మకం లేనివాణ్ణి. నాటి నుండి అలాగే వున్నాను. ఆ పరీక్షలో తట్టుకోవడం సామాన్యమైనది కాదు. దేవుణ్ణి నమ్మేవాళ్ళకు అలాంటి సమయాల్లో కొంత ప్రశాంతత కలుగుతుంది. ఓదార్పునిస్తుంది. ఆ నమ్మకం కొంత ధైర్యాన్ని, ఆత్మనిబ్బరాన్నిస్తుంది. ఆనమ్మకం లేనివాడు తనపైతానే ఆధారపడాల్సి వుంటుంది. విపత్కర పరిస్థితుల్లో, కష్టాలొచ్చినప్పుడు స్వతంత్రంగా నిలవడం సామాన్య విషయం కాదు. అటువంటి సమయాల్లో అహంకారం, గర్వం ఏదైనా వుంటే దెబ్బకు ఎగిరిపోతుంది. అందరూ అవునన్న దాన్ని ఒక్కరు కాదనడం సాహసమే అవుతుంది. అలా చేయగలిగితే అతనిలో అహంకారానికి మించిన శక్తేదో వుండాలి. అక్షరాలా అదే నాస్థితి.

వారం రోజుల్లో తీర్పు రానున్నది. అదెలా వుంటుందో నాకు తెలుసు. ఒక ఆదర్శంకోసం ప్రాణత్యాగం చేస్తున్నానన్న సంతృప్తి తప్ప యింకేముందినాకు? ఆస్తికుడైన హిందువైతే మరో జన్మలో తానొక రాజునో, మహారాజునో అవుతానని కలల గంటాడు. ముస్లిం – క్రిస్టియన్ అయితే తన కష్టాలకు, చేసిన త్యాగాలకు ప్రతిఫలంగా స్వర్గసుఖాలు ఆశిస్తాడు. మరి నేనేం ఆశించను?నా కంఠానికి ఉరితాడు చుట్టుకొని పాదాల కింది చెక్కలు పక్కకు తప్పుకున్న మరుక్షణం– అదే నాకు అంతిమ క్షణమని తెలుసు. వేదాంత భాషలో చెప్పాలంటే అంతటితో నాఆత్మ ఆగిపోతుంది. ఆ తర్వాత యిక మిగిలేదేమీ వుండదు. ఆ దృష్టితో ఆలోచించినప్పుడు నిరంతరం సాగే పోరాటంలో పెనవేసుకున్న యీ కొద్దిపాటి జీవితమే నాకో గొప్ప బహుమానంగా భావిస్తాను. ఈ లోకం లేదా మరో లోకంలో ప్రతిఫలం పొందాలన్న కోరిక, స్వార్థంలేదు. నిస్వార్థంగా దేశ స్వాతంత్ర్య పోరాటానికి నా జీవితాన్ని అంకితం చేశాను. వేరే విధంగా చేయలేను. మానవాళి సంక్షేమాన్ని, విముక్తిని కోరి తమ జీవితాలను అర్పించాలనే సంకల్పసిద్ధి కలిగిన స్త్రీ, పురుషుల సంఖ్య పెరిగిన రోజు – ఆ రోజే స్వేచ్ఛాయుగానికి నాందీవాచకమవుతుంది.

పీడించేవాళ్ళను, దోపిడీ చేసేవాళ్లను నిరంకుశుల్ని ఎదిరించి పోరాడుతున్నామంటే దానికి పారితోషికంగా భవిష్యత్తులో ఏదో పొందాలన్నది కాదు వుండవలసింది. మానవజాతి శిరస్సు పై నుండి దాస్యమనే కుంపటిని దించాలనీ, స్వేచ్ఛను, సౌఖ్యాలను సాధించాలన్న సంకల్పం కావాలి.

అటువంటివారు వ్యక్తిగతంగా నష్టం కలిగినా, విశాల దృక్పథంతో వుత్తమ మార్గం, ఉన్నత ఆశయం గౌరవంగా ఎంచుకుంటారు. అది నిస్సహాయత, లేదా వ్యర్థమని

వక్రీకరించగలరా? అలాంటి నీచమైన నిందారోపణ ఎవరు చేయగలరు? మూర్ఖుడో, మోసగాడో తప్ప. ఒకవేళ ఎవరన్నా వుంటే– గుండెల నిండిన వుద్రేకాన్ని, ఉత్తేజాన్ని, మహోన్నత ఆదర్శం కోసం పడే తపనను అర్థం చేసుకోలేనివాడని క్షమించేద్దాం. వాడి గుండె ప్రాణం లేని మాంసం ముద్ద, వాడి కళ్ళు వాడిలేని బలహీన నీలాలనుకుందాం. దుష్ట ప్రయోజనాల ప్రభావం వాణ్ణలా చేశాయనుకుందాం. ఆత్మ విశ్వాసం ఎప్పుడూ వ్యర్థంగానే భావిస్తున్నారు. ఇది విచారకరం – అయినా చేయగలిగిందేమిలేదు.

అందరూ నమ్మేది కాదన్నా. ఒక హీరోగా, గొప్ప వ్యక్తిగా పేరొందిన వ్యక్తి తప్పును విమర్శిస్తే, అతనికి పేరుంది మచ్చలేని వ్యక్తి కాబట్టి, విమర్శించిన నిన్నే అహంభావి అంటారు. దీనిక్కారణం వారి మానసిక వికాస లోపమే, విమర్శ స్వతంత్ర ఆలోచనా లక్షణం ప్రతి విప్లవకారుడికి వుండవలసిన విడదీయరాని రెండు ప్రధాన లక్షణాలు. మహాత్ముడు గొప్పవాడు. కాబట్టి అతన్నెవరు విమర్శించరాదు. ఎందుకంటే అతను వున్నతుడు. రాజకీయాల్లో, మత విషయాల్లో, ఆర్థిక రంగంలో, నీతి సూత్రాల్లో అతడు చెప్పేదే వేదం. నీవు నమ్మినా – నమ్మకపోయినా –"అవును" "అది నిజ" మనాలి. ఈ మానసిక ధోరణి ప్రగతికి ప్రతిబంధకం, అభివృద్ధి నిరోధానికి మార్గమవుతుంది. మన పూర్వీకులు కొన్ని నమ్మకా లేర్పరచుకున్నారు. సర్వశక్తి సంపన్నుడు – సర్వాంతర్యామియైన దేవుడొకరున్నారని నమ్ముతున్నారు. దానికి భిన్నంగా మాట్లాడినా, దేవుడనే వారెవరూ లేరని ధైర్యంగా చెప్పినా, అతను మత భ్రష్టుడు, ధర్మాన్ని వీడినవాడన్న ముద్రవేస్తారు. అతను వాదనతో ఎదుటివాణ్ణి తిప్పి కొట్టగలిగినా, అతన్ని డాంబికుడంటారు, భగవంతుడి ఆగ్రహానికి గురవుతాడని భయపెడతారు. అహంభావిగా, అతని భావాలు వ్యర్థమైనవిగా చిత్రీకరిస్తారు. నిరర్థకమైన ఈ అంశంతో సమయాన్ని వ్యర్థం చేసేకంటే మొత్తం విషయాన్నే ఎందుకు పరిశీలించకూడదు? అదిప్పుడు మొదటిసారిగా ప్రజల ముందుకొచ్చింది. సుదీర్ఘంగా పరిశీలించవలసిన అంశంగా మారింది.

నన్ను నాస్తికుణ్ణి చేసింది నా అహంభావం కాదని ముందుగా స్పష్టం చేశాననుకుంటాను. నా సమాధానాలు, వాదన, సమర్థనీయమో – కాదో తేల్చవలసింది నేనుకాదు పాఠకులు. వాస్తవానికి నేడు నేనున్న పరిస్థితుల్లో దేవుడిపై విశ్వాసముంటే ఎంతో సులభంగా వుండేది. సంతృప్తి నిచ్చేది. లేనందువల్ల పరిస్థితులు జటిలమయ్యాయి. ముందు ముందు మరింత తీవ్రతరం కావచ్చు. ఏమాత్రం భక్తి పారవశ్యమున్నా మానసిక వుల్లాసాన్నిచ్చేది. కానీ, నా ముందున్న గడ్డు పరిస్థితి నెదుర్కొనడానికి నాకా మత్తక్కరలేదు. వాస్తవికతను నమ్మేవాణ్ణి, హేతువాద దృక్పథంతో నాలోని బలహీనతలను అధిగమించాలను కుంటున్నాను. అన్ని సందర్భాల్లో విజయం సాధించలేకపోవచ్చు. ప్రయత్నం మానవ ధర్మం. ఆ కృషికి ఫలితం పరిస్థితులు. అవకాశాన్ని బట్టి వుంటుంది.

ఇక రెండో ప్రశ్న అహంభావం కాకపోతే, భగవంతుడున్నాడని చిరకాలంగా సమాజమంతా విశ్వసిస్తున్న దాన్ని కాదనడానిక్కారణ మేమిటి? కారణముంది. ఏమాత్రం

వాస్తవిక పరిశీలనా శక్తి వున్న మనిషైనా తన చుట్టూ వున్న వాతావరణాన్ని పరిశీలిస్తాడని నా అభిప్రాయం. ఆధారంలేని చోట వేదాంతం చోటు చేసుకుంటుంది. ముందే చెప్పినట్లు "వేదాంతం మానవ బలహీనతకు దర్పణమని" ఒక విప్లవకారుడు చెప్పింది యదార్థం.

మన పూర్వీకులు తీరిక సమయాల్లో ప్రకృతి రహస్యాన్ని భూత - వర్తమాన - భవిష్యత్తు నడకకు తెలుసుకోవాలని ప్రయత్నించారు. సరైన ఆధారాలు ఆనాడు వారికి దొరకలేదు. ఎవరికి తోచినట్లు వారు వ్యాఖ్యానించారు. కాబట్టి, వివిధ మత బోధనల్లో భిన్నత్వం కనిపిస్తోంది. కొన్ని పరస్పర వైరుధ్యాలు కూడా వున్నాయి. ప్రాచ్యదేశ మతాల్లోని ముస్లిం మత విశ్వాసానికి - హిందూ మతానికి వైరుధ్యం వుంది. భారతదేశంలోనే బౌద్ధ - జైన మతాలకు, కొన్ని సందర్భాల్లో బ్రాహ్మనిజానికి" వైరుధ్యాలున్నాయి. బ్రాహ్మనిజంలో ఆర్యసమాజ్, సనాతన ధర్మమనే వివిధ శాఖలున్నాయి. చార్వాకుని స్వతంత్ర భావాలు వుండనే వున్నాయి. ఆనాడే అతను భగవంతుణ్ణి సవాల్ చేయగలిగాడు. ఇవన్నీ మౌలిక సమస్యతో విభేదిస్తున్నాయి. ఎవరికి వారు తమదే గొప్పదని నమ్ముతున్నారు. అదే మన దౌర్భాగ్యం.

మన పూర్వీకులైన మేధావులు. తాత్వికులు, విద్వాంసులు ఆలోచనలు, అనుభవాలు అనేకం వున్నాయి. వాటి ఆధారంగా అజ్ఞానాన్ని దూరం చేసుకుని సమస్యను పరిష్కరించవచ్చు - ప్రగతిని సాధించవచ్చు. మతం మతమంటూ ఆ మైకంలోపడి మానవ ప్రగతికే అవరోధంగా తయారయ్యాయి.

ప్రగతి కోరే ప్రతి మనిషి తన బుద్ధితో ఆలోచించగలగాలి. మూఢ నమ్మకం వీడి, గుడ్డి నమ్మకాలను సవాల్ చేయాలి. తరతరాలుగా పాతుకుపోయిన మూఢ నమ్మకాలను బద్ధలు చేయాలి. పరిశీలన ద్వారా ఎందులోనైనా వాస్తవం కనిపిస్తే, అది నా సిద్ధాంతమైనా, మతమైనా ఆహ్వానించదగిందే. అది అవాస్తవమైనదని అనుకున్నప్పుడు - తనకున్న పరిమిత జ్ఞానంతో పరిశీలనా ప్రయత్నం చేసినా అజ్ఞానాన్ని దూరం చేసుకోగలడు. అదే పరిశీలనా దృష్టితో వుంటే ఆ వ్యక్తిలో మార్పుకు అవకాశముంటుంది. కేవలం గుడ్డి నమ్మకమే కారణమైతే ప్రమాదకరం. అది బుద్ధిని మందగింపజేస్తుంది. మనిషిని అభివృద్ధి నిరోధకునిగా మారుస్తుంది. హేతువాదియైన ప్రతి వ్యక్తి పురాతన నమ్మకాలను మొత్తంగా పరిశీలనగా చూడాలి. అందులో యదార్థం లేకపోతే ఆ నమ్మకం కుప్పకూలిపోతుంది. అప్పుడు పురాతన భావాల్లోని అంధత్వం తొలగించి నూతన భావాలను ప్రవేశపెట్టాలి. గతమంతా చెత్తనికాదు. గతం నుండి మత విశ్వాసాల నుండి మంచిని స్వీకరించి ప్రగతికి వాడుకోవాలి. ఈ అంశంపై నేనెక్కువగా అధ్యయనం చేయలేదని అంగీకరిస్తాను. పాశ్చాత్య తత్వశాస్త్రం అధ్యయనం చేయాలనివున్నా, సమయం, అవకాశం దొరకలేదు. అయితే, దానికి తద్విరుద్ధమైన అంశాన్ని ప్రస్తుతం అధ్యయనం చేస్తున్నాను.

మూఢ నమ్మకాలను ప్రశ్నించే స్థితికెదిగాను. ప్రకృతిని నడిపించే, శాసించే దివ్యశక్తి సర్వాంతర్యామెవరూ లేరని గట్టిగా నమ్ముతాను. ప్రకృతి యదార్థం. ఆ ప్రకృతిని తన

అవసరాలకనుగుణంగా మార్చుకోవడం ప్రగతిశీల ఉద్యమ కర్తవ్యం. అంతేగాని అదృశ్య, దివ్యచోదకశక్తేది లేదని మాభావన– అదే మా తాత్విక చింతన.

ఈ సందర్భంగా ఆస్తికులకు నాదో ప్రశ్న: సర్వాంతర్యామి, సర్వమెరిగిన వాడు. సర్వశక్తి సంపన్నుడైన దేవుడనే వాడుంటే, ఈ ప్రపంచాన్నెందుకు సృష్టించాడో చెప్పమనండి ఈ లోకంలో ఏ ఒక్కరూ సంతోషంగా లేరే! బాధలు, వ్యధలు నిత్యం ఎన్నెన్నో ఘోరాలకు నిలయంగా మారిందెందుకో చెప్పమనండి. అది దేవుడు చేసిన నియమమంటారా? అంటే అతను కూడా కొన్ని విషయాలకు బద్ధుడన్నమాట! మరి సర్వశక్తి సంపన్నుడెలా అవుతాడు? మనలాగే తానొక బానిసే. అతని ఆనందం, మహిమ,– లీలలంటారేమో! నీరో చక్రవర్తి తన ఆనందం కోసం ఒక్క రోమ్ నగరాన్నే భస్మం చేశాడు. కొద్దిమందినే చంపాడు. కొన్ని ఘోరాలే చేశాడు. అవన్నీ అతని ఆనందంకోసం. ఫలితంగా చరిత్రలో అతనేమయ్యాడు. క్రూరుడు! దుర్మార్గుడు, దుష్టుడు, నిర్దయుడు, నిరంకుశుడని ఎన్ని రకాలుగా చరిత్రకారులు ద్వేషిస్తూ పేజీలు పేజీలు రాసేశాడు. అలాగే చెంఘిజ్ ఖాన్ – తన ఆనందం కోసం కొన్ని వేలమంది ప్రాణాలు బలిగొన్నాడు. అతన్నెందుకు ద్వేషించాలి. అంతకంటే ఎన్నెన్నో ఘోరాలు తన ఆనందం కోసం చేస్తున్న సర్వాంతర్యామి, సృష్టికర్త, మీ దేవుణ్ణెలా సమర్థిస్తారు? ప్రతిరోజు, ప్రతి గంట, ప్రతి నిమిషం లెక్కలేనన్ని ఘోరాలు చేసే శాశ్వత నీరోను ఎలా సమర్థిస్తారు? నేనడుగుతున్నా? యీ ప్రపంచాన్నెందుకు అశాంతికి నిలయం చేశాడని. నరక కూపంగా మార్చాడని? సృష్టిని ఆపే శక్తి వుంటే సృష్టించకుండా వుండొచ్చుగా? దీనికి మీ సమాధానమేమిటి? మీరంటారేమో? కష్టాలకు మోక్షం వుంటుందని – తగిన ఫలితం వస్తుందని, తప్పుజేసిన వారికి మరో జన్మలో దండన వుంటుందని – అమాయకుల్ని రక్షించడానికి, దుష్టుల్ని దండించడానికైతే, ముందుగా గాయపరిచి, హింసించి, ఆ తర్వాత మందు రాయడమెందుకు? చాలా బాగుంది. ప్రాచీన రోమ్ పాలక వ్యవస్థలో ఆకలిగొన్న సింహాలముందు మనుషుల్ని తోసేవారు – సింహాలు అతన్ని ముక్కలు ముక్కలుగా చేస్తుంటే మురిసిపోయేవారు – పొరపాటున అతను బతికి బయటపడితే గౌరవించేవారట. అలాగే వుంది. ఆ దేవుడు ఈ ప్రపంచాన్ని – అందులో మానవుల్నెందుకు సృష్టించాడు? తన ఆనందం కోసమా? అయితే ఆ నీరోకూ – ఈదేవుడికీ తేడా ఏమిటి?

మహమ్మదీయులకు – క్రైస్తవులకు నాదో ప్రశ్న. మీకు పూర్వజన్మ మీద నమ్మకముందా? హిందూ తత్వశాస్త్రం ఈనాటి కోతర్కం చెబుతోంది.

హిందువుల్లాగా గత జన్మ సుకృతాల ఫలితమే ఈ కష్టాలని మీరు చెప్పలేరే? ఈ లోకాన్ని సృష్టించడానికి ఆరురోజులు ఆలోచించి, ఆ శక్తి వంతుడైన దేవుడు మంచివాళ్ళను సృష్టించాడనిగదా మీ నమ్మకం. తన సృష్టి సవ్యంగా, సక్రమంగా వుందని సంతృప్తి పడతాడని కదా! మీ విశ్వాసం. చరిత్రను చూడండి. ఈనాటి పరిస్థితి చూసి “అంత సవ్యంగానే వుందని” చెప్పమనండి. చెరసాలల మగ్గేవాళ్ళు – ఆకలితో అలమటించేవాళ్ళు

– మురికివాడల పూరిగుడిసెల్లో బతుకులీడ్చే లక్షలాది అభాగ్యులు – పెట్టుబడిదారులు జలగలవలె తమ రక్తాన్ని పీల్చేస్తున్నా నిస్సహాయులైనవాళ్ళు, శ్రమశక్తిని ధారబోసి సృష్టించిన సంపదనంతా ధనార్జనపరులు, దోపిడీదారులు దోచేస్తున్నా – కడుపులు కాలుతున్న కన్నీళ్ళతో కాలం గడిపేవాళ్ళు – మానవ ఎముకలతో రాజమందిరాలు నిర్మించబడుతున్నాయి. ఇవన్నీ చూసి చెప్పమనండి– అంతా భేష్‌గా వుందని.

ఎందుకు మౌనం పాటిస్తున్నాడు? ఎందుకు ఇదంతా చేస్తున్నాడు? అదే నా ప్రశ్న? హిందువులంటారు: ఇదంతా పూర్వజన్మ సుకృతమని – సరే! ఇప్పుడు దోపిడీ చేసే వాళ్ళంతా గత జన్మలో పుణ్యం చేసుకున్నారని దానికీ జన్మలో అనుభవిస్తున్నారని. ఈతర్కం చాలా చాకచక్యంతో మన పూర్వీకులు మీకిచ్చారు. అదెంతవరకు నిలుస్తుందో చూద్దాం. దేనికైనా కొన్ని మూల సూత్రాలుంటాయి. శిక్షకూడా మూడు, నాలుగు మూలసూత్రాల ఆధారంగా వుంటుందన్నది సుప్రసిద్ధ న్యాయ శాస్త్రవేత్తల అభిప్రాయం. వాటి ఆధారంగా శిక్షలు విధించబడతాయి. అవి, తప్పుకు తగిన దండన విధించడం. తప్పు చేసినవాణ్ణి సంస్కరించడం. తప్పు జరగకుండా చూడటం.

ఇందులో రెండో పద్ధతి, తప్పుచేసిన వాణ్ణి సంస్కరించి మళ్ళీ తప్పుచేయకుండా తీర్చిదిద్దడమే సరియైన విధానమన్నది. ఈనాటి ప్రగతి శీలుర అభిప్రాయం. తన తప్పును తాను తెలుసుకుని సమాజంలో మంచి పౌరుడుగా మారాలన్నది దీని భావన. కానీ, తప్పుచేసిన వాళ్ళకు ఆదేవుడు విధించే శిక్షలెలాంటివి? చెట్టుగానో, పుట్టగానో, పిల్లిగానో, కుక్కగానో, ఆవుగానో పుట్టమని శపించడం. ఇటువంటివి 81 లక్షల రకాల శిక్షలున్నాయంటారుగా, గత జన్మలో చేసిన పాపానికి ఈ జన్మలో గాడిదలా పుట్టిన వాళ్ళెవరో చూపండి? ఒక్కరూ లేరే! మీ పురాణాల పిట్టకథలు వద్దు. వాటి ప్రస్తావన నాకక్కరలేదు. అన్నిటికంటే ఈ లోకంలో దరిద్రుడుగా పుట్టడమే మహాపాపం. దానికి మించిన శిక్షలేదు. న్యాయమూర్తులు, న్యాయనిర్ణేతలు. న్యాయాన్ని కాపాడాలనే ఏ అధికారో ఈలాంటి శిక్ష విధిస్తే మీ రంగీకరిస్తారా? పేదరికమనే శిక్ష అతను మరిన్ని నేరాలు చేయడానికి పురికొల్పుతుంది. మీ దేవుడికీమాత్రం తెలియదా? మానవజాతి అనుభవిస్తున్న దుర్భర దారిద్ర్య బాధలన్నీ చూసైనా తెలుసుకోలేదా? నిరుపేద ఇంట్లోనే – చర్మకారుడి బిడ్డగానో, పాకివాని ఇంట్లోనే పుట్టడం – నిరక్షరాస్యులై పోవడం. పేదరికం – అజ్ఞానం, హీనకులం, కారణంగా అగ్రకులాల వారతన్ని అసహ్యించుకుంటారు. తోటి మానవుల ప్రవర్తన వల్ల అతను సమాజాన్ని ద్వేషిస్తాడు. దాంతో అతనో నేరం చేస్తాడు. దానికి బాధ్యులెవరు? దేవుడా! సమాజ పెద్దలా? వేదాలు బ్రహ్మ సృష్టంటారుగా కానీ వాటిని బ్రాహ్మణులు సొంతం చేసుకున్నారు. అహంభావంతో అధికులమనే బ్రాహ్మణులు వేదవాక్యాలు కొన్ని శూద్రుల చెవుల్లో పడ్డాయని, అందుకు శిక్షగా సీసం కరిగించి శూద్రుల చెవుల్లో పోయించారంటే నేరం ఎవరిది? కారణమెవరు? అనుభవించేదెవరు?

అందుకే మిత్రులారా! ఇవన్నీ కలిగినవాళ్ళు సృష్టించినవి. సంపదను సమాజంలో తమకున్న అధికారాన్ని, ఆధిపత్యాన్ని నిలుపుకోవడం కోసం చేస్తున్న ప్రయత్నం.

"మానవుడు అమరుడన్న విశ్వాసం కలిగిస్తే - తన ఆస్తిని - అంతస్తును దోపిడీ చేయడానికి తానే సహకరిస్తాడని" - ఊహాజనిత శాస్త్రవేత్త. ఆప్టర్ సింక్లర్ అన్నట్లు జ్ఞాపకం. మత ప్రవక్తలు, రాజ్యాధినేతలు కలిసి జైళ్ళు, ఉరికంబాలు, సిద్ధాంతాలు, కనిపెట్టారు. - శిక్షిస్తున్నారు. సృష్టికర్త మీ దేవుడు మనిషి నేరం చేయకుండా ఎందుకు చేయడు? చేతిలోని పనేగా? ఆ దేవుడు యుద్ధోన్మాదుల్నెందుకు శిక్షించడు? యుద్ధోన్మాద కోర్కెను ఎందుకు అరికట్టడు? మానవజాతిని మారణహోమం చేసే భయంకర యుద్ధాల్నెందుకు నిర్మూలించడు. ఇంకో చిన్న విషయం. బ్రిటిషు వాళ్ళ మనసులో మనదేశానికి స్వాతంత్ర్యం యివ్వాలన్న మంచి బుద్ధినెందుకు కల్పించకూడదు? ప్రకృతి సంపదను, ఉత్పత్తిసాధనాలను గుప్పిట్లో పెట్టుకొన్న పెట్టుబడిదారులకు హృదయ పరివర్తన కలిగించి, శ్రామిక వర్గానికి విముక్తి కలిగించవచ్చుగా? సోషలిజం మంచిదే - కానీ, ఆచరణయోగ్యం కాదంటున్నారే! మంచిదని అందరూ అంగీకరిస్తున్నా ఆచరణ యోగ్యంకాదని కొందరు వ్యతిరేకిస్తున్నారే?. మంచిదైతే ఆదేవుడు వచ్చి ఆచరణ యోగ్యం చెయ్యొచ్చుగా? సమాజాన్ని సరిదిద్ది సక్రమ మార్గాన్ని నిర్దేశించవచ్చుగా. డొంకతిరుగుడు వాదనలొద్దు. అసలు విషయం! ఆదేవుడి కరుణా కటాక్షాల వల్ల బ్రిటిష్ వాళ్ళిక్కడలేరు. వారిచేతిలో అధికారముంది. దాన్నెదిరించే ధైర్యం మనకు లేదు. దేవుడి సహకారం, అభీష్టం వల్లకాదు, బ్రిటిష్‌వాళ్ళు మనల్ని బానిసత్వంలో వుంచింది. వాళ్ళకు తుపాకులు. తూటాలు, రైఫిల్లు, బాంబులు, పోలీసు, మిలటరీవుంది. మన నిర్లక్ష్యం కూడా వుంది. అందుకే వారు ఘోరాలు చేస్తూ దేశాన్ని దోచుకుంటున్నారు. ఒక దేశం మరో దేశాన్ని దోచుకునే దుర్మార్గం తలపెట్టారు. ఆ దేవుడు ఎక్కడున్నాడు? ఏం చేస్తున్నాడు? మానవజాతి బాధలు చూస్తూ ఆనందంతో తూలిపోతున్నాడా! అయితే! అతను మరో మరో! మరో! - చెంఘిజ్ ఖాన్ - అతను నశించాలి.

ప్రపంచ సృష్టి ఎలాజరిగింది? మనిషెలా వచ్చాడంటారా! నా సమాధానం. చార్లెస్ - డార్విన్ దీనికి కొంత వెలుగుచూపాడు. చదవండి. అలాగే సోహం స్వామి "ఇంగితజ్ఞానం" చదవండి. మీకు కొంత సమాధానం దొరుకుతుంది. ప్రకృతి పరిణామంలో కొన్ని కణాల, పదార్థాల సమ్మేళనం వల్ల భూమి ఏర్పడింది. ఎప్పుడన్నది చరిత్ర నడగండి. అదే క్రమంలో జీవరాసులు - ఆ తర్వాత ఎంతోకాలం తర్వాత మనిషి పుట్టాడు. డార్విన్ "origin of species" చదవండి. మానవుడు నిరంతరం ప్రకృతితో పోరాడుతూ విజయాలు సాధిస్తూ వచ్చాడు. సంక్షిప్తంగా ఇదీ నా సమాధానం.

ఇంకో ప్రశ్న మీరడగవచ్చు. కొంతమంది పిల్లలు పుట్టుకతోనే, కుంటి వాళ్ళుగా, గుడ్డివాళ్ళుగా, ఎందుకు పుడతారని? పూర్వజన్మలో వారు చేసుకున్న పాపమంటారు మీరు. భౌతిక శాస్త్రవేత్తలు దీనికెప్పుడో సమాధానం చెప్పారు. తల్లిదండ్రుల అజ్ఞానం, బలహీనతలు, లోపాలు దీనికిక్కారణమని,

చిలిపిదైనా - పసివాళ్ళ ప్రశ్నలయినా మీరింకొకటి అడగొచ్చు. అసలు దేవుడే లేకపోతే, ప్రపంచ ప్రజలంతా వున్నాడని ఎందుకు నమ్ముతున్నారు?

సూటిగా – క్లుప్తంగా నా సమాధానం.

దయ్యాలు, భూతాలున్నాయని నమ్మడం లేదా: దేవుడు కూడా అంతే. కాకపోతే దేవుడున్నాడన్నది విశ్వవ్యాప్తిత తత్వమయ్యింది. మానవాతీతమైన మహాశక్తి, దేవుడున్నాడనే భ్రమను కల్పించి – అతని అనుగ్రహం వల్లనే తమకీ భాగ్యం కలిగిందని మభ్యపెట్టడానికి. దోపిడి సాగించడానికి, ప్రజలను తమ అధీనంలో వుంచుకోవడానికి దోపిడీదార్లు దేవుడ్ని సృష్టించారని కొందరు అతివాదులంటారు నేను దాన్నంగీకరించను.

దేవుడెలావచ్చాడు? నా అభిప్రాయం.

మానవుడు తన పరిమితులు, బలహీనతలు, లోపాలను అధిగమించడానికి తన వూహలో దేవుడనే శక్తి తెచ్చుకున్నాడు. కష్టాలలో ధైర్యం పొందడానికి, ఒక వ్యక్తి డబ్బు, బలం కారణంగా విర్రవీగకుండా అదుపులో వుంచడానికి దేవుడు సృష్టించబడ్డాడు. దేవుడు తల్లీ తండ్రి తానై అందరిని కాపాడతాడని చెప్పబడింది. మనిషి దేవుడి భయంతో సమాజానికి హాని కలిగించకుండా వుండడానికి కొంతవరకు తోడ్పడింది. తల్లీ, తండ్రి, సోదరి, సోదరుడు, స్నేహితుడు, సహకారి – అన్ని రూపాల్లోను దేవుడు వెన్నంటి వున్నాడని విశ్వాసం పెంచుకున్నాడు. ఒక వ్యక్తి తన బంధు మిత్రులకు దూరమై, ఏకాకిగా సంక్షోభంలో వున్నప్పుడు, అందరినీ మించిన నేస్తం దేవుడున్నాడని తృప్తినొందుతాడు. సర్వశక్తి సంపన్నుడైన దేవుడు ఆదుకుంటాడని, కష్టాలనుండి కాపాడతాడని విశ్వసిస్తాడు. కష్టాల్లో వున్నప్పుడు దేవుడిపై నమ్మకం ఎక్కువవుతుంది. ఈ విశ్వాసం ఆదిమ సమాజంలో మనిషికి ఎంతో తోడ్పడింది.

గతంలో విగ్రహారాధన సంకుచిత మతఛాందసాలను సమాజం ఎదుర్కొన్నది. అదేరకంగా దైవనమ్మకాన్ని నేడు ఎదిరించాల్సి వుంది. యదార్థవాదిగా, తనసొంత కాళ్ళపై నిలబడాలి. దేవుడి భ్రమను వీడి సమస్యలను – కష్టాలను ధైర్యంగా ఎదుర్కోగలగాలి.

అక్షరాల అదే నేటి పరిస్థితి. గర్వంకాదు మిత్రులారా: నా ఆలోచనా ధోరణి నన్ను నాస్తికుణ్ణి చేసింది.

దేవుడున్నాడని, రోజూ ప్రార్థనలు చేయడం నాదృష్టిలో పచ్చి స్వార్థం. మనిషి నైతిక పతనం తప్ప వేరొకటి కాదు. నేనిప్పుడు దేవుణ్ణి ప్రార్థిస్తే మేలుజరుగుతుందో, హాని జరుగుతుందో తెలియదు కానీ, అనేక కష్టాలను ధైర్యంగా ఎదుర్కొన్న నాస్తికుల గురించి చదివాను. అలాగే నేను గుండె నిబ్బరంగల మనిషిగా నిలవాలని, చివరికి ఉరికంబాని క్కూడా అదే ధైర్యంతో తలెత్తుకొని నడవాలనుకుంటున్నాను.

ఎలా ప్రవర్తిస్తానో చూద్దాం.

ఒక మిత్రుడు ప్రార్థన చేయమని సలహాయిచ్చాడు.

నేను నాస్తికుణ్ణన్నాను.

"నీ చివరి రోజుల్లోనైనా దేవుణ్ణి నమ్మకపోతావా" అన్నాడు.

అసంభవమన్నాను. అలా చేస్తే అది నా పిరికితనానికి, నైతిక పతనానికి నిదర్శనమవుతుంది. స్వార్థంతో నేనా పని చేయలేను.

పాఠకులారా: మిత్రులారా:

ఇది నా అహంభావమా?

మీరేమనుకున్నా - నేనందుకు సిద్ధమే!

ఇంతలో తన మిత్రుడు రాంశరణ్‌దాస్ ఒక కావ్య సంపుటిని "ది డ్రీంలాండ్" పేరుతో ముద్రించ తలపెట్టాడు. దానికి ఉపోద్ఘాతం రాయమని భగత్‌సింగ్‌కు కబురు పెట్టాడు. లాలా రాంశరణ్‌దాస 1915 గదర పోరాటంలో పాల్గొన్నాడు. మొదటి లాహోరు కుట్రకేసులో శిక్షపడి, మద్రాసు రాష్ట్రంలోని సేలం జైలులో శిక్ష అనుభవించాడు. విడుదలైన తర్వాత 1920లో భగత్‌సింగ్, సుఖదేవ్‌లతో పరిచయమయింది. హెచ్. ఎస్. ఆర్.ఎ. లో చేరాడు. తిరిగి అరెస్టు అయ్యాడు. క్షమాభిక్షతో విడుదలయ్యాడు. మిత్రుని కోరిక కాదనలేక అందులో వున్న కొన్ని అంశాలకు వివరణ యివ్వాలన్న వుద్దేశ్యంతో అంగీకరించాడు. తానొక కవినీ, రచయితనూ కాదన్నాడు. మిత్రుడు గదా అని పొగడ్తలు లేకుండా - నిర్మొహమాటంగా అనేక రాజకీయ బలహీనతలను విమర్శించాడు.

"విప్లవమంటే కేవలం ప్రజల తిరుగుబాటు లేక రక్తపాతంతో కూడిన పోరాటం కాదని స్పష్టం చేయవలసి వుంది. ఈనాడున్న పాలనా పద్ధతిని సంపూర్ణంగా ధ్వంసం చేసి, దాని స్థానంలో నూతన పునాదులపై క్రమబద్ధమైన సమాజ పునర్‌నిర్మాణమే విప్లవానికి ముఖ్య లక్షణం" అన్నాడు.

యుద్ధాలూ - రక్తపాతం ఎల్లప్పుడూ వుండేవి కావని - వర్గరహిత సమాజమేర్పడిన తర్వాత యుద్ధాల ప్రసక్తే వుండబోదని, యుద్ధాల ప్రసక్తే వుండబోదని, యుద్ధాలకు అర్థాలే మారిపోయి, మారణాయుధాలు మ్యూజియం గ్యాలరీలలో ప్రేక్షకులకు కనిపిస్తాయన్నాడు. కారణం యుద్ధాలకు కారణభూతమైన పరస్పరం సంఘర్షించుకునే శక్తులుండవన్నాడు. విభేదించడానికి స్వప్రయోజనాలు. స్వార్థపరత్వం వుండదన్నది భగత్‌సింగ్ అవగాహన.

అయితే:

"ఒక వ్యవస్థ నుండి మరో వ్యవస్థకు జరిగే పరివర్తనా దశలో యుద్ధం కొంతకాలం అనివార్యం కావచ్చు. అందుకు ఈనాటి రష్యాను ఉదాహరణగా తీసుకుంటే సులభంగా అర్థం చేసుకోవచ్చు. ఇప్పుడక్కడ శ్రామిక వర్గ నియంతృత్వముంది. అక్కడ సోషలిస్టు సమాజాన్ని నిర్మించాలనుకుంటున్నారు. ఈలోగా పెట్టుబడిదారీ సమాజానికి వ్యతిరేకంగా ఆత్మరక్షణ కోసం అవసరమైన సైన్యాన్ని పెంచుకోవాల్సి వుంటుంది. ఇక్కడ యుద్ధం ఆశయం వేరు. నూతనవ్యవస్థ కోసం పాటుపడే వారి ముందు యుద్ధాలను ప్రేరేపించే సామ్రాజ్యవాదుల పన్నాగాలు సాగవు" అని వివరించాడు.

విప్లవ సేవల కర్తవ్యాన్ని వివరిస్తూ:

"దోపిడి వర్గాన్ని గద్దెల నుండి పడదోసేందుకు - రక్తపిపాసుల దోపిడినంతం చేసేందుకు, శ్రామికజన విముక్తిని సాధించేందుకు మాత్రమే విప్లవసేవలు పరదేశాలకు

వెళతాయ్. కానీ, వారిపై పెత్తనం చేయడానికో, దోపిడీని సాగించేందుకో మాత్రం కాద”న్నాడు.

“సోషలిస్టు సమాజం హింసామార్గం ద్వారా రూపొందజాలదనీ, సమాజంలో నుండే అది పెరిగి, రాణించాలన్నది యితరుల కంటే విప్లవకారులకే ఎక్కువ తెలుస” న్నాడు.

చివరికి - భారతదేశ భవిష్యత్తును వూహించి - పోరాట మార్గం యిలా వుంటుందన్నాడు:

“నేటి రష్యాలాగా విప్లవ ప్రభుత్వాన్ని స్థాపించడానికి మనం ప్రయత్నం చేస్తున్నాం. అధికారం హస్తగతమైన తర్వాత నిర్మాణం కార్యక్రమం కోసం శాంతియుత పద్ధతులను అనుసరిస్తాం. అడ్డంకులను అధిగమించడానికి బలప్రయోగం చేస్తాం.” అని డ్రీం లాండ్‌లోని కొన్ని తప్పుడు అవగాహనలకు వివరణ యిచ్చాడు.

విప్లవపార్టీ లక్ష్యం - వ్యూహం - ఎత్తుగడల గురించి విప్లవపార్టీ కార్యకర్తలకు భగత్‌సింగ్ రహస్యంగా పంపిన విప్లవ వారసత్వ వీలునామా:

“పియమైన కామ్రేడ్స్.

ప్రస్తుతం మన పోరాటం అత్యంత కీలకదశలో పయనిస్తోంది. అనేక సంవత్సరాల పోరాట ఫలితంగా రాజ్యాంగంలో కొన్ని సంస్కరణలకు రౌండ్ టేబుల్ సమావేశం అంగీకరించింది. ఆ ప్రతిపాదనలు చర్చించడానికై కాంగ్రెసు నాయకులను ఆహ్వానించారు. ఈ పరిస్థితుల్లో ఆందోళనను ఆపేయడమే మంచిదని కాంగ్రెస్ నాయకులు భావించవచ్చు. కొనసాగిస్తారా? ఆపేస్తారా? వారేమి చేస్తారన్నది కాదు మనకు ముఖ్యం. ఇప్పుడు సాగుతున్న ఆందోళన ఏదోరకంగా రాజీతోనే ముగియబోతున్నది. ఈరోజు కాకపోతే రేపైనా వారు రాజీపడొచ్చు. రాజీ పనికిమాలిందని, దాన్ని వ్యతిరేకించాలని మన మనకుంటాం. కానీ, రాజీలన్నీ ఖండించాల్సినవి కావు. రాజకీయ వ్యూహంలో రాజీ కూడా తోసేయరాని అంశం. స్వాతంత్ర్యం కోసం పోరాడే ఏదేశమైనా ప్రారంభంలో కొన్ని వైఫల్యాలు చెందుతుంది. పోరాటకాలంలో రాజీల ద్వారా కొన్ని పాక్షిక ప్రయోజనాలు సాధిస్తుంది. పోరాట అంతిమఘట్టంలో మాత్రమే సకల వనరులు సమకూర్చుకొని సంఘటిత శక్తితో ప్రభుత్వాన్ని పడగొట్టడానికి చివరి దెబ్బతీస్తుంది. కొన్ని సందర్భాల్లో అది కూడా విఫలం కావచ్చు. అటువంటప్పుడు కూడా రాజీమార్గం తప్పదు. ఉదాహరణకు రష్యానే తీసుకుందాం.

1905లో రష్యా విప్లవం విజృంభించింది. నాయకులంతా అమితోత్సాహం పొందారు. అజ్ఞాతం నుండి లెనిన్ స్వదేశానికి తిరిగొచ్చి నాయకత్వం చేపట్టాడు. 12 మంది భూస్వాములు హత్య చేయబడ్డారని, వారి ఆస్తులు దగ్ధం చేయబడ్డాయని ప్రజా ప్రతినిధులు లెనిన్ తో చెప్పారు. అప్పుడు లెనిన్ అన్నాడు. 12 మంది కాదు. 1200 మంది భూస్వాములను హతం చేయాలి. వారి భవనాలు కూలిపోవాలి. విప్లవం వీగిపోయినా- అదికొంత చైతన్యానికి తోడ్పడుతుందని లెనిన్ భావించాడు. అలాగే జరిగింది. 1907లో

కూడా విప్లవం వీగిపోయింది. కాని డ్యూమా ఏర్పడింది. ఆ డ్యూమాలో విప్లవపార్టీ పాల్గొనాలన్నాడు లెనిన్. అంతకుముందు 1906లో వున్న డ్యూమాలో పనిచేయడానికి అవకాశాలు ఎక్కువవున్నా దాన్ని బహిష్కరించాలన్నాడు లెనిన్. కానీ, తర్వాత మారిన పరిస్థితుల కారణంగా - అభివృద్ధి నిరోధకులు పైచేయిగా మారినందున, సోషలిస్టు భావాలను ప్రచారం చేయడానికి డ్యూమాను వేదికగా వాడుకోవాల్సిన అవసర మొచ్చిందన్నాడు లెనిన్.

విప్లవం విజయమొందిన తర్వాత, 1917లో బోల్షివిక్‌లు బ్రెస్ట్‌లిటోవ్‌స్కీ ఒప్పందంపై సంతకం చేయాల్సి వచ్చింది. లెనిన్ తప్ప మిగతా నాయకులందరు దాన్ని వ్యతిరేకించారు. "శాంతి- శాంతి - శాంతి- శాంతిని సాధించాలన్నాడు లెనిన్. అవసరమైతే మరికొన్ని రష్యన్ ప్రాంతాలను వదులుకోనైనా జర్మనీతో ఒప్పందం తప్పదన్నాడు. జర్మనీ మారణకాండను తట్టుకునే స్థితిలో బోల్షివిక్‌లు లేరని బహిరంగంగానే ప్రకటించాడు. బోల్షివిక్ ప్రభుత్వం పతనమయ్యే కంటే సంధి ద్వారా దాన్ని కాపాడుకోవడం ముఖ్యమన్నాడు. ఒప్పందం చేసుకున్నందున బోల్షివిక్ వ్యతిరేకులు లెనిన్‌పై ధ్వజమెత్తారు.

ఈ విషయం నేనెందుకు ప్రస్తావిస్తున్నానంటే - పోరాట క్రమంలో అవసరమైనప్పుడు వాడుకునే అత్యవసర ఆయుధం రాజీ అని చెప్పడానికి. ఉద్యమ ఆదర్శం ఎల్లప్పుడూ మన దృష్టిలో ఉండాలి. ఏలక్ష్యాన్ని సాధించడానికి పోరాడుతున్నామో? స్పష్టమైన అవగాహన ఉండాలి. ఉద్యమ జయాపజయాలను సమీక్షించుకొని, సులభంగా భవిష్యత్ కార్యక్రమాన్ని రూపొందించుకోవడానికి ఉపకరిస్తుంది. తిలక్‌వ్యూహం ఆశయానికి దూరమైనదే. అయినా - ఆవిధానం మంచిది. 16 అణాలు సాధించాలని నీవు ప్రత్యర్థితో పోరాడుతున్నావనుకో! అందులో ఒక అణానే సాధించగలిగితే ముందు దాన్నిజేబులో వేసుకో. మిగతా 15 అణాల కోసం పోరాడమన్నది మితవాదుల పద్ధతి. అణా పొందాలని పోరాడి సాధించలేకపోతే నిరుత్సాహం కలుగుతుంది. సంపూర్ణ విప్లవం మన అంతిమ గమ్యమని విప్లవకారులు ఎల్లప్పుడూ గమనంలో వుంచుకోవాలి. అధికారాన్ని హస్తగతం చేసుకోవడం మన లక్ష్యమని మరిచిపోవద్దు. రాజీ ఒప్పందాలు జరిగినప్పుడు, మన శత్రువు అభివృద్ధి నిరోదకులైతే విప్లవ శక్తుల్ని నిర్మూలించడానికి ప్రయత్నిస్తారు. అలాంటి రాజీ ఒప్పందాలు బాధాకరమైనవిగా వుంటాయి. సమర్థులు - సాహసవంతులైన విప్లవకారులైతే అలాంటి కుదుపుల్ని తట్టుకుని ఉద్యమాన్ని రక్షించగలుగుతారు. విప్లవ లక్ష్యం - విధానాలలో గందరగోళం పడకుండా, అలాంటి క్లిష్ట సమయాల్లో జాగ్రత్తపడాలి. పోరాటానికి తిలోదకాలిచ్చి కపట సామ్రాజ్యవాదుల స్థాయికి దిగజారిపోయిన బ్రిటన్ కార్మిక నాయకుల సంగతి మనకు తెలుసు. నావుద్దేశ్యంలో ఈ నకిలీ సామ్రాజ్యవాద కార్మిక నాయకులకంటే, కరుడుగట్టిన సామ్రాజ్యవాదులే మెరుగు. వ్యూహం, ఎత్తుగడల గురించి తెలుసు కోవాలనుకుంటే, లెనిన్ జీవితాన్ని అధ్యయనం చేయండి. "వామపక్ష కమ్యూనిజం"లో లెనిన్ రాజీ అంశాన్ని సవివరంగా వివరించాడు.

ప్రస్తుతం జరుగుతున్న ఉద్యమం ఏదో ఒక రాజీ మార్గంతో - లేదా పూర్తిగా విఫలమయ్యే దిశలో సాగుతున్నది.

నిజమైన విప్లవ శక్తులు ఈనాడు రంగమ్మీద లేకపోవడమే కారణమని నా అభిప్రాయం. మధ్యతరగతి వ్యాపారులు, కొద్దిమంది పెట్టుబడి దారులపై ఆధారపడి ఈ ఉద్యమం సాగుతోంది. ఈ రెండు వర్గాలు, ముఖ్యంగా పెట్టుబడిదారి వర్గం ఉద్యమంలో తమ ఆస్తిపాస్తుల్ని ఒడ్డేందుకు ఎప్పుడూ సాహసించదు. విప్లవసేన అంటే పొలాల్లోని రైతులు, ఫ్యాక్టరీల కార్మికులు. మన బూర్జువా నాయకులకు వారు అక్కరలేదు. నిద్రించే సింహాల్లాంటి ఆ విప్లవసేన మేల్కొంటే మన నాయకులు దాన్నాపలేరు. అందుకే ఆ సాహసం చేయరు. 1920 అహమ్మదాబాద్ అనుభవం చూసి "కార్మికులను కదిలించొద్దు - కర్మాగారాల్లోని కార్మికులను రాజకీయాల్లోనికి దించడం ప్రమాదకరం" అన్నాడు మహాత్మాగాంధీ (The times May 1921). మళ్ళీ వారెప్పుడూ కార్మికుల ప్రస్తావన చేయలేదు.

విదేశీపాలనపైనేగాక - స్వదేశీ భూస్వాములకు వ్యతిరేకంగా రైతాంగ పోరాటం ప్రబలటంతో ఆ నాయకులెంత భయపడ్డారో, 1922 బార్డోలీ తీర్మానమే నిదర్శనం. రైతాంగ పోరాటాన్ని సమర్థించడాని కంటే బ్రిటిష్ పాలకుల ముందు తలవంచడానికే మన నాయకులు సిద్ధమయ్యారు.

పండిత్ జవహర్‌లాల్ తప్పితే, రైతుల్ని, కార్మికుల్ని సంఘటిత శక్తిగా రూపొందించేందుకు ప్రయత్నించిన నాయకులెవరైనా వున్నారేమో చూపండి? లేరు. వారికాశ్రమక్కరలేదు. అదే వారిలో లోపించింది. కాబట్టి వారు సంపూర్ణ విప్లవం కోసం కృషి చేసేవారు కాదని నా అభిప్రాయం.

ఆర్థికపరమైన, పాలనా సంబంధమైన ఒత్తిడులతో మరికొన్ని సంస్కరణలు సాధించాలని, భారతదేశ పెట్టుబడిదారులకు మరికొన్ని రాయితీలు సంపాదించి పెట్టాలని వారి ఆశ. అందువల్ల ఏదో ఒక రాజీ తతంగంతో లేక ఏ రాజీ లేకుండానే ఈ పోరాటం ముగుస్తుందని నా నమ్మకం.

"ఇన్‌క్విలాబ్ జిందాబాద్" అని ధృడ విశ్వాసంతో నినదించే యువ కార్యకర్తలు సంఘటితంగా లేరు. ఉద్యమాన్ని స్వయంగా నడపగలిగిన శక్తివంతంగా లేరు. వాస్తవానికి - ఒక్క పండిత్ మోతీలాల్ నెహ్రూ మినహాయిస్తే మిగతా నాయకులెవ్వరూ ఏ బాధ్యతనైనా మోయడానికి సిద్ధంగా లేరు. అందుకే అప్పుడప్పుడు వారంతా బేషరతుగా గాంధీజీకి లొంగిపోతారు. అభిప్రాయభేదాలున్నా ఆయన్నెప్పుడూ తీవ్రంగా వ్యతిరేకించరు. ఆయన అభీష్టానికనుగుణంగానే తీర్మానాలు చేయబడతాయి.

ఈ పరిస్థితుల్లో, విప్లవ లక్ష్యంతో పోరాడే యువ కార్యకర్తలకు రానున్న రోజులు చాలా గడ్డురోజులని చెప్పదలిచాను. ఇది గమనించలేకపోతే వారు గందరగోళంలో పడతారు - లేదా నీరుగారి పోతారు. జాగ్రత్తపడాలని హెచ్చరిస్తున్నాను.

మహాత్మాగాంధీ నాయకత్వాన నడిచిన రెండు ఉద్యమాల అనుభవం మనముందుంది. పస్తుత పరిస్థితి, భవిష్యత్ కార్యక్రమం ఎడల స్పష్టమైన అవగాహన యేర్పరచుకునే స్థితిలో మనమున్నాం. దీన్నే మరింత సులభంగా చెప్పడానికి ప్రయత్నిస్తాను. "విప్లవం వర్ధిల్లాల"ని నినదిస్తే మీరు నిజంగా విప్లవం కోసం అంకితమయ్యారని భావిస్తాను. అసెంబ్లీలో బాంబు వేసినప్పుడు చేసిన ప్రకటనలో విప్లవానికి నిర్వచనం చెప్పాం. విప్లవమంటే నేటి సాంఘిక వ్యవస్థను సమూలంగా నిర్మూలించి, దాని స్థానంలో సోషలిస్టు వ్యవస్థను నిర్మించాలన్నది దానర్థం. దానికి, మన తక్షణ కర్తవ్యం అధికారాన్ని హస్తగతం చేసుకోవడం. ఎందుకంటే, ప్రభుత్వం దాని యంత్రాంగం పాలకవర్గ ప్రయోజనాలను కాపాడే ఆయుధాలుగా వున్నాయి. దాన్ని మనం స్వాధీనం చేసుకోవాలి. మన ఆశయాల కనుగుణంగా, మార్క్సిస్టు సిద్ధాంత ప్రాతిపదికగా సమాజ పునర్నిర్మాణానికి వినియోగించుకోవాలని భావిస్తున్నాము. అంటే – ప్రభుత్వ యంత్రాంగాన్ని స్వాధీనం చేసుకొని నిత్యం ప్రజలను చైతన్యం చేయాలి. పోరాటాల ద్వారానే వారికి తగిన శిక్షణ చైతన్యం కలిగించగలుగుతాం. ఇందులో స్పష్టత వుండాలి. తక్షణ అంతిమ లక్ష్యాలేమిటో నిర్ధారణ చేసుకోవాలి. వాటికనుగుణంగా ప్రస్తుత పరిస్థితిని లోతుగా పరిశీలించాలి. ఆచరణ యోగ్యమైన కార్యక్రమం రూపొందించుకోవాలి.

భారత ప్రభుత్వంలో భారతీయులకు భాగస్వామ్యముండాలని బహుళ ప్రచారం సాగుతోంది. మింటో మార్లే సంస్కరణలు అమల్లో కొచ్చాయి. వైస్రాయ్ మండలికి సలహాలిచ్చే హక్కు మాత్రమే భారతీయులకు లభించింది. ప్రపంచ యుద్ధకాలంలో భారతీయుల సహకారం అవసరమై, స్వపరిపాలన యిస్తామని ఇంకెన్నో వాగ్దానాలు చేశారు. పరిమిత శాసనాలు చేసే అధికారం శాసనసభ కిచ్చారు. అయితే ఆ శాసనాలు వైస్రాయ్ ఆమోదం పొందాలన్న నిబంధన పెట్టారు.

ఇది మూడవ దశ

ప్రవేశపెట్టనున్న సంస్కరణల గురించి చర్చ జరుగుతోంది. వాటి మంచి చెడ్డలను ఎలా నిర్ణయించాలి? కాంగ్రెస్ నాయకులెలా ఆలోచిస్తారో తెలియదు. విప్లవకారులైన మనం మాత్రం:

1. భారతీయుల భుజస్కందాలపై మోపే బాధ్యతలను,

2. ప్రవేశ పెట్టనున్న ప్రభుత్వ సంస్థల స్వరూప, స్వభావాలు, వాటిలో ప్రజలకిచ్చే హక్కులు.

3. భవిష్యత్తులో రానున్న అవకాశాలు. వాటికిచ్చే రక్షణలు గమనంలోకి తీసుకోవాలి.

వీటికి మరింత వివరణ అవసరం కావచ్చు. ఒకటి: ప్రభుత్వ కార్యనిర్వాహక వర్గంలో మన ప్రతినిధుల స్థానమేమిటి? ప్రజలకిచ్చే హక్కులేమిటి? దాన్నిబట్టి సులభంగా మనం అర్థం చేసుకోవచ్చు. ఇప్పటివరకు కార్యవర్గం శాసనసభకు బాధ్యత వహించదు. ఎన్నికైన సభ్యుల అభిప్రాయాలను వీటో చేసే అధికారం వైస్రాయ్ కుంది. స్వరాజ్ పార్టీ కృషివల్ల

జాతీయ ప్రతినిధులు చేసిన ఏకగ్రీవ తీర్మానాలను కూడా వైస్రాయ్ తిరస్కరించిన సందర్భాలున్నాయ్. ఇది ఇంకా చర్చనీయాంశంగానే ఉంది.

కార్యనిర్వహకవర్గ నిర్మాణ పద్ధతి పరిశీలిద్దాం.

వారు శాసనసభ ప్రతినిధులచే ఎన్నుకోబడతారా?

గతంలో లాగే వారే నామినేట్ చేస్తారా?

కార్యనిర్వాహక వర్గం శాసనసభకు బాధ్యత వహిస్తుందా? లేక యింతకు ముందులాగే శాసనసభను అవమాన పరుస్తుందా? స్పష్టం కావడానికి వేచిచూడాలి.

రెండవ అంశం: ఓటు హక్కు ఎలావుంటుంది? ఆస్తిని బట్టి ఓటుహక్కు రద్దు కావాలి ప్రతివ్యక్తికీ సార్వత్రిక హక్కు దొరకాలి. స్త్రీ, పురుష బేధం లేకుండా వయోజనులందరికీ ఓటుహక్కు వస్తుందో? లేదో? చూడాలి.? రెండు దొంతరల సభలుండేట్లు కనబడుతుంది. ఎగువసభ బూర్జువాలది. నా అభిప్రాయంలో అది బూటక సభ. ఒకేసభ వుండాలని నా అభిప్రాయం.

ఇక రాష్ట్రాలకు స్వయం ప్రతిపత్తి: నేను వింటున్నదాన్ని బట్టి అసాధారణ అధికారాలతో గవర్నర్ వుంటాడని, శాసనసభను అధిగమించే గవర్నర్ నిరంకుశుడవుతాడు. అప్పుడది రాష్ట్ర స్వయం ప్రతిపత్తిగాక, రాష్ట్ర నిరంకుశత్వ మవుతుంది. విచిత్ర ప్రజాతంత్ర ప్రభుత్వ సంస్థగా మారతుంది.

మూడో విషయం తెలిసిందే: రెండేళ్ళుగా మాంటేగ్ చేసిన వాగ్దానాలు అమలు కాకుండా బ్రిటిష్ రాజకీయ వేత్తలు ప్రయత్నించారు. బ్రిటిష్ బొక్కసం ఖాళీ అయినప్పుడల్లా.. పదేండ్లకోసారి సంస్కరణలు చేస్తామంటారు:

భవిష్యత్తులో ఏం చేస్తారో చూద్దాం:

ప్రస్తుత పరిస్థితి మనముందుంది. భవిష్యత్ కార్యక్రమమేమిటి? కార్యాచరణ పంథా గురించి చర్చించాలి.

ఇంతకుముందు చెప్పినట్లు, ఏ పార్టీకైనా నిర్ధిష్ట కార్యక్రమమొకటుండాలి. విప్లవమంటే కార్యచరణఅన్నది అర్ధంచేసుకోవాలి. ఉద్ధేశ్యపూర్వకంగా, సంఘటిత శక్తితో, క్రమపద్ధతిలో తెచ్చేదే విప్లవం. అనాలోచితంగా, ఆకస్మికంగా, అసంఘటితంగా, యాదృచ్ఛికంగా వచ్చేది విప్లవం కాదు. దానికి విరుద్ధమైనది. దీనికి అధ్యయనం కావాలి.

1. మన లక్ష్యమేమిటి?
2. ఎక్కడి నుండి ప్రారంభించాలి? వున్న పరిస్థితులేమిటి?
3. అనుసరించవలసిన పంథా ఏమిటి?

పై మూడు అంశాల్లో స్పష్టతలేకపోతే కార్యక్రమం చేపట్టలేం.

ప్రస్తుత పరిస్థితి కొంతవరకు చర్చించాలి. లక్ష్యమేమిటో తెలుసు. మనము కోరేది సోషలిస్టు విప్లవం. అదే రాజకీయ విప్లవం. అది అనివార్యమైనది. రాజకీయ విప్లవం అంటే (తేటతెల్లగా చెప్పాలంటే) ప్రభుత్వాధికారం బ్రిటిష్ వాళ్ళనుండి భారతీయుల చేతుల్లోకి

మారడం కాదు. అంతిమ లక్ష్యసాధనకై ప్రజాపోరాటం ముమ్మరంగా సాగుతున్నప్పుడు అధికారం విప్లవ పార్టీ చేతుల్లోకి రానున్న తరుణంలో ఎంతో జాగరూకత వహించాలి. విప్లవం విజయవంతమైన తర్వాత సోషలిస్టు సూత్రాల ఆధారంగా సమాజ పునర్నిర్మాణం త్వరితం చేయాలి. మీకిది విప్లవమనిపించకపోతే, "విప్లవం వర్ధిల్లాలి" అనే నినాదం వదిలేసి, పక్కకు తప్పుకొని దయాభిక్ష కోరుకోండి. "విప్లవం" అనేపదాన్ని ఇతరులు తేలిగ్గా వాడొచ్చు. దుర్వినియోగం చెయ్యొచ్చు. కాని మనకది పవిత్ర నాదం. జాతీయ విప్లవం మీ ఆశయమైతే మీ పోరాట లక్ష్యం యునైటెడ్ స్టేట్సు ఆఫ్ అమెరికా తరహా భారత రిపబ్లిక్ కోసమని అర్థం చేసుకోవాలి. అదేనంటే, దాన్ని సాధించడానికి మీరు ఏ శక్తుల మీద ఆధారపడతారో? తోడ్పడే శక్తులేమిటో చెప్పండి. జాతీయ విప్లవం – సోషలిస్టు విప్లవం ఏ విప్లవానికైనా మీరు ఆధారపడవలసింది రైతాంగ – కార్మిక వర్గం మీదనే. ఆ శక్తులను సంఘటిత పరచడానికి కాంగ్రెసు సాహసించడం లేదు. ఆశక్తులు లేకపోతే నిస్సహాయుల మౌతామని అందరికంటే వారికి బాగా తెలుసు. సంపూర్ణ స్వరాజ్య తీర్మానాన్ని చేసింది విప్లవం కోసం కాదు. యువజనుల యితర శక్తుల వొత్తిడివల్ల వారు చేయాల్సి వచ్చింది. వారి కోర్కె అది కాదు. డొమీనియన్ స్టేటస్ సాధించడానికి దాన్ని వాడుకోవాలనుకున్నారు. మద్రాసు, కలకత్తా, లాహోరు గతమూడు కాంగ్రెస్ మహాసభల తీర్మానాలను పరిశీలిస్తే అర్థమవుతుంది. కలకత్తా మహాసభలో –12 మాసాల్లోగా "డొమీనియన్" ప్రతిపత్తి నివ్వకపోతే సంపూర్ణ స్వరాజ్యం లక్ష్యంగా ఎంచుకుంటామని తీర్మానించారు. 1929 డిశంబరు 31 వరకు ఆ బహుమానమొస్తుందని ఆశతో ఎదురుచూశారు. కానీ రాలేదు. ఆ తర్వాతనే సంపూర్ణ స్వరాజ్య తీర్మానం చేయడం గౌరవప్రదమని భావించారు. లేకపోతే జరిగేది కాదు. అప్పుడు కూడా రాజీద్వారాలు యింకా తెరిచేవున్నాయని మహాత్మాగాంధీ బహిరంగ ప్రకటన చేశాడు. అసలు విషయం తమ ఉద్యమం ఏదో ఒక రాజీతో సమాప్తమవుతున్నదని వారి ఆలోచన. పోరాట క్రమంలో ఒక ప్రత్యేక పరిస్థితిలో రాజీపడేది వేరు. కాని, వారు కపటంతో వ్యవహరిస్తున్నందుకే మనం ద్వేషిస్తున్నాం. కార్మిక – కర్షక శక్తులపై ఆధారపడతామని చెప్పాలి. అయితే వారు కొన్ని కమ్మని కబుర్లతో మోసపోరని చెప్పగలరా? త్యాగాలు చేయండని మీరంటే! వారంటారు? విప్లవం ద్వారా మా కేమొస్తుందని! భారత ప్రభుత్వాధినేతగా లార్డ్ రీడింగ్ వున్నా – సర్ పురుషోత్తమ్‌దాస్ టాండన్ వున్నా తేడా యేమిటంటారు? జాతిపేరుతో అభ్యర్థించవచ్చు, కానీ మీ ప్రయోజనం కోసం అలావాడుకోవడం సరైంది కాదు. విప్లవం అతని కోసమేనని, దేశ ప్రగతి కోసమని వారు గుర్తించాలి. వారికి అర్థమయ్యేట్లు చేయాలంటే మీకు ఓపిక, పట్టుదలకావాలి. కార్మిక విప్లవం – కార్మికుల కోసమేనని వారు గ్రహించాలి.

మీ లక్ష్యమేమిటో స్పష్టత మీకుండాలి. దాన్ని కార్యరూపంలో సాధించడానికి మీ శక్తులన్నింటినీ, సకాలంలో, సక్రమంగా సంఘటిత పరచాలి. రెండు మార్గాల్లో మీ ప్రయాణం సాగాలి. ఒకటి సన్నాహం రెండవది కార్యాచరణ. ఈనాటి ఉద్యమం ముగిసిన

తర్వాత నిజమైన విప్లవకారుల్లో నిరాశ, నిస్పృహలు చెలరేగుతాయి. మీరు బాధపడవలసిన పనిలేదు. విప్లవం క్లిష్టమైనది. ఏ ఒక్క వ్యక్తీ దాన్ని సాధించలేడు. మన యిష్టానుసారం వచ్చేది కాదు. కొన్ని ప్రత్యేక రాజకీయ, ఆర్థిక, సాంఘిక పరిస్థితుల ప్రభావంతో అది వస్తుంది. అటువంటి అవకాశం ఏర్పడినప్పుడు సద్వినియోగపరుచుకోవాలి. సంఘటిత శక్తితో పార్టీ పనిచేయాలి. విప్లవానికి ప్రజలను సన్నద్ధం చేయడం, సమైక్యంగా నడిపించడం చాలా కష్టతరమైనది. విప్లవకారులు దానికోసం ఎన్నో త్యాగాలు చేయవలసి వుంటుంది. మీరు వ్యాపారులు, ధనవంతులు, హాయిగా జీవించే వారైతే దయచేసి నిప్పుతో చెలగాట మాడొద్దు. పార్టీ నాయకులుగా మీరు పనికిరారు. సంధ్యా సమయంలో గంటలతరబడి అనర్గళంగా ప్రసంగాలు చేసే నాయకులుగా చాలామందున్నారు. వారివల్ల వొరిగేదేమీలేదు. మనకు కావలసింది – లెనిన్ మాటల్లో: విప్లవం వృత్తిగా ఎంచుకున్న విప్లవకారులు కావాలి. ఏ కోర్కెలులేని విప్లవమే తమ జీవిత లక్ష్యంగా ఎంచుకొని పూర్తి కాలం పనిచేసే కార్యకర్తలు కావాలి. అటువంటి వారికి అధిక సంఖ్యలో పార్టీలో సమీకరించగలిగితే జయప్రదం కావడానికి మీ కెక్కువ అవకాశాలుంటాయి.

పై అంశాలను సునిశితపరిశీలన చేసి చర్చించి, స్పష్టమైన అవగాహనతో, క్రమపద్ధతిలో, ధైర్యంగా త్వరితగతిని నిర్ణయాలు చేసి, అమలు జరపగలిగిన సామర్థ్యంగల కార్యకర్తలు కావాలి. ఆ పార్టీ ఉక్కుక్రమశిక్షణ కలిగుండాలి. పార్టీ రహస్య పార్టీ కానక్కరలేదు. బహిరంగ పార్టీగానే వుండాలనీకాదు. స్వచ్ఛందంగా జైలు కెళ్ళడానికికైనా, అజ్ఞాతంగా పోరాటానికైనా సిద్ధపడి వుండాలి. ఏ మార్గమైనా అంతే వుత్సాహం కనబరచాలి. అలాంటి కార్యకర్తలే క్రమేణా సమర్థులైన నాయకులవుతారు.

యువజన సంఘం మన ఉద్యమానికి ప్రారంభ కేంద్రంగా వుండాలి. దాని ద్వారా పార్టీకి కార్యకర్తలను రాబట్టుకోవాలి. కార్యకర్తల పెంపుదలకు, శిక్షణకు ప్రాతిపదికగా చేసుకోవాలి. అధ్యయన కేంద్రాలు నడపడం, ఉపన్యాసాల నిర్వహణ, పుస్తకాల, కరపత్రాల ప్రచురణ, పంపిణీ యువజన రంగ కార్యక్రమంగా వుండాలి.

అప్పుడు చైతన్యం పొందిన యువకులనేకమంది తమ జీవితాలను విప్లవం కోసం, పార్టీ కోసం త్యాగం చేయడానికి సిద్ధపడతారు. అటువంటి వారిని పార్టీలోకి తీసుకోవాలి. పార్టీ కార్యకర్తలే యువజనరంగ నిర్వహణ, కార్యక్రమాల పర్యవేక్షణ చూడాలి. ప్రజల్లో పార్టీ పలుకుబడి పెంచడానికి తగిన కార్యక్రమం చేపట్టడం ఎంతో అవసరం. గదర్ విప్లవం (1914 –15) అపజయం పొందడానికి నిర్లక్ష్యం ప్రధాన కారణం. అజ్ఞానం వల్ల కొన్ని సందర్భాల్లో ప్రజల్లో వ్యతిరేకత వచ్చింది. కార్మిక కర్షకుల సానుభూతి పొందలేకపోయారు. అందువల్ల వారిని సంఘటిత పరచడం అత్యంత ప్రధానమైనదైంది. పార్టీ పేరేదైనా కమ్యూనిస్టు పార్టీ లేదా మరో పేరు... పేరు ముఖ్యం కాదు. ఆ పార్టీ రాజకీయ కార్యకర్తల పార్టీగా వుండాలి. ఉక్కు క్రమశిక్షణతో ఉద్యమాలు నడపగలగాలి. రైతు కార్మిక పార్టీలన్నిటిని సమైక్య పరచగలగాలి. కాంగ్రెస్‌లాంటి స్వభావం కలిగిన పార్టీలు కూడా కార్మిక సంఘాలు స్వాధీనం చేసుకోగలవు. జాతీయ రాజకీయాలతో

పాటు కార్మికులకు వర్గ దృక్పథంతో రాజకీయ చైతన్యం కలిగించాలి. సోషలిస్టు సిద్ధాంత గ్రంథాలను, పెద్ద ఎత్తున ప్రచురించి ప్రజా బాహుళ్యంలోకి తీసుకెళ్ళాలి. అవి సులభ శైలిలో – ప్రజలభాషలో అర్థమయ్యేట్లుండాలి.

కార్మికులకు – రైతులకు ఆర్థిక స్వేచ్ఛ తప్ప రాజకీయ స్వేచ్ఛ అక్కరలేదనే అపహాస్య ధోరణిగలవారు కార్మికోద్యమంలో వున్నారు. వారు విచ్ఛిన్నకులు- ఉద్యమానికి చిచ్చుపెట్టేవారు. వారి ఆలోచన వూహకందనిది. ప్రకృతి విరుద్ధమైనది. ప్రజలకు ఆర్థిక స్వాతంత్ర్యం కావాలి నిజమే – అదే మన ఆశయం కూడా. దాన్ని పొందడానికే రాజకీయ అధికారం హస్తగతం చేసుకోవాలంటున్నాం. ప్రారంభదశలో ఆర్థిక పరమైన చిన్న చిన్న కోర్కెల, హక్కుల కోసం పోరాటాలన్నది మన విధానం కూడా. అంతిమ పోరాటానికి ప్రజలను సన్నద్ధం చేయడానికి, చైతన్యవంతుల్ని చేయడానికవి తోడ్పడుతాయి. అలాగే మనకు సైనిక విభాగం కూడా వుండాలి. అది చాలా ముఖ్యం. ఒకోసారి దీనవసరం ఎంతో వుంటుంది. అవసరమైనప్పుడు అప్పటికప్పుడు ఏర్పాటు చేసుకోవడం అసాధ్యం. దాన్ని శక్తివంతంగా పనిచేయించలేము. చాలా జాగ్రత్తగా వివరించాల్సిన అంశమిది. అపార్థం చేసుకునే ప్రమాదముంది. ఎందుకంటే నా ప్రవర్తన టెర్రరిస్టుగా కనిపిస్తుంది. కానీ నేను టెర్రరిస్టును కాను. ఇంతకు ముందు వివరించినట్లుగా దీర్ఘకాలిక కార్యక్రమం నిర్దిష్ట భావాలు గలిగిన విప్లవకారుణ్ణి. రాంప్రసాద్ బిస్మిల్ లాంటి సాయుధులైన కామ్రేడ్స్ నేను "కండెమ్డ్‌సెల్" లో వున్నప్పుడు మారిపోయాననుకోవచ్చు. కానీ నాలో మార్పు లేదు. మునుపటి భావాలతోనే వున్నాను. దృఢసంకల్పం, వుత్సాహం పోలేదు. బయట ఎలావున్నానో యిక్కడ అలానే వున్నాను. అందువల్ల యిది చదివేటప్పుడు నా పాఠకులకో హెచ్చరిక చేస్తున్నాను. నా వ్యాఖ్యలను వక్రీకరించవద్దు. స్పష్టంగా చెప్పదలిచాను. నేను టెర్రరిస్టును కాను. ఆ పద్ధతి ద్వారా మనమేమి సాధించలేమని అర్థం చేసుకున్నాను. హిందుస్థాన్ సోషలిస్టు రిపబ్లిక్ అసోసియేషన్ చరిత్రే యిందుకు నిదర్శనం. మన కార్యక్రమాలు ఒక లక్ష్యం కోసం నిర్దేశించబడ్డాయి. ఆ మహోద్యమంలో సైనిక విభాగం స్థానం నిర్ణయించుకుంటున్నాము. నన్నెవరైనా అపార్థం చేసుకొనివుంటే తమ అభిప్రాయాలను మార్చుకొమ్మని కోరుతున్నాను. బాంబులు, పిస్తోళ్ళు నిరుపయోగమని కాదు నా భావన. కానీ, కొన్ని సందర్భాల్లో బాంబులు వేయడం నిరుపయోగమేగాక హానికరం కూడా. పార్టీ, సైనిక విభాగాన్ని అన్ని హంగులతో సర్వసన్నద్ధంగా వుంచాలి. అలా చేస్తే అత్యవసరమైనప్పుడు అది తన కర్తవ్యం నెరవేరుస్తుంది. అది స్వతంత్రంగా వ్యవహరించరాదు. వ్యవహరించకూడదు.

పైన పేర్కొన్నట్లుగా పార్టీ కార్యక్రమాన్ని నిర్వహించాలి. సమావేశాలు సదస్సులు విరివిగా జరిపి, అన్ని విషయాలు కార్యకర్తలకు వివరించి చైతన్య వంతులుగా చేయాలి.

ఈ మార్గంలో మీరు ప్రయాణం చేయాలంటే మీలో ఉత్సాహం వుండాలి. అది నెరవేరడానికి కనీసం 20 సంవత్సరాలైనా పట్టవచ్చు. పదేళ్ళలో విప్లవం వస్తుందనే పగటికలలను, ఒక్క ఏడాదిలో స్వరాజ్య మొస్తుందన్న గాంధీ వూహాజనిత వాగ్దానాలను

వదిలేయండి. విప్లవానికి కావలసింది ఆవేశం, ఆరాటం కాదు. నిరంతర పోరాటం కావాలి. బాధలు భరించగలగాలి. నీలోని అహంభావాన్ని తుడిచేయ్. సుఖజీవితపు కలలను చెరిపేయ్. కార్యక్రమం ప్రారంభించు. ధైర్యం సాహసం అకుంఠిత దీక్ష అలవరుచుకో. కష్టాలు, అడ్డంకులు నిన్నేమీ చేయలేవు. అపజయాలు, విచ్ఛిన్నాలు నిన్ను నిరుత్సాహ పరచలేవు. కష్టాలు - కడగండ్లు ఆటంకాలెన్నొచ్చినా నీ విప్లవ దీక్షను తాకలేవు. ఆ అగ్నిపరీక్షలన్నీ తట్టుకొని విజయుడవై త్యాగాల మాలతో అజేయుడవై బైటికొస్తావు.

వ్యక్తి సాధించిన విజయాలే మన విప్లవానికి విలువైన ఆస్తులౌతాయి.

కోర్టు తీర్పు ఎలా వుండబోతుంది? ఉరిశిక్షణా? జీవితఖైదా? లేక నిరపరాధిగా విడదలా? అన్నది చర్చనీయాంశంగా వున్నది. భగత్‌సింగ్‌కు, ఉరిశిక్ష తప్పదనే వార్తలు వినబడుతున్నాయి.

సుఖదేవ్‌లో అంతర్మదనం ప్రారంభమయ్యింది. అతను ఉరిశిక్ష లేక విడుదల కాకుండా యావజ్జీవ శిక్ష పడితే భరించడం ఎలా? అని ఆలోచిస్తున్నాడు. యావజ్జీవ శిక్షపడితే, జీవితాంతం నాలుగు గోడల మధ్య నరకయాతనలు పడాలి. అంతకంటే, ఆత్మహత్య చేసుకోవడం మంచిదన్న అభిప్రాయానికొచ్చాడు. తన అభిమతాన్ని ఉత్తరం ద్వారా వేరే గదిలో వున్న భగత్‌సింగ్‌కు తెలియజేశాడు.

సుఖదేవ్ ఉత్తరాన్ని, చాలాసార్లు చదివాడు. అతని ఆలోచన చూసి ఆశ్చర్యం, అసహనం పొందాడు. దానికి సమాధానం రాశాడు అందులో.

“గతంలో నీవు అసహ్యించుకున్నదాన్ని, తీవ్రంగా వివరించిన దాన్ని ఇప్పుడు ఆచరించాలనుకుంటున్నావు.

“ఒకరోజు యాదృచ్ఛికంగా ఆత్మహత్య సమర్ధణీయమన్నాను. నీవు తీవ్రంగా వ్యతిరేకించావు. ఆ రోజు, ఆ స్థలం, ఆ సమయం కూడా నాకు గుర్తుంది. అది షాహంషాహీ కుటీరంలో సాయంత్రం ఆ చర్చ జరిగింది.” అని గుర్తు జేశాడు.

“నీవిప్పుడు పూర్తిగా విరుద్ధంగా, ఆత్మాహత్యను సమర్థిస్తూ, అది ప్రస్తుత పరిస్థితుల్లో తప్పనిసరి భావిస్తున్నావు.!” ఎందుకు అని ప్రశ్నించడు.

నవజవాన్ భారతసభ ప్రకటనలో, కష్టాలను, నిర్బంధాలను, ప్రాణ త్యాగాలకు సిద్ధమని రాసుకున్నామన్నాడు. అసెంబ్లీలో బాంబు వేయాలనుకున్నప్పుడు కూడా అదే అనుకున్నామన్నాడు. మనం జైలు వెళ్ళినప్పుడు, జైలులో ఖైదీల పరిస్థితి ఘోరంగా వుండేది. దానిని మెరుగు పరచడానికి నిరహారదీక్ష చేశాం. విజయం సాధించాం. ఆమరణ నిరాహార దీక్షకు దిగడమంటే ఆత్మహత్యకు పాల్పడ్డామని కాదు. మన మిత్రుడు జతిన్‌దాస్ అమరత్వానికి గర్వపడతాం - అతని త్యాగాన్ని చూసి సిగ్గు పడతాం. అది ఆత్మహత్య అంటావా?

ఉరిశిక్ష పడుతుందని వూహించే వాళ్ళు, ఆ రోజుకోసం! ఉరికంబ మెక్కు రోజుకోసం నిర్భయంగా ఎదురుచూడాలి. ఆ మరణం ఎంతో ఆనందంగా వుంటుంది. కానీ, బాధలు భరించలేమని ఆత్మహత్య చేసుకోవడం పిరికితనం.

రష్యా సాహిత్యంలో వున్న వాస్తవికత – మన సాహిత్యంలో లేదని చర్చించుకున్నాం. రష్యా జైళ్ళల్లో రాజకీయ ఖైదీల కష్టాలు నీకు తెలుసు. వారు కష్టాలను భరించి, బానిసత్వాన్ని కూల్చేశారు. భారతదేశంలో కూడా అదే జరుగుతుంది.

జైలులో జీవితం బాధాకరంగా వుంటే, దానికి వ్యతిరేకంగా ఉద్యమం సాగించాలి. 14 ఏళ్ళు జైల్లో నరకయాతనలు అనుభవించిన వ్యక్తి అంతకు ముందున్న ఆలోచనతోనే వున్నాడు. అది ఊహించలేం అని నీవే రాశావు (సోహన్ సింగ్ బాక్నా గురించి)

భారతదేశంలో సోషలిజం, కమ్యూనిజం భావాలను మనము ప్రారంభించలేదు. ఆ భావాల వ్యాప్తికి మనం శక్తి కొరకు ప్రయత్నించాలి. మనమీద ఒక బాధ్యతను వేసుకున్నాం – ఎన్ని కష్టాలు, నష్టాలొచ్చిన కొనసాగించాలి. అంతేకాని, ప్రాణాలు తీసుకుంటే అభివృద్ధి నిరోధక చర్యగా భావించబడుతుంది.

ఇప్పుడేమయింది నీకు? నీ వాదన వింటే నాకు చిరాకు కలుగుతుంది. ఈలాంటి ఆత్మస్థైర్యం లేని వాడివైతే, అరెస్టు కాగానే విషం తిని ఆత్మహత్మ చేసుకుని వుంటే, విప్లవోద్యమానికి మేలు చేసిన వాడి వయ్యేవాడివి. కానీ, ఇప్పుడు ఆ ఆలోచన కూడా మన ఆదర్శాలకే హానికరం.

ఇంత ఘాటైన పదాలను ఉపయోగించినందుకు క్షమించమన్నాడు.

ఒకవేళ బకునిన్ నీలాగే ఆలోచిస్తే, ఆత్మహత్మచేసుకునేవాడు. ఈనాడు రష్యాలో బాధ్యతాయుత స్థానాల్లో వున్నవారు గతంలో జైళ్ళల్లో యమయాతనలు అనుభవించిన వారేనని గుర్తు చేశాడు.

***

1930 అక్టోబరు 7న ఎదురు చూస్తున్న తీర్పు వచ్చింది. భగత్‌సింగ్ , రాజగురు, సుఖదేవ్‌లకు ఉరిశిక్ష విధించారు. విజయకుమార్ సిన్హా, కిషోరీలాల్, జయదేవ్ కపూర్, శివవర్మ, కమలనాధ తివారీ, గయాప్రసాద్, మహావీర్‌సింగ్‌లకు యావజ్జీవఖైదు, కుందన్‌లాల్ కు 7 సంవత్సరాలు, ప్రేమ్‌దత్తాకు 5 సంవత్సరాల శిక్ష పడింది. సాక్షాధారాల్లేనందున అజయకుమార్ ఘోష్ విడుదల తీర్పు వినిపించినప్పుడు ముద్దాయిలు కోర్టులో లేరు. కారణం, నేరస్తులు లేకుండానే విచారణ జరిగింది. తీర్పు వెలువడింది.

అప్పుడు భగత్‌సింగ్ జైలులోని సెల్ లో వున్నాడు.

ప్రభుత్వ న్యాయవాది వచ్చాడు తడబడుతూ,

'సర్దార్ భగత్‌సింగ్ – సారీ... కోర్టు నీకు మరణ శిక్ష విధించింది." అన్నాడు.

భగత్‌సింగ్ చలించక, ఆందోళన చెందక, సహజధోరణిలో:

"సారీ చెప్పవలసిన అవసరంలేదు" అని కబీర్ సూక్తిని వినిపించాడు.

తీర్పు తర్వాత అందరినీ లాహోరు సెంట్రల్ జైలుకు తీసుకెళ్ళారు. ఉరిశిక్షలు పడిన

వారికోసం నిర్దేశించిన బ్యారక్ నెం. 14 గదుల్లో వేరువేరుగా ముగ్గురిని వుంచారు. మిగతా వారిని ఆ పక్కనే వున్న మామూలు గదుల్లో తోశారు. ఇక ఒకరినొకరు కలుసుకునే అవకాశం ఉండదనుకున్నారు. భగత్‌సింగ్ శాశ్వతంగా దూరమవుతాడన్న విచారం మిగతా వారిని వెంటాడింది.

భగత్‌సింగ్ - ముల్తాన్ జైల్లోవున్న బటుకేశ్వర్‌దత్‌కు ఉత్తరం రాశాడు.

ప్రియమైన సోదరా!

తీర్పు వచ్చింది. ఉరిశిక్ష పడింది. నాలాగే ఉరిశిక్షలు విధించబడిన వారు జైల్లో చాలామంది వున్నారు. వారిలో కొందరు ఉరిశిక్ష నుండి రక్షించమని భగవంతున్ని ప్రార్థిస్తున్నారు. కానీ, నేనుమాత్రం సంతోషంగా ఉరికంబమెక్కడానికి సిద్ధంగా వున్నాను. ఆరోజు కోసం ఎదురుచూస్తున్నాను. విప్లవకారులు తమ ఆశయంకోసం ఎంతటి త్యాగానికైనా సిద్ధపడతారని ప్రపంచానికి రుజువు చేయదలిచాను.

నాకు ఉరిశిక్ష - నీకు యావజ్జీవ శిక్షపడింది. నీవు జీవిస్తావు. కానీ, దీపాంతర కారాగారంలో నరకయాతనలు అనుభవిస్తావు. ఉరిశిక్ష తప్పిన వాళ్ళు ఎన్నో విషయ పరిస్థితులను ఎదుర్కోవలసి వుంటుంది. భయంకరమైన చిత్రహింసలు భరించవలసి వుంటుంది. బాధలనుండి విముక్తి పొందడానికి మరణం మార్గం కారాదు. ఎన్ని విషమ పరిస్థితులనైనా, కష్టాలనైనా తమ ఆదర్శాలకోసం విప్లవకారులు వాటన్నిటిని భరించగలరని నిరూపించాలి.

మీ

భగత్‌సింగ్

భగత్‌సింగ్‌కు ఉరిశిక్ష దేశంలో ఉద్రిక్తతను పెంచింది. ఎక్కడచూసినా నిరసన సభలూ - వూరేగింపులు జరుగుతున్నాయి. సామ్రాజ్యవాదుల కుటిల రాజనీతిని, ఉరిశిక్షలనూ ఖండిస్తూ ఉద్యమం మొదలైంది. లాహోరు, అమృతసర్ ప్రాంతాల్లో ఉద్రిక్తత మరింత ఎక్కువగా ఉంది. విద్యార్థులు - యువకులు కోపోద్రేకులై సామ్రాజ్య వాదంపై కక్షను పెంచుకుంటున్నారు. ఒక్కొక్కరు ఒక భగత్‌సింగ్ గా మారి ప్రతీకారం చెల్లిస్తామని ప్రభుత్వాన్ని హెచ్చరించారు. "ఇన్‌క్విలాబ్ జిందాబాద్" "భగత్‌సింగ్ జిందాబాద్" "సామ్రాజ్యవాదం నశించాలి." నినాదాలు ప్రతిధ్వనించాయి.

ప్రతీకార చర్యలు మొదలయ్యాయి. లాహోరు పోలీసు సూపరింటెంట్‌పై హత్యాప్రయత్నం జరిగింది.

అక్టోబరు 16న బరోడాలో పెద్ద బహిరంగసభ జరిగింది. ప్రజల్లో ఉద్రేకం ఎక్కువగా వుందన్న వార్తలు వస్తున్నాయ్.

నిజాం రాష్ట్రం హైదరాబాదు నడిబొడ్డులో జరిగిన సభకు పద్మజానాయుడు అధ్యక్షత వహించారని - వేదికపై భగత్‌సింగ్ , రాజగురు, సుఖదేవ్ చిత్రపటాలకు మాలలువేసి ,సామ్రాజ్యవాదులను దూషిస్తూ గానం చేశారన్నది మరో వార్త.

కాశ్మీరులోని శ్రీ ప్రకాశ్ కళాశాల విద్యార్థులు ఆయుధాలు సేకరిస్తున్నారని, భగత్‌సింగ్ ఉరిశిక్ష అమలు జరిపే రోజున ముఖ్యులైన ఆంగ్లేయ అధికారులను హతమార్చి ఆ వీరుల స్మృతికి రక్తతర్పన చేస్తామని ప్రతిజ్ఞ చేశారన్నది యింకో వార్త.

1930 డిసెంబరు 30 లాహోరులో పంజాబు విశ్వవిద్యాలయం స్నాతకోత్సవం జరుగుతోంది. డా॥ సర్వేపల్లి రాధాకృష్ణ ముఖ్య అతిథి. రాష్ట్ర గవర్నర్ సర్ జాఫ్రీ డిమోంట్ మోర్నిసీ పట్టాలను ప్రదానం చేయబోతున్నాడు. భగత్‌సింగ్‌కు ఉరిశిక్ష ప్రకటనతో వుడుకు రక్తం వుప్పొంగుతున్న తరుణం.

హరికిషన్ – 19 సంవత్సరాల నవజవాన్ భారత్ సభ కార్యకర్త. ఆంగ్లేయులపై ప్రతీకార వాంఛకై అతని మనసు పరుగులు తీస్తోంది. స్నాతకోత్సవ కార్యక్రమం చక్కని అవకాశంగా దొరికింది. ప్రయత్నించి సభకు చేరి ప్రేక్షకుల్లో కూర్చున్నాడు. సభ ప్రారంభం కాగానే దాచిన పిస్టోల్ తీసి గవర్నర్ గుండెకు గురిపెట్టాడు. ఆ గురి కొద్దిలో తప్పింది. అతని కాళ్ళనూ చేతులనూ దూసుకుంటూ వెళ్ళి ప్రక్కనున్న సబ్ ఇన్‌స్పెక్టరు ప్రాణం తీసింది. మరో లేడీడాక్టరుకు గాయం చేసింది.

డా॥ రాధాకృష్ణన్‌కు ఎలాంటి అపాయం జరగరాదని హరికిషన్ తీసుకున్న అతి జాగ్రత్తే గవర్నర్ ప్రాణం కాపాడింది. అక్కడున్న పోలీసులు హరికిషన్‌ను పట్టుకున్నారు. ఎన్నో విధాలుగా హింసించి ఎవరెవరికి దాడితో సంబంధముందో చెప్పమన్నారు.

"నేనే దీనికి బాధ్యుణ్ణి, ఇంకెవరికీ దీనితో సంబంధంలేద" న్నాడు. నేరాన్ని అంగీకరించి, కావాలనే చేశానన్నాడు. కేసు నడిచింది. హరికిషన్ తరపున ప్రముఖ న్యాయవాది జాతీయ కాంగ్రెసు అగ్రనాయకుల్లో ఒకరు అసఫ్ అలీ వాదించాడు. అయినా లాభం లేకపోయింది.

ఉరిశిక్ష తీర్పుగా వచ్చింది.

ఉరిశిక్షతో పాటు గవర్నరును గాయపరిచినందుకు యావజ్జీవ కఠిన కారాగారం, లేడీ డాక్టరుకు దెబ్బ తగిలినందుకు మరో యావజ్జీవ శిక్ష వినిపించారు.

శిక్షలు వినిపించిన జడ్జిని చూసి హరికిషన్:

"…. 28 సంవత్సరాల (యావజ్జీవ శిక్షంటే 14 సంవత్సరాలు) కారాగార శిక్ష అనుభవించిన తర్వాత ఉరితీస్తారా? లేక 28 సంవత్సరాలూ జైలు ఆవరణలో నన్ను ఉరికంబానికి వేలాడదీసి వుంచుతారో అని ప్రశ్నించాడు?"

భగత్‌సింగ్‌ను అక్టోబరు 27న ఉరితీయడానికి ప్రభుత్వం నిశ్చయించుకుంది.

కేంద్ర – రాష్ట్ర ప్రభుత్వాల ఉన్నతాధికారుల అత్యవసర సమావేశం జరిపి తీసుకోవలసిన జాగ్రత్తలను యోచించుకుంది.

సభలూ – వూరేగింపులూ నిషేధించాలని, పోలీసు యంత్రాంగాన్ని కట్టుదిట్టం చేసుకోవాలని అన్ని రాష్ట్ర ప్రభుత్వాలకు ఆదేశాలు వెళ్ళాయ్.

ఈ లోగా శిక్షపడిన వారిలో కొందరు ప్రీవీ కౌన్సిల్‌కు అప్పీలు చేసుకున్నారు. ఉరిశిక్ష అమలు వాయిదా పడింది.

లాహోరు జైల్లో చిన్న చిన్న గదుల్లో వేరువేరుగా వారిని బంధించినా ఏదో రకంగా వారి మధ్య సంబంధాలు కొనసాగుతూనే వున్నాయ్. దూరం నుండైనా కొన్ని సందర్భాల్లో ఒకరినొకరు చూడగలుతున్నారు. అలా కొన్ని నెలలు గడిచాయ్.

1930 డిసెంబరు – ఒకరోజు అకస్మాత్తుగా యావజ్జీవ శిక్షపడిన విజయ్‌కుమార్ సిన్హా, జయదేవ్ కపూర్ మొదలైన వారి గదులు తెరిచారు. వేరే జైలుకు తరలించే ఏర్పాట్లల్లో వున్నట్లు వారికి అర్థమయింది. భగత్‌సింగ్, రాజ్‌గురు, సుఖదేవ్‌లను ఉరితీయడానికి అది మొదటి చర్య అనుకున్నారు. ఇక వారిని కలుసుకునే అవకాశం లేదని బాధపడుతూ, పోలీసుల వలయంలో జైలుగేటు వైపు నడుస్తున్నారు. వారిని తీసుకెళ్ళుతున్న అధికారి క్షణమాగి "మీ మిత్రులను చూడాలని వుందా?"అని అడిగాడు. అంతకంటే మరో సంతోషకరమైన వార్తేముంటుంది?

భగత్‌సింగ్‌ను చూసి వారి కళ్లు చెమ్మగిల్లాయి. మనసులు మూగబోయాయి. మాటలు పెగల్లేదు. విషాదంతో తలలు బరువెక్కిపోతున్నాయ్. ఇవే చివరి చూపులనుకొన్నారు.

భగత్‌సింగ్‌లో ఏ మార్పు కనిపించడం లేదు. ఉరి తీస్తారన్న భయం లేదు. ఉరికంబం ఎక్కడం ద్వారా ఉద్యమానికి మేలు చేయగలనన్న విశ్వాసం అతనికుంది.

ఆవేదనను ఆపుకోలేక గద్గదస్వరంతో జయ్‌దేవ్ కపూర్ అడిగాడు: "సర్దార్, నీవు చావబోతున్నావు, అందుకు నీకు విచారంగా లేదా? నాకు తెలుసుకోవాలని ఉంది?"

అతని ఆవేదనని అర్థం చేసుకున్న సర్దార్ భగత్‌సింగ్:

"విప్లవ మార్గంలో అడుగుపెట్టే ముందే నిర్ణయించుకున్నాను. జీవితాన్ని త్యాగం చెయ్యడం ద్వారా దేశం నలుమూలలా "ఇన్‌క్విలాబ్" నినాదం వినిపించగలిగితే నా జీవితానికి ప్రతిఫలం దక్కిందనుకుంటాను. ఈ ఉరిశిక్షకారుల గదుల్లో, కటకటాల మధ్య కూర్చుని కూడా కోట్లాది ప్రజలు ముక్తకంఠంతో పలికే నినాద ప్రతిధ్వనిని వినగలుగు తున్నాను. నా నినాదం స్వాతంత్ర్య సంగ్రామ ఛోదకశక్తిగా మారి, సామ్రాజ్యవాదుల గుండెల్లో త్రిశూలంగా చివరిదాకా పొడుస్తూనే వుంటుంద"న్నాడు.

తన సహజమైన చిరునవ్వుతో అతనే మళ్ళీ అన్నాడు:

"ఇంత చిన్న జీవితానికి - అంతకన్నా ఎక్కువ మూల్యమేముంటుంది?"

అతని మాటలు వింటూ - విజయ్‌కుమార్ సిన్హా, శివవర్మ, జయదేవ్ కపూర్ మొదలైనవారు దుఃఖాన్ని ఆపుకోలేక పోతున్నారు. అందరికన్నా వెనకా నిల్చున్న శివవర్మ మరింత దుఃఖంతో కనిపించాడు. అతన్ని చూసి భగత్‌సింగ్:

"బలహీనత చూపే సమయం అప్పుడే రాలేదు" అని కటకటాల మధ్యనుండి చేతులు చాచాడు. శివవర్మ చేతులు నిమురుతూ "కొద్ది రోజుల్లోనే ఈ బంధాలను తెంచుకొని నేనెళ్ళిపోతాను. కానీ మీరు? సుదీర్ఘ ప్రయాణం చేయవలసి వుంది. బరువుబాధ్యతలతో ఆ సుదీర్ఘ ప్రయాణంలో కూడా అల సట పొందరనీ - విశ్రాంతి కోరరనీ దారిలో ఓటమి చెందరని నా నమ్మకం." అన్నాడు.

తన ప్రియమైన కామ్రేడ్స్‌కు చివరిసారిగా వీడ్కోలు చెప్పాడు.

"ఇన్‌క్విలాబ్ జిందాబాద్" నినాదం - వందేమాతరాన్ని మరిపించింది.

"భగత్‌సింగ్ జిందాబాద్"

"ఇన్‌క్విలాబ్ జిందాబాద్ - భగత్‌సింగ్ జిందాబాద్"

దేశ మంతటా వినిపిస్తున్నాయ్.

అనతికాలంలోనే భగత్‌సింగ్ రాజకీయంగా ఆకాశమంత ఎదిగాడు. అతను కోరుకున్నట్లు ఇన్‌క్విలాబ్ నినాదం దేశం నలుమూలలూ ధ్వనిస్తోంది.

చివరకు సామ్రాజ్యవాదుల బందీలుగా జైళ్లల్లో మగ్గుతున్న భారత జాతీయ కాంగ్రెసు నాయకుల గుండెల్లో కూడా స్పందనను కలిగిస్తోంది.

నైనితాల్ సెంట్రల్ జైల్లో వున్న జవహర్‌లాల్ నెహ్రూ జనవరి, 7, 1931 నాడు తన ముద్దుల కూతురు ఇందిరా ప్రియదర్శినికి రాసిన లేఖ:

"ఇన్‌క్విలాబ్ జిందాబాద్"

"ప్రియదర్శినీ అంటే చూపుకు ప్రియమైనదీ. చూపుకు ఆటంకాలు కలిగించినప్పుడు మరింత ప్రియమైనది. ఈ రోజు నీకు వుత్తరం రాద్దామని కూర్చోగానే ఎక్కడో దూరం నుండి బలహీనమైన జల్లులా శబ్ద తరంగాలు నన్ను తాకాయి. ముందు నాకర్థం కాలేదు. కానీ, క్రమక్రమంగా శబ్దవేగం పెరిగింది. చిరపరిచతమైనదిగా తోచింది. అదేమిటో నాకర్థమయింది. "ఇన్‌క్విలాబ్ జిందాబాద్", "ఇన్‌క్విలాబ్ జిందాబాద్' వుద్రేకపూరితమైన ఆ హెచ్చరికతో జైలు ప్రతిధ్వనిస్తోంది.

అది వింటూనే మా మనస్సులు వుప్పొంగి పోతున్నయ్. మాకు బహు దగ్గరలో, జైలు బయట ఈ రణన్నినాదం చేస్తున్నదెవరో తెలియదు. ఈనాటి సందర్భమేమిటో అంతకన్నా తెలియదు. వారెవరైనప్పటికీ వారి అభినందనలు మాకందుతున్నాయ్. వారికి మౌనంతోనే మా ప్రత్యాభినందన సందేశం పంపుతున్నాం. మా శుభాకాంక్షలు తెలుపుతున్నాం.

ఇంతకూ ఎందుకు మనం ఇన్‌క్విలాబ్ జిందాబాద్" అంటున్నాం? మనమెందుకు విప్లవాన్నీ మార్పునూ కోరుతున్నాం.?

నిస్సందేహంగా భారతదేశం పెద్ద మార్పు కోరుతోంది. ఆ మార్పుతో దేశం స్వతంత్ర్యమవుతుంది. కానీ అంతటితో ఆగదు.

ఈ ప్రపంచంలో చలనమున్న ప్రతిదీ నిరంతరం మార్పు చెందుతూనే వుంటుంది. రోజురోజుకూ, నిమిష, నిమిషానికి ప్రకృతి మారుతుంది. నిర్జీవమైనవి మాత్రమే నిశ్చేజితంగా వుండిపోతాయి.

పరిశుభ్రమైన నీరు ఎల్లప్పుడూ ప్రవహిస్తూంటుంది. దానికి అడ్డుకట్టలు కడితే ఆగిపోయి మలినమవుతుంది. మానవజీవితం, దేశ పురోగమనం కూడా అంతే. మనం అవునన్నా కాదన్నా వృద్ధాప్యం రాకమానదు. పసిపాప పెరిగి బాలికవుతుంది. బాలిక యువతిగా, యువతి మహిళగా మారి తర్వాత వృద్ధురాలవుతుంది. ఈ మార్పుకు మనం లోనుగాక తప్పదు. చాలామంది ఈ ప్రపంచ పరిణామక్రమాన్ని గుర్తించరు. తమ మేధస్సును బంధించి, క్రొత్త భావాలు తలెత్తకుండా తాళం వేస్తారు. కొత్త భావాలంటే వారికెందుకో ఎక్కడలేని భయం.

ఫలితం?

వారికోసం ప్రపంచ గమనం ఆగదు. వారిని పక్కకు నెట్టి ముందుకు సాగుతుంది.

మారుతున్న పరిస్థితుల కనుగుణ్యంగా మారలేరు కాబట్టే ఒక్కొక్కప్పుడు సంభవించే బ్రహ్మాండమైన సంఘటనలు చూసి తట్టుకోలేరు.

140 సంవత్సరాల క్రితం జరిగిన ఫ్రెంచ్ మహావిప్లవం లేక 13 సంవత్సరాల క్రితం వచ్చిన రష్యన్ విప్లవం లాంటి బ్రహ్మాండమైన విప్లవాలొస్తాయ్. మన దేశం కూడా ఆ మార్గమధ్యంలో వుంది. మనకు స్వాతంత్ర్యం కావాలి నిజమే, కాని అంతటితో సరిపోదు. నిలిచిన నీరును పాకురు పట్టిన జలాశయాలను ప్రవహించే కొత్త నీటితో పరిశుభ్రం చెయ్యాలి. అంతటా పవిత్రజలం ప్రవహించాలి: ఆ ప్రవాహంలో మురికినీ, దారిద్ర్యాన్నీ, బాధలనూ మనదేశం నుండి కడిగెయ్యాలి: ఎంతో మంది బుర్రల్లో గూడుకట్టుకున్న బూజును దులిపేసి వారి ఆలోచనలకు పదునుబెట్టే ప్రయత్నం చెయ్యాలి. మనముందున్న మహత్తర కర్తవ్య నిర్వహణలో సాధ్యమైనంత వరకు వారు, సహకరించేటట్లు చూడాలి. అది సామాన్యమైన పనికాదు. దాని కెంతో వ్యవధి పట్టొచ్చు. అందుకు మనం గట్టి ప్రయత్నం చేద్దాం.

"ఇన్‌క్విలాబ్ జిందాబాద్"

మనమిప్పుడు విప్లవం వాకిట్లో వున్నాం. రేపు ఏమి జరుగుతుందో కానీ, ఇంతవరకూ చేసిన కృషికి సత్ఫలితాలొచ్చాయి.

ఉదాహరణకు: నేటి భారత మహిళలనే చూడు! ఉద్యమాలలో ఎంత గర్వంగా ముందు నడుస్తున్నారో? ధైర్యం, సాహసం, వీరత్వంలో ఇతరులకు మార్గదర్శకులవుతున్నారు. ఒకప్పుడు వారి అందమైన ముఖాల, ధైర్య సాహసాలపై పర్దా వుండేది. అది వాళ్ళకూ - మన దేశానికీ శాపం లాంటిది అదిప్పుడు త్వరితగతిన తొలగిపోతోంది. గతాన్ని గుర్తుచేసుకోవడానికి ఆపర్దా మ్యూజియంలో ఒక వస్తువుగా మారుతుంది. అదే విధంగా ఈనాటి బాలబాలికలను చూడు. వానరసేనగా - బాల సంఘాలతో ముందుకు సాగుతున్నారు. గతంలో వీరి తల్లిదండ్రులు పిరికివాళ్ళుగా - బానిసలుగా బతకవచ్చు. కానీ, వీళ్ళు! బానిసత్వాన్ని, పిరికితనాన్ని సహించలేరు.

కావున, గతిచక్రం ఎప్పుడు తిరుగుతూ వుంటుంది. అది తిరుగుతున్నప్పుడు పైవాళ్ళు కిందికి - కిందివాళ్ళు పైకవుతారు. ఆ చక్రభ్రమణం యిప్పుడు మన దేశంలో తిరుగుతోంది. దాన్ని ఎవరూ ఆపలేరు. దాన్ని మన శక్తి కొద్దీ తిప్పాం - "ఇన్‌క్విలాబ్ జిందాబాద్".

హైకోర్టు అప్పీలు - విచారణలో - అంతకుముందు ప్రభుత్వసాక్షిగా మారిన ఇంద్రపాల్ ఆశ్చర్యంగా ఎదురు తిరిగాడు. కోర్టులో జడ్జికి వాస్తవాన్ని తెలియజేశాడు. ప్రభుత్వసాక్షిగా మారమని పోలీసు సూపరింటెండెంట్ అబ్దుల్ అజీజ్ తనను చిత్రహింసలు పెట్టాడన్నాడు.ఆ హింసలను వివరిస్తూ "రెండు చేతులు మంచంకోళ్ళ కిందబెట్టి మంచంపై పోలీసులు కూర్చున్నారు. గోనె సంచిలో బిగించి చితకబాదారు. గోడకు సంకెళ్ళతో వేలాడదీశారు. మీసాలు - జుట్టూ రక్తం చిందేట్లు పీకేశారు. చీమలతో నిండిన బెల్లపు ముద్దను పైజామాలో వేశారు. రోజుల తరబడి రకరకాలుగా చిత్రహింసలు పెట్టారు. ఆ బాధలు భరించలేక ప్రభుత్వ సాక్షిగా మారానన్నాడు. అంతేగాక - "నా కంటే ముందు 5గురు రహస్యాలన్నీ చెప్పేశారు" అన్నాడు. "కోర్టులో ప్రమాణం చేసి నిజం చెప్పమంటున్నారు. ప్రమాణం చేసి అబద్ధం చెప్పలేను. నేను పరలోకానికి పోతే పోలీసులు వెంటరారు గదా! పాపంచేసి పరలోకానికి పోయేముందు నిజం చెప్పాలనుకుంటున్నాను. నేను ఇంతకుముందు చెప్పిందంతా పోలీసులు చెప్పమన్నది - వారి భయంతో చెప్పింది" అన్నాడు. పోలీసులు రాసియిచ్చిన కాగితాన్ని జడ్జి ముందుంచి యిలాంటివి యింకా వున్నాయన్నాడు. కోర్టు తనకు రక్షణ కల్పించాలని కోరాడు. ఇంద్రపాల్‌ను చూసి మదనగోపాల్ కూడా తిరగబడ్డాడు.

గాంధీజీనీ కాంగ్రెస్ వర్కింగ్ కమిటీ సభ్యులందరినీ, ముఖ్యమైన నాయకులనూ బంధించినా శాసనోల్లంఘనోద్యమం ఆగలేదు. మరింత తీవ్రమయింది. ప్రభుత్వాన్ని స్థంభింపచేసింది. పరిస్థితి సాయుధ సంఘర్షణలతో, హింసాత్మక పద్ధతిలో పోతోందని గ్రహించింది. కాంగ్రెస్‌తో రాజీబేరాలు చేసి, ఉద్యమ విరమణకు ప్రయత్నించాలని వైస్రాయ్

లార్డ్ ఇర్విన్ అనుకున్నాడు. జైలులో వున్న గాంధీజీ వద్దకు సర్ తేజ్‌బహదూర్ సప్రూ, జయకర్ – వైస్రాయ్ సందేశంతో వెళ్ళారు.

గాంధీజీ ఎరవాడ – మోతీలాల్, జవహర్‌లాల్ నెహ్రూలు నైనిటాల్ – మిగతా వారు ఇతర జైళ్ళల్లో వున్నారు. గాంధీ ఇర్విన్ మధ్య సంబంధాలేర్పడ్డాయి. కాంగ్రెస్ నాయకులను, సత్యాగ్రహులను శాసనోల్లంఘణోద్యమం విరమణ గురించి, గాంధీ వైస్రాయ్ ఇర్విన్ మధ్య చర్చలు జరుగుతున్నాయి. ఉద్యమ విరమణకు, స్వాతంత్ర్యం గురించి రౌండ్‌టేబుల్ కాన్ఫరెన్స్ చర్చలతో పాటు, ముందుగా రాజకీయ ఖైదీల విడుదల, భగత్‌సింగ్, రాజగురు, సుఖదేవ్‌ల ఉరిశిక్ష రద్దు ప్రధాన అంశాలుగా వుండాలని దేశ ప్రజలు, కాంగ్రెసులోని అత్యధికులు కోరుతున్నారు. కానీ, మహాత్మాగాంధీ కాంగ్రెసు సత్యాగ్రహులు మినహా వారి విడుదల, ఉరిశిక్ష రద్దు డిమాండుగా పెట్టడానికి సుముఖంగాలేడు. కారణం, వారి పార్టీ వేరు, విధానాలు వేరు. చర్యలు కాంగ్రెసు – వైస్రాయ్ మధ్య జరుగుతున్నందున కాంగ్రెస్ పార్టీకి సంబంధించిన అంశాలనే డిమాండుగా పెట్టడానికి, మిగతా వాటిని విజ్ఞప్తులుగా పెట్టడానికి నిర్ణయించుకున్నాడు.

చర్చల్లో మీరటు కుట్రకేసు ఇతర రాజకీయ ఖైదీల విడుదల, భగత్‌సింగ్ సహచరుల ఉరిశిక్ష రద్దు సాధ్యం కాదన్నది తెలిసి పోయింది.

కాంగ్రెస్ నాయకులు జవహర్ లాల్ నెహ్రూ, మోతీలాల్ నెహ్రూ ప్రకటనలో:

"ఖైదీల విషయంలో లార్డ్ ఇర్విన్ ప్రతిపాదన పరిమితమైనది. అది ఆమోదయోగ్యం కాదు. భగత్‌సింగ్, అతని అనుచరుల ఉరిశిక్ష రద్దు, అతివాద ఖైదీల ప్రస్థావనలేదు. శాసనోల్లంఘణోద్యమానికి ముందు నుండి ఎంతోమంది కాంగ్రెసు నాయకులు, ఇతరులు రాజకీయ నేరాలతో జైళ్లల్లో వున్నారు. మీరటు కుట్రకేసు ముద్దాయిలు సంవత్సర కాలంగా విచారణ కారణంతో జైలు జీవితం గడుపుతున్నారు. మేము ఆ ఖైదీలందరిని విడుదల చేయాలని కోరుతున్నాం." అన్నారు. ఏలాగైనా భగత్‌సింగ్ ప్రాణాలతోను కాపాడాలని దేశ ప్రజలందరూ ఆంధోళన చేస్తున్నారు. చివరికి భగత్‌సింగ్ తండ్రి కిషన్‌సింగ్, ప్రాణభిక్ష కోరుతూ అర్జీ పెట్టుకున్నాడు.

భగత్‌సింగ్ మాత్రం తన ప్రాణం కంటే, దేశ ప్రతిష్ట, ఉద్యమ భవిష్యత్తు ముఖ్యమని భావించాడు. అందుకే క్షమాభిక్షను తిరస్కరించాడు.

త్వరలో ఉరికంబమెక్కడం ఖాయమని తేలిపోయినా, తుదిశ్వాస విడిచేవరకు ఉద్యమం గురించే ఆలోచించాలని నిర్ణయించుకున్నాడు.

1931 మార్చి 25,న కరాచీలో నేషనల్ కాంగ్రెస్ మహాసభలు జరగనున్నాయి. అదే సందర్భంలో, పంజాబు రాష్ట్ర నవజవాన్ భారత్‌సభ మహాసభలు జరగబోతున్నాయి. ఆ మహాసభల్లో తన భావాలను చర్చనీయంశాలుగా చేయాలనుకున్నాడు.

స్వాతంత్రోద్యమ లక్ష్యం – విప్లవ పార్టీ కార్యక్రమం రచించాడు. దానిని మిత్రుని ద్వారా రహస్యంగా నవజవాన్ భారత్‌సభ అధ్యక్షులు కామ్రేడ్ రామచంద్రకు పంపాడు.

(భగత్‌సింగ్ మరణానంతరం, 1931 అక్టోబరు 3న బెంగాలు విప్లవకారిణి శ్రీమతి ప్రతిభాదేవి ఇంటిలో పోలీసుల సోదాలో ఆ డాక్యుమెంటు బయట పడింది.)

"మన ఉద్యమం ముఖ్యమైన దశలో వున్నది. అనేక సంవత్సరాల పాటు సాగించిన పోరాటాల ఫలితంగా ఎట్టకేలకు రాజ్యాంగ సవరణలు, రౌండ్‌టేబుల్ చర్చలకు అవకాశం వచ్చింది. చర్చల తర్వాత కాంగ్రెస్ నాయకులు ప్రస్తుత ఉద్యమాన్ని విరమించడం లేదా రాజీమార్గంలో ఉపసంహరించుకోవడం జరుగుతుంది.

రాజీ ఒప్పదం నిరుపయోగమైనది, నిషేదించదగినదికాదు. రాజకీయాల్లో, కొన్ని సందర్భాల్లో అవసరం, అనివార్యం 1905 రష్యా విప్లవం జరుగుతున్నప్పుడు లెనిన్ విదేశాల్లో వున్నాడు. విప్లవం వీగిపోయింది. కానీ, దాని ఫలితంగా 1906లో డూమా ఏర్పడింది. పార్లమెంటు ఎన్నికల్లో బోల్షివిక్ పార్టీ పాల్గొనరాదన్నాడు. లెనిన్ కానీ 1907లో జరిగిన ఎన్నికల్లో పాల్గొనాలన్నాడు. కారణం, మొదటి డూమా కంటే, రెండవది అభివృద్ధి నిరోధకమైనదిగా వున్నది. పార్లమెంటులో ప్రవేశించడం ద్వారా, సోషలిజం భావాలను చర్చకు తేవడానికి అవకాశం వుంటుందన్నాడు.

1917 లో బోల్షివిక్ ప్రభుత్వం, జర్మనీతో బ్రెస్ట్ లిటోవిస్కీ ఒప్పందం చేసుకున్నది. చాలా రష్యా భూభాగం జర్మనీకి పోయింది. ఆ ఒడంబడికను మెజారిటీ బోల్షివిక్కులు వ్యతిరేకించారు. కానీ లెనిన్ అది అనివార్యమన్నాడు. బోల్షివిక్ ప్రభుత్వానికి జర్మనీని ప్రతిఘటించే శక్తిలేదు. ఒప్పందం లేకపోతే, బోల్షివిక్ ప్రభుత్వ ఉనికికే ప్రమాద మేర్పడుతుంది అందుకే - శాంతి - శాంతి - శాంతి -శాంతి కావాలన్నాడు.

ఒకప్పుడు రాజీ కూడా ఒక ఆయుధంగా ఉపయోగ పడుతుంది. పోరాటం అభివృద్ధి చెందుతున్నప్పుడు అప్పుడప్పుడు అవసరమవుతుంది.

ఉద్యమంలో విజయాలు, అపజయాలు బేరీజు కొసుకోవాలి. గుణపాఠాలు తీసుకోవాలి! అవసరమైతే ఎత్తుగడలు మార్చుకోవాలి!

ఉదాహరణకు, తిలక్ చెప్పిన సూత్రం - కార్మికులు 16 అణాలు పెంచాలని ఉద్యమం చేస్తారు. యాజమాన్యం 2. అణాలు పెంచడానికి అంగీకరిస్తుంది. అప్పుడు కార్మికులు 2. అణాలతో ఒప్పందం చేసుకొని, జేబులో వేసుకొని, మిగతా 14 అణాల కొరకు ఉద్యమించాలి.

ఈనాడు విప్లవ శక్తులు రంగంలో లేవు. ఉద్యమం మధ్యతరగతి, వ్యాపారస్తులు, కొంతమంది పెట్టుబడిదారుల చేతుల్లో వున్నది. వారు పెట్టుబడిదారీ విధానం, సంపాదన, వ్యక్తిగత స్వార్థం కోరుకుంటారు .గ్రామసీమల్లోని రైతులు, పారిశ్రామిక కేంద్రాల్లో వున్న కార్మికులు ఉద్యమంలో లేరు.

బూర్జువావర్గ నాయకులు వారిని రంగంలోనికి దించడానికి సిద్ధంగాలేరు.

నిద్రించే సింహాన్ని నిద్రలేపవద్దన్నది వారి ఆలోచన. ఇందుకు నిదర్శనం.

1920లో అహ్మదాబాదు కార్మికులు ఆంధోళన చేసినప్పుడు గాంధీ:

"మనం కార్మికులను కదిలించవద్దు. పారిశ్రామిక కార్మికులను రాజకీయాల్లోకి తేవడం ప్రమాదకర" మన్నాడు.

1922లో బర్డోలి రైతులు ఉద్యమం చేస్తున్నప్పుడు, అది బ్రిటిష్ సామ్రాజ్యవాదుల ప్రభుత్వాన్ని కూలదోయడమేకాదు, దేశంలోని భూస్వామ్య వ్యవస్థను కూల్చివేస్తుందని, కాంగ్రెస్ నాయకులు భావించారు.

ఒక్క పండిత జవహర్ లాల్ నెహ్రూ మినహా, మిగతా కాంగ్రెస్ నాయకులు బ్రిటిష్ పాలకులకు లొంగిపోవడానికి సిద్ధమవుతారు కానీ, రైతులకు తలొగ్గడానికి సిద్ధపడరు.

అందువల్ల వారు కోరుకునేది సంపూర్ణ విప్లవంకాదు. కొన్ని సంస్కరణలు.

"విప్లవం వర్ధిల్లాలి" అని యువకులంటున్నారు. కానీ, వాళ్ళు నిర్మాణయుతంగా లేరు. ఉద్యమాన్ని నడిపించే శక్తి వారికి లేదు.

నెహ్రూ మినహా, మిగతా వారెవ్వరూ బాధ్యతలు చేపట్టడానికి సిద్ధంగాలేరు. వారు గాంధీకి లొంగి పోయారు. అతన్ని ఎదిరించే సాహసం చేయరు.

అందువల్ల, యువతపై బాధ్యత పెరిగింది. పరీక్షా సమయం రాబోతున్నది.

విప్లవమంటే ప్రస్తుత వ్యవస్థను సమూలంగా నిర్మూలించి. దాని స్థానంలో సోషలిస్టు వ్యవస్థను నిర్మించాలి. దానికి ప్రభుత్వాధికారాన్ని వశం చేసుకోవాలి. ప్రస్తుతం పాలకవర్గం చేతుల్లో వున్నది. వారికి రక్షక కవచంగా వున్నది. దాన్ని హస్తగతం చేసుకోవాలి. సోషలిస్టు విధానాలు అమలు జరపాలి.

అది జరగాలంటే, ప్రజల్లో చైతన్యం రావాలి. అనుకూల పరిస్థితులు కల్పించాలి. దానికి మనకొక కార్యక్రమం కావాలి.

ప్రపంచ యుద్ధం సమయంలో భారతీయుల సహకారం పొందదానికి మింటో - మార్లె సంస్కరణల పేరుతో చట్టం తెచ్చారు. వైస్రాయ్ కౌన్సిల్, సలహామండలిగా అసెంబ్లీ ఏర్పడింది. దానికి హక్కుల్లేవు. అది ఏ నిర్ణయం చేసినా వైస్రాయ్ ఆమోదం చెప్పితేనే అమలవుతుంది.

ప్రస్తుతం సంస్కరణల గురించి చర్చ జరుగుతున్నది. కాంగ్రెస్ నాయకులు ఏమి కావాలంటారో తెలియదు? కానీ, విప్లవకారులుగా:

1) భారత ప్రజలకు ఏలాంటి హక్కులు కల్పిస్తారు?

2). ప్రభుత్వ విభాగాల్లో భారతీయులకు ప్రాతినిధ్యం ఎలా వుంటుందా?

3) భవిష్యత్ ప్రణాళిక లేమిటి? వాటికి రక్షణ లేమిటి? ఆలోచించాలి.

అసెంబ్లీకి ప్రభుత్వం జవాబుదారీగా వుంటుందా? పాలకవర్గ అసెంబ్లీచే ఎన్నుకోబడుతుందా? స్త్రీ - పురుష విచక్షణ లేకుండ, అందరికీ ఓటింగ్ హక్కులభిస్తుందా?

రాష్ట్ర శాసనసభలపై గవర్నర్ల అధికారం పోతుందా? స్వయం శాసనసభలపై గవర్నర్ల అధికారం పోతుందా? స్వయం నిర్ణయాధికారం బదులు ప్రాంతీయ నిరంకుశత్వం వుంటుంది.

విచిత్రమైన ప్రజాస్వామ్య వ్యవస్థ వస్తుందా? వీటికి మన సమాధానమేమిటి? కార్యక్రమమేమిటి?

1) మన లక్ష్యమేమిటి?

2) ప్రస్తుత పరిస్థితులేమిటి? ఎక్కడినుండి ప్రారంభించాలి.

3) కార్యచరణ ఏమిటి? దానికి అవకాశాలు, పద్ధతులేమిటి? నిర్ణయించుకోవాలి.

మనం కోరుకునేది బ్రిటిష్ వాళ్ళనుండి, భారతీయులకు అధికార మార్పిడి కాదు. ప్రతివిప్లవానికి, ముఖ్యంగా సోషలిస్టు విప్లవానికి రైతులు, కార్మికులు ఛోదకశక్తులు, కాంగ్రెస్ నాయకులు దానికి అంగీకరించరు. డొమీనియన్ స్టేటస్ కోరడమే అందుకు తార్కాణం. వారికి బహుమతులుగా కొన్ని హక్కులు కావాలి. 1929 డిశంబరు 31వరకు ఇదే జరిగింది.

విప్లవానికి ప్రజలను చైతన్యం చేయాలి. నిర్మాణం చేయాలి.

విప్లవానికి తేదీ, ముహూర్తం వుండదు. విప్లవ సాధనకు త్యాగాలకు సిద్ధం కావాలి. మీరు వ్యాపారస్తులు, వృత్తిలో వున్న వారైతే దయచేసి దూరంగా వుండండి.

మనకు విప్లవం వృత్తిగా, పూర్తి కాలం పనిచేసే విప్లవకారులు కావాలి. వారికి మరే కోరిక, ఆలోచన వుండకూడదు.

పార్టీ ఉక్కు క్రమశిక్షణతో వుండాలి. పార్టీ విధిగా రహస్య పార్టీ కానవసరంలేదు. యువజన సంఘం ద్వారా కార్యకర్తలను తయారు చేసుకోవాలి.

ప్రజల్లో విస్తృత ప్రచారం చేయాలి. ప్రజా సానుభూతిని పొందాలి. రైతులను, కార్మికులను నిర్మాణం చేయాలి. కార్మిక, ఇతర ప్రజా సంఘాలు నిర్మించాలి. వీలైతే, కాంగ్రెస్ సంస్థను వశపరచుకోవాలి. అందులో రాజకీయ అవగాహనకు కృషిచేయాలి.

కార్మిక వర్గ పోరాటాలు, కేవలం ఆర్థిక, సాంఘిక లేదా కొన్ని హక్కులకోసం పరిమితం కారాదు. రాజ్యాధికారం కోసం పోరాడే శక్తిగా వుండాలి. మనకు మిలటరీ విభాగం కావాలి.

నేను టెర్రరిస్టును కాను. బహుశా నా రాజకీయ జీవితం ప్రారంభంలో ఆలాంటి అవగాహన వుండవచ్చు. అదే విధంగా బాంబులు, పిస్తోళ్ళు నిరుపయోగమైనవి, వాటి అవసరం లేదనికాదు. మన సైనిక విభాగం వాటితో సర్వసన్నద్ధంగా వుండాలి అవసరమైనప్పుడు రంగంలోనికి రావాలి.

మన కార్యక్రమం పూర్తి కావడానికి కనీసం 20 ఏండ్లు పట్టవచ్చు.

గాంధీ - సంవత్సర కాలంలో స్వరాజ్యమన్నట్లు, ఊహాజనిత భ్రమల్లో పడరాదు.

అంగుళం - అగుళం - పురోగమిస్తుండాలి. దానికి ధైర్యం - ధృడ సంకల్పం - కావాలి.

విప్లవం వర్ధిల్లాలి.

2 ఫిబ్రవరి 1931.

టెర్రరిజం 1905 సంవత్సరం నాటి అవగాహన. టెర్రరిజం ద్వారా ఫ్రాన్సు, రష్యా, బాల్కన్సు, జర్మనీ, జాపాన్, స్పెయిన్ లో విజయవంతం కాలేదు.

సామ్రాజ్యవాదులకు పరిపాలించడం తెలుసు.

30 కోట్లమంది దేశాన్ని పాలించడానికి 30 మంది తనవాళ్ళను త్యాగం చేయడానికి వెనుకాడరు.

విప్లవానికి లెనిన్ చెప్పినట్లు:

1) రాజకీయ, ఆర్థిక పరిస్థితి

2) ప్రజల్లో తిరుగుబాటు మనస్తత్వం.

3) విప్లవాన్ని నడిపించగలిగిన విప్లవ పార్టీ కావాలి.

దానికి గట్టి నిర్మాణం, దృఢసంకల్పం, వుండాలి.

ప్రస్తుతం భారతదేశంలో మొదటిది సానుకూలంగా వున్నది. రెండవది, మూడవది పూర్తి చేయాలి.

మన కార్యక్రమం

1) భూస్వామ్య విధానం రద్దు

2) రుణభారం నుండి రైతులకు విముక్తి

3) భూమిని జాతీయంచేసి, సమిష్టి వ్యవసాయ క్షేత్రాలు ఏర్పాటు

4) అందరికి గృహవసతి

5) పరిమిత భూమి పన్ను తప్ప, ఇతర పన్నుల రద్దు.

6) పరిశ్రమల జాతీయకరణ - పారిశ్రామికాభివృద్ధి.

7) అందరికీ ఉచిత విద్య.

8) పనిగంటల తగ్గింపు

లక్ష్యసాధనకు

1) కాంగ్రేస్ వేదికను ఉపయోగించుకోవాలి.

2) కార్మిక సంఘాలను స్వాధీనపరుచుకోవాలి.

3) రైతు సంఘాల నిర్మాణం చేయాలి.

4) సహకార, తదితర సంఘాలు ఏర్పాటు చేయాలి.

5) చేతివృత్తులు, మేధావులు, ఇతర వర్గాల సంఘాలు అన్ని చోట్ల నిర్మాణం చేయాలి.

గాంధీ ఇర్విన్ మధ్య చర్చలు సాగాయి. ఫిబ్రవరి 17, 1931నాడు గాంధీజీ - చర్చల సారాంశం వివరిస్తూ: "వైస్రాయ్ మీరట్ కుట్ర కేసు ముద్దాయిల విడుదల సాధ్యం కాదని చెప్పాడు. వారిని విడుదల చేస్తే! బెంగాలు ఖైదీలు తదితరులను కూడా విడుదల చేయవలసి వస్తుందన్నా"డు

అదే అంశాన్ని వైస్రాయ్ లార్డ్ ఇర్విన్ తన డైరీలో యిలా రాసుకున్నాడు.

"అతను ప్రతిపాదించిన అంశాలు.

1. సత్యాగ్రహులతో పాటు షోలాపూర్‌లో మార్షల్ లా కింద అరెస్టు చేసిన వారిని విడుదల చేయాలి.

2. మీరటు ఖైదీల వారి విడుదల గురించి వాదించాడు. కానీ, నేను అర్థం చేసుకున్న ప్రకారం డిమాండుగా పెట్టలేదు. నేను వారికి శాసనోల్లంఘనోద్యమానికి

సంబంధం లేదన్నాను. అయితే విచారణలో జరుగుతున్న జాప్యం విషయంలో అతనితో ఏకీభవించాను. సాధ్యమైనంత త్వరలో విచారణ పూర్తయ్యేట్లు చూస్తానన్నాను. అంతకు మించిన హామీ యివ్వనన్నాను. కారణం కమ్యూనిస్టులు వేరు సత్యాగ్రహులు వేరు ఇద్దరికీ పొంతన లేదని చెప్పాను."

చర్చల సందర్భంలో తానూ - గాంధీ తప్ప మరెవరూ లేరని, తాను బ్రిటిష్ ప్రభుత్వ వైఖరిని స్పష్టం చేశానన్నాడు. వాటిని భారతదేశం సద్వినియోగం చేసుకోవడం మంచిదని సలహా యిచ్చానన్నాడు.

గాంధీ - ఇర్విన్ చర్చల వార్తలు దేశంలో అలజడి కలిగించాయి. ఏదోరకంగా ఉద్యమాన్ని నీళ్ళు గార్చడానికి, నిలిపివేయడానికి కాంగ్రెస్, ముఖ్యంగా గాంధీజీ ప్రయత్నిస్తాడని భగత్‌సింగ్ ముందుగానే వూహించాడు. తన మిత్రులకు పంపిన లేఖలో కాంగ్రెస్ వర్గ స్వభావాన్ని బహిర్గతం చేశాడు.

"మనం పరదేశస్తుల బానిసత్వం నుండే కాదు - స్వదేశ పెట్టుబడిదారుల, భూస్వాముల చెరనుండి కూడా విముక్తి పొందాలి. కాంగ్రెస్ లక్ష్యం అది కాదు. సంపూర్ణ విప్లవం దాని విధానం కాదు. బ్రిటిష్ ప్రభుత్వంపై ఆర్థికపరమైన వత్తిడి తెచ్చి, తద్వారా భారతదేశంలో ధనికవర్గానికి పరిమిత అధికారాలు సంపాదించడమే దాని ముఖ్య వుద్దేశ్యం. నా దృష్టిలో కాంగ్రెస్ ఉద్యమం చివరకు రాజీతోనే ముగుస్తుంది. లేదా పూర్తిగా విఫలమవుతుంది."అన్నాడు.

భగవతీ చరణ్ హోరా మరణంతో ఉద్యమానికి తీరని నష్టం కలిగింది. పార్టీలో అంతర్గత తగాదాలు, గ్రూపులతో చంద్రశేఖర్ ఆజాద్ విసిగిపోయూడు. పార్టీ విచ్ఛిన్నమయింది. ఆజాద్ వొంటరి వాడైనా ఉద్యమ ఆశయసాధనకోసం తన సర్వశక్తుల్ని వొడ్డాడు.

భగత్‌సింగ్‌తో రహస్యంగా సమాలోచనలు సంప్రదింపులు సాగించాడు. పార్టీ పునర్నిర్మాణానికి ప్రయత్నించాడు. మారిన పరిస్థితులు గమనిస్తూ, అనుభవాన్ని అన్వయించుకొని పనిచేయాలనుకున్నాడు. కేసులో నుండి బయటపడిన అజయ్‌ఘోష్ - అలహాబాద్‌లో ఆజాద్‌ను కలిసి భగత్‌సింగ్, తదితర కామ్రేడ్స్ రాజకీయ అవగాహనను వివరించాడు. భగత్‌సింగ్ సూచన ప్రకారం అజ్ఞాతంలో వున్న పృధ్వీసింగ్ ఆజాద్‌ను కలుసుకొని పార్టీ అభిప్రాయాన్ని తెలియజేశాడు. వ్యక్తిగత హింసావాదం వల్ల ఫలితం లేదని, విప్లవమార్గానికి అనుసరించవలసిన వ్యూహం, ఎత్తుగడలను అధ్యయనం జేయడం అవసరమన్నాడు. అందుకు పృధ్వీసింగ్‌ను సోవియట్ యూనియన్ వెళ్ళి విప్లవ పద్ధతులను అధ్యయనం చేసి రావలసిందిగా కోరాడు. ఇతర విప్లవకారులతో సంబంధాలు ఏర్పరచుకోవడానికి ప్రయత్నిస్తూనే వొంటరిగా ఉద్యమ ఉనికిని రుజువు చేశాడు. జాతీయోద్యమ నాయకులను కలిసి చర్చలు జరిపాడు.

"ఆజాద్" అలహాబాదు, కటారా రహస్య స్థావరంలో వుండి కార్యక్రమాలు నడుపుతున్నాడు. జవహార్‌లాల్ నెహ్రూ జైలు నుండి విడుదలై అలహాబాద్ వచ్చాడని తెలిసి వెళ్ళి కలిశాడు. గాంధీ ఇర్విన్ చర్చల విషయం అడిగాడు. భగత్‌సింగ్, రాజగురు, సుఖదేవ్‌ల ఉరిశిక్ష రద్దుకు పట్టుబట్టాలని కోరాడు. తమ పార్టీ నూతన రాజకీయ విధానాన్ని తెలియజేశాడు.

అలహాబాదులోనే వీరభద్ర తివారీ వుంటున్నాడు. అతను హెచ్.ఎస్. ఆర్.ఎ. సభ్యుడిగా వుంటూనే పోలీసు ఇన్‌ఫార్మర్‌గా పని చేస్తున్నాడన్న అనుమానం వుంది. యశపాల్‌ను కాల్చి చంపాలని పార్టీ చేసిన నిర్ణయాన్ని అమలు జరపాల్సిన పని అతనికే యిచ్చారు. దాన్ని అమలు జరపకుండా, రహస్యం యశపాల్‌కు చెప్పాడు. యశపాల్, వైశంపాయన్, పాండే కూడా అలహాబాదుకు చేరారు. ఆజాద్‌తో పాటు సుఖదేవ్ రాజ్ వున్నాడు.

1931 ఫిబ్రవరి 27 ఉదయం, ఆజాద్, సుఖదేవ్‌రాజ్ తో కలిసి ఆల్ఫ్రెడ్ పార్కు వైపు వెళ్ళాడు. అది వీరభద్ర తివారి చూశాడు. యశపాల్, వైశంపాయన్ , పాండేకు కూడా తెలుసు. అందులో ఎవరో ఒకరు పోలీసులకు సమాచారం అందించి వుంటారు. ఆల్ఫ్రెడ్ పార్కు చెట్టుకింద కూర్చున్న 'ఆజాద్'ను అకస్మాత్తుగా పోలీసులు చుట్టుముట్టారు. కాల్పులు జరిపారు. 'అజాద్' చెట్టును మాటుబెట్టుకొని పోరాటం సాగించాడు. ఒక తూటా ఆజాద్ తొడలో నుండి దూసుకుపోయింది. ఆవేశంతో ఆజాద్ పోలీసులపై విరుచుకు పడ్డాడు. పోలీసు సూపరింటెండెంట్ బావర్ భుజంలో నుండి తూటా దూసుకెళ్ళింది. మరో దెబ్బకు ఇన్‌స్పెక్టర్ విశ్వర్‌సింహ్ దవడ ఎగిరింది. వీరుడుగా పోరాడుతూ హిందుస్థాన్ సోషలిస్టు రిపబ్లికన్ అసోసియేషన్ సైన్యాధిపతి 'ఆజాద్' చంద్రశేఖర్ అమరుడైనాడు.

ఆ వార్త విని వేలాది మంది అక్కడికి చేరారు. ప్రభుత్వ నిషేదాజ్ఞలు ధిక్కరించి కన్నీటితో అమరవీరునికి జోహార్లర్పించారు. ఊరేగింపుగా ఆజాద్ భౌతికకాయాన్ని గంగాతీరానికి తీసుకెళ్ళి అంత్యక్రియలు నిర్వహించారు. ఆ వీరుని ఛితాభస్మం తలా పిడికెడు పట్టుకెళ్ళారు. దేశమంతటా ఆజాద్ మరణవార్తతో విషాదచ్ఛాయలు అలుముకున్నాయి.

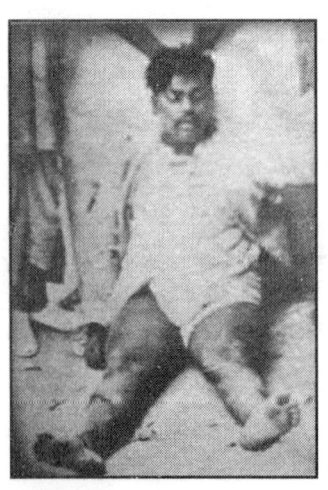

భగత్‌సింగ్‌ను కాపాడాలనుకున్నాడు - కానీ, అతనికంటే ముందే అమరత్వం పొందాడు. దుర్వార్త విని భగత్‌సింగ్.

"ఆదర్శ వీరుడు నేలకు వొరిగిన మా నాయకుడు. ఆజాద్ నెలకొల్పిన పవిత్ర త్యాగాల వారసత్వంలో మా త్యాగం మరో మెట్టు కాబోతుంద"న్నాడు.

***

ఒకవైపు దేశమంతా అతని ఉరిశిక్ష రద్దు ఒడంబడికలో షరతుగా వుండాలని కోరుతుంటే భగత్‌సింగ్ మాత్రం అందుకు భిన్నంగా ఆలోచించాడు. తన ప్రాణం కంటే, దేశగౌరవం, విప్లవ కర్తవ్యం ముఖ్యమనుకున్నాడు. మార్చి 3వ తేదీన పంజాబు గవర్నర్‌కు రాసిన లేఖలో.

"మా యుద్ధం, ఒక్కొక్క పరిస్థితిలో ఒక్కొక్క రకంగా వుంటుంది. పరిస్థితులను బట్టి మా వ్యూహం మారుతుంది. ఓ క్షణంలో మీ ప్రభుత్వంపై కత్తులు దూయవచ్చు. మరో క్షణంలో అది గెరిల్లా యుద్ధంగా మారవచ్చు. ఇంకో సందర్భంలో జాతీయ ఉద్యమంగా వుధృతం కావచ్చు. లేక మాటుపెట్టుకొని మెరుపుదాడులతో చంపడమో, చావటమో అన్నది ధ్యేయం కావచ్చు. మా పోరాటం రక్తపాతమైనదా? శాంతియుతమైనదా? అన్నది మీరు మా ఎడల అనుసరించే విధానాన్ని బట్టి వుంటుంది. ఎలాంటి పోరాటం కోరుకుంటారో తేల్చుకోవాల్సింది మీరే. కానీ, ఒకటి మాత్రం యదార్థం. మా యుద్ధం దినదిన ప్రవర్థమానంగా పెరుగుతూ మరింత పరాక్రమంతో, చైతన్యంతో, దీక్షాసంకల్పంతో కొనసాగుతుంది." అన్నాడు.

పోరాటం యొక్క లక్ష్యాన్ని గుర్తుచేస్తూ: "సోషలిస్టు రాజ్యస్థాపన జరిగేంతవరకూ ప్రస్తుత వ్యవస్థ స్థానంలో నూతన సాంఘిక వ్యవస్థ నెలకొల్పబడి, దోపిడీ విధానాన్ని సమూలంగా నిర్మూలించి, మానవాళికి సుస్థిరశాంతి, సౌభాగ్యాలు లభించేంతవరకూ మా పోరాటం కొనసాగుతుంది. ఈ సమస్యకు శాశ్వత పరిష్కారం పొందడానికి త్వరలోనే అంతిమ యుద్ధం మొదలవుతుంది. సామ్రాజ్యవాదుల, పెట్టుబడిదారుల రోజులు గతించాయ్. మేమీ పోరాటంలో చేరకముందే మా యుద్ధం మొదలైంది. మమ్మల్ని చంపిన తర్వాత కూడా అది సాగుతూనే వుంటుంది. మా ప్రాణాలు తీసినంత మాత్రాన అది ఆగదు. ఈనాటి చారిత్రక పరిస్థితుల్లో అనివార్యమైనది. మా యుద్ధం. శ్రీ జతిన్‌దాస్ ఆత్మబలిదానం, కామ్రేడ్ భగవతీచరణ్ దురదృష్టకర వీరమరణం, ఆదర్శవీరుడుగా నేలకు వొరిగిన మా నాయకుడు ఆజాద్ నెలకొల్పిన పవిత్ర త్యాగాల వారసత్వ వరుస క్రమంలో మా త్యాగాలు మరొక మెట్టు మాత్రమే".

"మమ్మల్ని ఉరి తియ్యడానికి నిర్ణయించిన మీరు తప్పకుండా ఆ నిర్ణయాన్ని అమలు జరుపుతారనే మా నమ్మకం. ఎందుకంటే మీరు పాలకులు – అదే మీకున్న గొప్పబలం. శక్తిని మించిన సత్యం లేదన్నది మీ సూత్రం. మా కేసు విచారణ తతంగమంతా అందుకు నిదర్శనం. అయితే, మిమ్మల్ని క్షమాభిక్ష వేడుకొనడంలేదు. అలాంటిది మీనుండి ఆశించడం లేదు. మీ దృష్టికి తేవలసిందల్లా, మీ కోర్టు తీర్పు ప్రకారం మేము యుద్ధం ప్రకటించాం కాబట్టి మేము యుద్ధ ఖైదీలం. ఆ విధంగానే మమ్మల్ని గుర్తించాలి. మామూలు నేరస్తులుగా మమ్మల్ని ఉరితియ్యకుండా, యుద్ధ సైనికులం కాబట్టి మీ సైనిక బృందంతో కాల్చి వేయించాలి. మీ స్వంత కోర్టు తీర్పును గౌరవిస్తారో? లేదో? నిర్ణయించుకోవలసింది, ప్రపంచానికి చాటవలసింది మీరే. ఆ బాధ్యత మీ మీదనే వున్నది. అందువల్ల మీ సైనిక

విభాగానికి మమ్మల్ని కాల్చివేయడానికి సైనిక బృందాన్ని పంపమని ఆర్డర్ జారీ చేయవలసిందిగా కోరుతున్నాను.

ఒడంబడిక ప్రతిపాదనపై కాంగ్రెస్ వర్కింగ్ కమిటీ చర్చించింది. గాంధీజీ మెజార్టీ సభ్యులను వొప్పించి ఆమోదం పొందగలిగాడు ఫలితంగా:

1931 మార్చి 5వ తేదీన గాంధీ -ఇర్విన్ ఒడంబడికపై సంతకాలు చేశారు. అందులోని ప్రధాన అంశాలు.

1) తక్షణం శాసనోల్లంఘనోద్యమ విరమణ.

2). శాంతియుత సత్యాగ్రహుల విడుదల

3). రౌండ్ టేబుల్ కాన్ఫరెన్సులో చర్చలు జరిపి స్వరాజ్యం విషయంలో అమోదయోగ్యమైన అంగీకారం కుదుర్చుకోవడం.

గాంధీ - ఇర్విన్ ఒడంబడిక దురదృష్టకరమైనదిగా దేశ ప్రజలు భావించారు. మరోమారు గాంధీజీ ఉవ్వెత్తున వచ్చిన ఉద్యమంపై నీళ్ళు చల్లాడని యువతరం ఆగ్రహించింది. ఒడంబడికలోని షరతులు కూడా అవమానకరమైనవి. విడుదలయ్యే రాజకీయ ఖైదీలలో మీరట్ - లాహోరు, కాకోరి, గదర్ కుట్ర కేసుల నిందితులు లేరు. భగత్‌సింగ్, రాజగురు, సుఖదేవ్‌ల ఉరిశిక్ష రద్దు లేదు. పెషావర్, చిటగాంగ్, షోలాపూర్ విప్లవకారులు లేరు. కేవలం కాంగ్రెస్ సత్యాగ్రహులు మాత్రమే వుంటారు. అందులో కూడా హింసాత్మక సంఘటనల్లో పాల్గొన్నారనే ఆరోపణలతో కేసులున్న వారుండరు.

ఒడంబడిక అందరికీ ఆశ్చర్యం, ఆగ్రహం కలిగించింది. కాంగ్రెస్ వర్కింగ్ కమిటీ సభ్యులు సుభాష్ చంద్ర బోస్, జవహర్‌లాల్ నెహ్రూ తదితరులు వ్యతిరేకించారు. భగత్‌సింగ్ ప్రాణాన్ని కూడా కాపాడలేని ఒడంబడిక ఎందుకని ప్రశ్నించారు.

ఒడంబడికను రద్దు పరచాలని ప్రజాందోళన ప్రారంభమైంది. గాంధీజీపై విమర్శల వర్షం కురిసింది. ఆందోళన కారులను శాంతింప జేయడానికి గాంధీజీ విశ్వప్రయత్నం చేశాడు. వారిని వొప్పించడానికి వాగ్దానాలు చేశాడు.

ఒడంబడిక జరిగిన తర్వాత, ఢిల్లీ, పత్రికావిలేకరుల సమావేశంలో:

"ప్రజలంతా ఒక్కటిగా, కాంగ్రెస్‌కు అండగా నిలిచి, దాని గౌరవాన్నీ, ప్రతిష్టనూ కాపాడాలి. అప్పుడు దాని శక్తి పెరుగుతుంది. అప్పుడు మీరట్ ఖైదీలతో సహా రాజకీయ ఖైదీలందరు అనతికాలంలోనే విడుదల కాగలరని" వాగ్దానం చేశాడు.

భగత్‌సింగ్ విషయంలో తన అభిప్రాయం తెలియజేశాడు. వారి పార్టీ వేరు - వారి సిద్ధాంతం వేరు - వారి మార్గం వేరు. అందువల్ల ఆ విషయం వొప్పందంలో ఒక షరతుగా పెట్టలేదన్నాడు. నైతికంగా తనకు ఆ హక్కు లేదన్నాడు. అయితే వారి గురించి ప్రస్తావించాను, విజ్ఞప్తి చేశానన్నాడు.

ఆంధోళన వ్యక్తమైనా, విమర్శలొచ్చినా ఒడంబడికకు కట్టుబడి వుండాలని గాంధీజీ కృతనిశ్చయంతో వున్నాడు. ప్రజలను ఒప్పించడానికి, అనేక సభల్లో ప్రసంగించాడు. గాంధీజీ సభల్లో, నిరసనలు నినాదాలు, కరపత్రాల పంపిణీ జరిగింది. వాటికి గాంధీజీ సమాధానమిస్తూ:

"ఈ కరపత్రాలు పంచే యువకులు అసలు విషయం అర్థం చేసుకోలేకపోతున్నారు. మనం ఏ శాంతి ఒడంబడిక చేసుకోలేదు. ఇది తాత్కాలిక వొప్పందమన్నది తెలుసుకోవాలి" అన్నాడు.

"మీరన్నట్లు - మీరు పేర్కొన్న ఇతర రాజకీయ ఖైదీల విడుదల సమస్య మనముందున్నది. మీరంతా ఒడంబడికను చిత్తశుద్ధితో అమలు జరిపితేనే అదిసాధ్యం అవుతుంది. వాళ్ళు విడుదల కావడమే కాదు - దేవుడు దయతలిస్తే, భగత్‌సింగ్ తదితరుల ప్రాణాలను కూడా తగు సమయంలో కాపాడగలుగుతాం. అంతేకాదు వీలైతే వారిని విడుదల చేయగలుగుతాం" అన్నాడు.

గాంధీ - ఇర్విన్ ఒడంబడిక తర్వాత భగత్‌సింగ్ ఉరికంబమెక్కక తప్పదని తేలిపోయింది. చివరి ఆశ కూడా నిరాశైపోయింది. ఆఖరి ప్రయత్నంగా తన కొడుకుకు ప్రాణభిక్ష పెట్టమని కిషన్‌సింగ్ గవర్నర్‌కు విజ్ఞప్తి చేస్తూ, అర్జీ పెట్టుకున్నాడు. అది తెలిసి భగత్‌సింగ్ ఆవేదన, ఆగ్రహం చెంది తండ్రికి ఘాటైన ఉత్తరం రాశాడు.

"పితాజీ!

క్షమాభిక్ష కోరుతూ మీరు ప్రత్యేక ట్రిబ్యూనల్‌కు అర్జీ పెట్టారన్న వార్తవిని నిర్ఘాంతపోయాను. క్షణకాలం నా ఆలోచనలు ఆగిపోయాయి. నా మానసిక శక్తి దెబ్బతిన్నది. నన్ను నేను నమ్మలేకపోయాను. నేను వూహించలేదు. ఈ యాత్రలో, పరీక్షా సమయంలో ఇలాంటి విజ్ఞప్తి చేయుటం భావ్యమని ఎలా అనుకున్నారు? పితృహృదయుం, అదిపడే ఆవేదన అర్థం చేసుకోగలను. కానీ, నా విషయంలో, నా అభిప్రాయం తెలుసుకోకుండా, నా తరపున ఈ విధంగా చేసే అధికారం మీకెక్కడిది? మీకు తెలుసు

నా రాజకీయ అభిప్రాయాలు మీకు భిన్నమైనవి. మీ అభిప్రాయానికి, మీ ఆలోచనా ధోరణికి భిన్నంగా, స్వతంత్రంగా వ్యవహరించాను. గతాన్ని ఒక్కసారి గుర్తు చేసుకోండి. ఈ కేసుల్లో మొదటి నుండి మీరు నన్ను నిర్ధోషినని నిరూపించుకోవాలని సూచించారు. దానిని నేను వ్యతిరేకించడం మీకు తెలుసు. నిర్ధోషిగా నిరూపించుకోవాలన్న కోరిక, నాకెప్పుడు కలగలేదు. ఆలోచనా నాకెప్పుడూ కలగలేదు. ఎందుకు? అని అడిగితే సరియైన సమాధానం లేకపోవచ్చు. అది నా అస్పష్టత – నా ఆలోచనా పద్ధతి కావచ్చు. ఏమైనప్పటికీ అవి ఇప్పుడు చర్చనీయాంశాలు కావు.

మీకు తెలుసు, ఈ కేసులో మేమొక దృఢ సంకల్పంతో నిలిచామన్నది. నా ప్రతిచర్య మా సిద్ధాంతం, నీతి, పార్టీ కార్యక్రమం ప్రకారమే జరిగింది. ఈనాడు పరిస్థితి మారింది. మరో రకంగా వున్నా నిర్ధోషినని వాదించడానికి అంగీకరించే వాణ్ణికాదు. మామీద తీవ్రమైన నేరం మోపినా విచారణ కాలంలో ధైర్యంగా ప్రతిఘటించాం తప్ప పిరికితనం ప్రదర్శించలేదు. రాజకీయ పోరాటం జైళ్లల్లో, కోర్టుల్లో కూడా కొనసాగించాలన్నది మా అభిప్రాయం. తలవంచ రాదన్నది మా నిర్ణయం. కఠిన శిక్షలు విధించినా ధైర్యంగా నిలవాలి. నిర్ధోషులుగా నిరూపించుకోవడానికి అవకాశాలున్నా, ఉద్యమ శ్రేయస్సు దృష్టా ఆ ప్రయత్నం చేయకూడదు. అదే మేము ఆచరించింది. అందులో విజయం సాధించామా? లేదా? అన్నది నిర్ణయించవలసింది మేము కాదు. మేము స్వార్థరహితంగా మా కర్తవ్యాన్ని నెరవేర్చాం.

"లాహోరు కుట్ర కేసు ఆర్డినెన్సు" ఉద్దేశ్యాన్ని వివరిస్తూ, వైస్రాయ్ తీవ్రమైన ఆరోపణలు చేశాడు. మేము న్యాయాన్ని, చట్టాన్ని , అవమానపరిచామన్నాడు. అన్యాయం చేసిందెవరు? అవమాన పరిచిందెవరు? అన్నది నిరూపించవలసిన బాధ్యత మాపైబడింది. ఇది మాకు లభించిన సదవకాశం. మా అభిప్రాయంతో అందరూ ఏకీభవించకపోవచ్చు. మీరు కూడా అందులో ఒకరు కావచ్చు. అయినా, నాకు తెలియకుండా, నా అభిప్రాయం తెలుసుకోకుండా, నాతరఫుని వ్యవహరించడం న్యాయం కాదు.

నా జీవితం మీరనుకున్నంత విలువైనది కాదు. నా ప్రాణం కోసం సిద్ధాంతాన్ని ఫణంగా పెట్టవలసింది అంతకంటే కాదు. నేనే కాదు, నాతోపాటు నా సహచరులు కూడా వున్నారు. వారు కూడా ప్రమాదంలోనే వున్నారు. మేమంతా ఒకే సిద్ధాంతం ఆచరించాం భుజం భుజం కలిసి ఒకే బాట నడిచాం. వ్యక్తిగతంగా ఎంతటి మూల్యాన్ని చెల్లించవలసి వచ్చినా అదేవిధంగా నిలుస్తాం.

పితాజీ! నేను సంకోచిస్తున్నది. సభ్యత, గౌరవం, మర్యాద విస్మరించి అగౌరవంగా, కఠినమైన భాషను ప్రయోగిస్తున్నానేమోనన్న భయం కలుగుతోంది. కానీ, ఇదే మరొకరు చేసి వుంటే – అతనొక విప్లవ ద్రోహి అనేవాణ్ణి. కానీ, మీరు పుత్రవాత్సల్యంతో దిగజారిన బలహీనత చూపారు. నాకు వెన్నుపోటు పొడిచారు. నాతరఫున మాట్లాడే హక్కు మీకు లేదు. పరీక్షా సమయంలో మీరు ఓడిపోయారు. మీరు దేశభక్తులు – స్వాతంత్రోద్యమానికి మీ జీవితాన్ని అంకితం చేశారు. ఇప్పుడెందుకింత బలహీనత చూపారో అర్థం చేసుకోలేకపోతున్నా. చివరిగా, మీకు, మీ స్నేహితులకు, నా కేసులో ఆసక్తి చూపుతున్న

వారందరికీ చెప్పదలచుకున్నాను. మీ అభిప్రాయంతో నేనేకీభవించను. ఏదో సాక్ష్యాధారాలతో, సాకులతో నిర్దోషిగా బయటపడాలనే దానికి వ్యతిరేకం. నా సహచరుల్లో కొందరు అర్జీలు పెట్టుకున్నా, క్షమాభిక్ష కోరినా నేను మాత్రం అలా చేయను. నేను నిరాహార దీక్షలో ఉన్నప్పుడు, ట్రిబ్యూనల్‌కు నేను పంపిన దరఖాస్తులు, ఇంటర్వ్యూలలో చెప్పిన విషయాలను వక్రీకరిస్తూ పత్రికలు రాశాయి. నేను నిర్దోషిగా, న్యాయం కోరుతున్నానన్నాయి. వాస్తవానికి నేనెప్పుడు అలా అనలేదు. అప్పుడు, ఇప్పుడు మా భావాల్లో మార్పులేదు. నేనేమాత్రం బలహీనత ప్రదర్శించినా బోర్‌స్టల్ జైలు సహచరులు నన్ను ద్రోహిగా, విశ్వస ఘాతకుడిగా పరిగణిస్తారు. వారి ముందు తలెత్తుకోలేను.

నేను కోరేది వాస్తవాలను ప్రజలు తెలుసుకోవాలి. రకరకాల ఊహాగానాలకు తెరదించాలి. అందుకే మీకీ ఉత్తరం రాస్తున్నాను. దీన్ని పత్రికలకు అందజేయవలసిందిగా ప్రార్థిస్తున్నాను.”

బయట ఉన్న మిత్రులకు పంపిన లేఖలో తన రాజకీయ దృక్పథాన్ని స్పష్టం చేశాడు.

“ప్రస్తుత వ్యవస్థను సమూలంగా మార్చడమే విప్లవం. దానికి ప్రభుత్వాధికారాన్ని హస్తగతం చేసుకోవడం తప్పనిసరి. ఇప్పుడు అది ధనిక వర్గం చేతుల్లో ఉంది. ప్రజాశ్రేయస్సు కోసం, కారల్ మార్ఖ్స సూత్రాల ప్రకారం సామాజిక మార్పుకు ప్రభుత్వ యంత్రాంగంపై ఆధిపత్యం కావాలి. అప్పుడు అనుకున్న ఆశయం నెరవేరుతుంది.” అన్నాడు.

“వేళ్ళ మీద లెక్కింపబడే దోపిడీదారులు, భారతదేశ శ్రమజీవులను, ప్రకృతి సంపదను కొల్లగొడుతున్నంత కాలం మన యుద్ధం కొనసాగుతుంది. ఆ దోపిడీదారులు, బ్రిటిష వాళ్ళైనా, భారతీయులైనా, లేక ఇద్దరు కలిసినా మన యుద్ధం వుంటుంది. అది మరింత వేగంతో, దీక్షా సంకల్పంతో, పరాక్రమంతో సోషలిస్టు రిపబ్లిక్ నిర్మాణం జరిగే వరకు సాగుతుంది.” అన్నాడు.

మరోవైపు మహాత్మాగాంధీ ఢిల్లీ బహిరంగ సభలో:

“భగత్‌సింగ్ అతని అనుచరులకు ఉరిశిక్ష విధించారు. వారి శిరస్సులపైన ఉరి తాళ్ళు వేలాడుతున్నాయి. అలాంటి పరిస్థితుల్లో శాంతి ఎలా సాధ్యం? అని నన్ను ప్రశ్నిస్తున్నారు. అది దురదృష్టకరమైనది. ఆ యువకులు కరపత్రాలు పంచుతున్నప్పుడు ఒక విషయం విస్మరించారు. వారు అర్థం చేసుకోవలసిందేమిటంటే – మనం శాంతి ఒప్పందం చేసుకున్నామంటే అది తాత్కాలికమైనది. కొంతకాలమే దాని పరిమితి. అందువల్ల యువకులు ఆవేశానికి గురికావద్దని, సహనం, శాంతి పాటించమని కోరుతున్నాను. నాకు 62 సంవత్సరాల నిండినా ఇంకా యువకుడినే అనుకుంటున్నాను. మీరు, నన్ను కాలం చెల్లిన పాతకాలపు భావాలు కలవాడన్నా, మిమ్మల్ని విజ్ఞతతో ఆలోచించమని అడిగే హక్కు నాకున్నది. ముసలివాళ్ళు చెప్పేదంతా ఒప్పుకోవాలని నేననడం లేదు. నేను కోరేది ఆలోచించమని, పరిశీలించమని – ఒకవేళ ముసలి వాళ్ళం తప్పుజేస్తే, మాలో బలహీనత ఉందనుకుంటే మమ్మల్ని తొలగించండి. బాధ్యతలు చేపట్టండి. దానికూడా విజ్ఞత దృఢ సంకల్పం కావాలి.

నేనొకటి స్పష్టం చేయదలిచాను. భగత్‌సింగ్ అతని అనుచరులు ఎందుకు విడుదల కాలేదు? నాకు తెలియదు. ఒకవేళ మీరు వైస్రాయ్‌తో చర్చలు జరిపి వొప్పించి ఇంతకంటే మంచి ఫలితాలు సాధించేవారేమో! కానీ, మా వల్లకాలేదు. నేను వ్యక్తిగతంగా వ్యవహరించలేదు. కాంగ్రెస్ వర్కింగ్ కమిటీ నిర్ణయం ప్రకారమే జరిగింది. మేము తేవలసిన వొత్తిడి తెచ్చాం. చివరికి ఈ తాత్కాలిక ఒప్పందానికి అంగీకరించాం. చట్టపరిధిలో శాంతియుతంగా ఇంతకంటే సాధించడం సాధ్యంకాలేదు.

అయినా, మీరు చెప్పే వాళ్ళందరి విడుదల విషయం విస్మరించడం లేదు. అది సాధించాలంటే ఈ ఒప్పందాన్ని అమలు జరపడం ద్వారానే సాధ్యమవుతుంది. "యువభారతం" ఒప్పందానికి కట్టుబడి, పాటిస్తే భగవంతుడు దయదలిస్తే భగత్‌సింగ్ అతని సహచరులు బతుకుతారు. సహనం పాటించి, ఉద్యమం మరింత ముందుకు సాగిన తర్వాత ఉరికంబం నుండి వారిని కాపాడగలగడమే కాదు వారు విడుదలవుతారు.

"యువభారతం" అని ఒక హెచ్చరికగానే అంటున్నాను. మీ భావాలు పరిగణనలోకి తీసుకోబడతాయి. సాధించబడతాయి. మీరు హింసాత్మక సంఘటనలకు పాల్పడిన వారికి స్వేచ్ఛ కోరుతున్నారు. అందులో తప్పులేదు. నా అహింసా సిద్ధాంతం ప్రకారం అహింసావాదులకే కాదు, దొంగలకు, దోపిడీదార్లకు, చివరికి హంతకులకు కూడా శిక్షపడరాదు. ఒక మనిషిని ఉరికంబానికి గురిచేయడం నా మనస్సు అంగీకరించదు. అలాంటప్పుడు ధైర్యశాలియైన భగత్‌సింగ్ విషయంలో ఉదాసీనత ఎలా చూడగలను. వారిని కాపాడాలనుకుంటే ఒప్పందం షరతులను పాటించకతప్పదు. అది మీరు హింసా పద్ధతుల్లో సాధించలేరు. ఆ పద్ధతుల్లో భగత్‌సింగ్‌ను విడుదల చేయించలేరు. అంతేకాదు వేలాది మంది భగత్‌సింగ్‌లను త్యాగం చేయవలసి వుంటుంది. దాన్నినేను అంగీకరించను. కాబట్టి నేను శాంతిని కోరుతున్నాను. అహింసా సిద్ధాంతానికి కట్టుబడి ఉంటాను. మీరు చెప్పే పద్ధతి వందల సంవత్సరాలుగా అనుసరించబడింది. కావలసినన్ని ఉదాహరణ లున్నాయి. వాస్తవాలున్నాయి. కరవాలం చేపట్టిన వాడు కరవాలానికి ఎరఅవుతాడు. నీవు ఆయుధాన్ని ఎక్కుపెట్టేది పాలకులపైననే కాదు. నీ సోదరీ సోదరులపైన కూడా అన్నది మరవద్దు. నీ మార్గానికి, భావాలకు వ్యతిరేకమైన వారిపై కూడా ఆయుధాలను వాడాలి. అప్పుడు వాళ్ళు కూడా ఆయుధాలు చేపట్టవలసి వస్తుంది. పర్యవసానమేమిటి?" అని ప్రశ్నించాడు.

మార్చి 16, బొంబాయి – దాదర్ బహిరంగ సభలో:

"మనం ఉద్యమాన్ని నిలిపివేశామంటే పిరికితనంతో కాదు"

"మీరట్ – బెంగాల్ ఖైదీలు నా దృష్టిలో వున్నారు. కానీ వారి విడుదల విషయం, చర్చలు విఫలమయ్యే వరకు పట్టుబట్టలేదు" అన్నాడు.

మార్చి 19: గాంధీజీ ప్రభుత్వ కార్యదర్శి ఎమర్సన్‌ను కలిశాడు. ఇద్దరి మధ్య సంభాషణలు జరిగాయి. ఆ సందర్భంలో ఎమర్సన్ రాసుకున్న నోట్సులో:

"భగత్‌సింగ్‌కు సంఘీభావంగా లాహోర్, అమృత్‌సర్‌లలో జరిగిన సభల గురించి చెప్పాను,"

"ఆ సభల్లో కాంగ్రెస్ వర్కింగ్ కమిటీ సభ్యులు డా. సత్యపాల్, సర్దుల్‌సింగ్ కాలేశార్ చేసిన ప్రసంగాల సారాంశం చెప్పాను"

"ఢిల్లీలో చంద్రశేఖర్ ఆజాద్ సంస్మరణ సభ విషయం వివరించాను."

"భగత్‌సింగ్‌కు క్షమాబిక్ష కోరుతూ గవర్నర్ జనరల్‌కు పంపిన క్షమాభిక్ష అర్జీ గురించి చెప్పాను."

"అతణ్ణి కరాచీ మహాసభకు ముందు లేదా తర్వాత ఉరితీస్తే ఏలాంటి పరిణామాలుంటాయో వివరించాను."

అలాగే తనకు కలిగిన అభిప్రాయం ఇలా రాశాడు.

"గాంధీ – ఒప్పందాన్ని అమలు జరపాలనే ఆతురతతో ఉన్నాడు. నిజమైన పరిష్కారం కోరుతున్నాడు. కరాచీ మహాసభలో ప్రతినిధుల నుండి తీవ్రమైన వ్యతిరేకతను వూహిస్తున్నాడు. భగత్‌సింగ్‌ను ఉరి తీస్తే చిక్కులు వస్తాయని ఆందోళన పడుతున్నాడు. అయితే మహాసభ ఒప్పందానికి ఆమోదం లభించగలదన్న నమ్మకంతో ఉన్నాడు. నా అభిప్రాయం ప్రకారం జవహర్‌లాల్ నెహ్రూ తీవ్రంగా వ్యతిరేకిస్తాడు. ఆమోదించరాదని పట్టుబడతాడు. అతనే సంపూర్ణ స్వాతంత్ర్య తీర్మానాన్ని కరాచీ మహాసభలో ప్రవేశపెడతాడు. దాన్ని సాధించడానికి పోరాడుతాడు." అని రాసుకున్నాడు.

మరుసటిరోజు ఎమెర్‌సన్ గాంధీజీకి రాసిన లేఖలో:

"భగత్‌సింగ్ వగైరాలకు విధించిన శిక్షను అమలుజరిపే సందర్భంగా ఏర్పడనున్న వుద్రిక్తతను గురించి గత రాత్రి మనం చర్చించాం. చీఫ్ కమీషనర్ తెలిపిన సమాచారాన్ని బట్టి యీరోజు సాయంత్రం 5.30 గంటలకు సుభాష్‌చంద్ర బోస్ ఒక నిరసన సభలో ప్రసంగించబోతున్నాడు. అందుకు నోటీసు కూడా యిచ్చారని తెలిసింది. ఈ విషయంలో మీ యిబ్బందిని నేనర్థం చేసుకోగలను. కానీ, ప్రభుత్వ యిబ్బందులను కూడా మీరు అర్థం చేసుకుంటారనుకుంటాను. ఈ పరిస్థితుల్లో సాధ్యమైనంతవరకు జాగ్రత్త కోసం తగు చర్యలు తీసుకోవలసిన అవసరం రాకుండా వుండాలనే ప్రభుత్వం కోరుకుంటోంది. కానీ, పరిస్థితులు అదుపుతప్పితే తప్పనిసరవుతుంది. ఈసాయంత్రం మీటింగు జరిపి, అందులో రెచ్చగొట్టే ఉపన్యాసాలు చేస్తే పరిస్థితి తప్పకుండా విషమిస్తుంది. దీన్ని అరికట్టడానికి మీరే రకంగా సహకరించినా ప్రభుత్వం హర్షిస్తుంది. ఒకవేళ పరిస్థితి అదుపు తప్పితే తీవ్ర పరిణామాలు తప్పవు." అని హెచ్చరించాడు.

మార్చి 21న గాంధీజీ పత్రికా విలేకరుల గోష్ఠిలో పాల్గొన్నాడు.

ప్రశ్న: ఇర్విన్‌తో జరిగిన ఒడంబడిక ప్రాతిపదికతో జాతీయ కాంగ్రెస్ మహాసభలు నిర్వహించగలుగుతారా?

గాంధీ: "అవును - కానీ, భగత్‌సింగ్‌ను ఉరితీస్తే, యిప్పుడున్న పరిస్థితిని బట్టి తీవ్రమైన పరిణామాలుండవచ్చు. ముఖ్యంగా కాంగ్రెస్‌లోని యువతరంపై దాని ప్రభావం అధికంగా ఉంటుంది. వారు కాంగ్రెస్‌ను చీల్చడానికి ప్రయత్నించవచ్చు."

ప్రశ్న: "ఈ చివరి నిముషంలో భగత్‌సింగ్‌ను కాపాడటానికి యింకా అవకాశమేదైనా వుందని భావిస్తున్నారా?"

గాంధీ: వుంది కానీ అది కనుచూపుమేరలో లేదు.

గాంధీజీ చాలాసార్లు భగత్‌సింగ్ ఉరిశిక్ష రద్దు విషయం ఇర్విన్‌తో చర్చించాడు. ఏమాత్రం అవకాశమున్నా అతని ప్రాణాలు కాపాడమని కోరాడు. తీర్పులో ఏమాత్రం లోపమున్నా పునఃపరిశీలన చేయమన్నాడు. కానీ, సామ్రాజ్యవాదులు అందుకు సిద్ధంగా లేరు. జాతీయ కాంగ్రెస్ మహాసభలు జరగబోతున్నాయ్. ఉరిశిక్షలు అమలు జరిగితే రాగల పరిణామాలు వూహకందకుండా వున్నాయ్. ఆ విషయాన్ని కూడా గాంధీజీ ఇర్విన్‌కు వివరించాడు. మాటల సందర్భంలో ఇర్విన్, వీలైతే మహాసభలు జరిగేంతవరకూ ఉరిశిక్షల అమలు వాయిదా వేస్తానన్నాడు. దాన్ని గాంధీజీ తిరస్కరిస్తూ:

"ఒకవేళ ఆ యువకులను ఉరితియ్యాలన్నదే మీ నిర్ణయమైతే, కాంగ్రెస్ మహాసభకు ముందుగా ఉరితియ్యడమే మంచిది. అప్పుడు దేశంలో పరిస్థితి స్పష్టంగా ఉంటుంది. ప్రజల హృదయాల్లో వుండే భ్రమలు తొలగిపోతాయి. మహాసభలో గాంధీ - ఇర్విన్ ఒడంబడిక నిలబడుతుందా? వీగిపోతుందా? అన్నది దాని బాగోగులపై ఆధారపడి వుంటుంద"న్నాడు.

మాటవరుసకన్నాడే కాని వాయిదా వేయడానికి ఇర్విన్ సిద్ధంగా లేడు. వాయిదా వేస్తే జరిగే ప్రమాదం సామ్రాజ్యవాదులకు తెలుసు. కాంగ్రెస్ మహాసభలో భగత్‌సింగ్ తదితరుల ఉరిశిక్ష రద్దు ఒడంబడిక ఆమోదానికి షరతుగా పెట్టవచ్చు. ఆ అవకాశం లేకుండా చెయ్యాలన్నదే ప్రభుత్వ సంకల్పం. మహాసభకు ముందే శిక్ష అమలు జరిగితే జరిగిపోయిన దాన్ని గురించి అంతగా పట్టుబట్టరని సామ్రాజ్యవాదుల కుటిల రాజనీతి.

ఈ సందర్భంగా గాంధీజీ జరిపిన సంభాషణను గురించి ఇర్విన్ తన నోట్స్‌లో ఇలా రాసుకున్నాడు:

"ఆయన (గాంధీజీ) వెళ్ళిపోతూ, మార్చి 24నాడు భగత్‌సింగ్‌ను ఉరితీస్తారన్న వార్తపత్రికల్లో చూశాను. ఆ విషయం తెలుసుకోవచ్చునా? అని అడిగాడు. అది చాలా దురదృష్టకరమైన రోజు- కాకతాళీయంగా ఆ రోజు కాంగ్రెస్ కొత్త అధ్యక్షులు కరాచీ చేరే రోజు, పెద్ద ఉద్రిక్తత ఏర్పడవచ్చు." అన్నాడు.

"నేను కేసును అతి జాగరూకతతో పరిశీలించానన్నాను. శిక్షను తగ్గించడానికి నా అంతరాత్మను వొప్పించగల కారణాలేవీ కనిపించడం లేదని చెప్పాను. తేదీకి సంబంధించినంతవరకూ, కాంగ్రెస్ మహాసభ తర్వాత నాటికి వాయిదా వేయడానికి గల అవకాశాలను కూడా ఆలోచించాను. కానీ అనేక కారణాల వల్ల కావాలనే త్రోసిపుచ్చాను.

1. ఉత్తర్వులు జారీ అయ్యాక కేవలం రాజకీయ కారణాలపై ఉరిశిక్ష అమలు వాయిదా వెయ్యడం నాకు సబబు కాదనిపించింది.

2. అలా వాయిదా వెయ్యడం అమానుషం. ఎందుకంటే, వారి బంధుమిత్రులకు ఉరిశిక్ష రద్దు గురించి నేనింకా ఆలోచిస్తున్ననే భ్రమలు కలుగవచ్చు.

3. ఆ తర్వాత ప్రభుత్వం తమను మోసగించిందని, కాంగ్రెస్ హక్కుగా ప్రచారం చేయడానికి అస్కారం వుండవచ్చు.

ఈ కారణాల వల్ల కావాలనే వాయిదా విషయం తోసి పుచ్చానన్నాను. నా వాదనల పటిమను ఆయన అర్థం చేసుకున్నట్లు కనబడింది. తర్వాత యింకేం మాట్లాడలేదు."

ఎలాగైన భగత్‌సింగ్ ప్రాణాలను కాపాడాలని ప్రజలే కాదు. జాతీయవాదులు, దేశభక్తులు కోరుకున్నారు.

ప్రముఖ న్యాయవాదులు లాలా ధునిచంద్ర డా॥ గోపీచంద్, ఉరిశిక్షను రద్దు చేయాలని ప్రీవీ కౌన్సిల్‌కు అప్పీలు చేశారు. కానీ, ఫిబ్రవరి 10న అది తోసివేయబడింది.

ఫిబ్రవరి 14న పండిత మదనమోహన మాలవ్యా వైస్రాయ్ లార్డ్ ఇర్విన్‌కు అప్పీలు చేశాడు. అది నిరాకరించబడింది.

ఫిబ్రవరి 16న, జీవన్‌లాల్ బల్జిత్, శాంలాల్ హైకోర్టులో హెబియస్ పిటిషన్ దాఖలు చేశారు. 20వ తేదీన అది కూడా కొట్టివేయబడింది.

ఫిబ్రవరి17న, వైస్రాయ్ లార్డ్ ఇర్విన్, చర్చల సందర్భంలో, భగత్‌సింగ్. రాజగురు, సుఖదేవ్‌ల ఉరిశిక్ష రద్దు, మీరటు కుట్రకేసు ముద్దాయిల విడుదల సాధ్యం కాదని స్పష్టం చేశాడు.

భగత్‌సింగ్ ఉరికంబమెక్కడం ఖాయమని తేలిపోయింది. చివరి ప్రయత్నంగా క్షమాభిక్ష కోరుతూ, భగత్‌సింగ్‌కు అప్పీలు చేయాలని, విప్లవకారులు, జాతీయోద్యమ నాయకుల మేధావులు, న్యాయనిపుణులు ప్రజలు కోరుకున్నారు.

కానీ, భగత్‌సింగ్ తిరస్కరించాడు. క్షమాభిక్ష కోరం అని లేఖలో తెలియజేశాడు.

"ప్రభుత్వం మమ్మల్ని క్షమాభిక్ష కోరమంటున్నది. మే మెందుకు కోరాలి? మేము దొంగలం, దోపిడీదార్లు, గుండాలం కాము. రాజకీయ ఖైదీలం. దేశ స్వాతంత్ర్యం కోసం పోరాడుతున్నవాళ్ళం. మా రక్తనాళాలలో స్వాతంత్ర్య కాంక్ష ప్రవహిస్తున్నది. మేము ఏ తీవ్రమైన చర్య చేసినా అది స్వాతంత్ర్యం కోసమే. మేము అహింసా జపం చేసే వాళ్ళం కాదు. మా మార్గం అఘాయిత్యాలు చేయడంకాదు. మేము స్వాతంత్ర్య పోరాట యోధుల మన్నది నిజం. ప్రభుత్వానికి ఏమాత్రం న్యాయమన్నది వుంటే, మమ్మల్ని రాజకీయ ఖైదీలుగా గుర్తించాలి. అంతేకానీ, మేమెప్పటికీ క్షమాభిక్ష కోరం." అన్నాడు.

ముగ్గురు ఉన్న సమయాన్ని సద్వినియోగం చేసుకోవాలనుకుంటున్నారు. తమ అంతరాత్మ సందేశాన్ని యువతకు అందించాలనుకుంటున్నారు. ముగ్గురూ అప్పుడప్పుడే

యవ్వనంలో అడుగుపెట్టిన యువకులు. భగత్‌సింగ్, సుఖదేవ్‌ల వయసు 24, రాజగురు 23 సంవత్సరాలు.

రాజగురు

1908 ఆగస్టు 24న పూనాలో జన్మించాడు. సనాతన బ్రాహ్మణ కుటుంబం. తాత కచేశ్వర్ భాషాకోవిదుడు, మహాపండితుడు. అతని ప్రతిభకు మెచ్చి శివాజీ మనుమడు సాహూ "రాజగురు" బిరుదునిచ్చాడు. అది వంశనామంగా మారింది. తండ్రి హరినారాయణ, రాజగురు 6 సంవత్సరాల వయసులో మరణించాడు. చదువుమీద ఆసక్తి కన్నా – ఆట పాటలంటే ఇష్టం. అన్న కోపగించాడని, ఇంట్లోనుంచి బయటికెళ్ళాడు. ఎక్కడికెళ్ళాలో తెలియదు. కాలినడకన వందలమైళ్ళు నడిచాడు. నాసిక్, ఝాన్సీ, కాన్పూరు, లక్నో, చివరకు కాశీ చేరాడు. సంస్కృత పాఠశాలలో చేరాడు.

డ్రిల్ మాస్టర్‌గా పనిచేశాడు. అప్పుడు కాశీ రాజకీయ క్షేత్రంగా, విప్లవ భావాలకు కేంద్రంగా వున్నది. విప్లవ సాహిత్యం, భగత్‌సింగ్, చంద్రశేఖర్ ఆజాద్‌తో పరిచయమేర్పడింది.

బక్కటి మనిషి, పొడవైన ముఖం, నల్లని ఆకారం, నెత్తిన మరాఠీ టోపీ, అతని ప్రత్యేకత. నిండైన మనసు, మాటల్లో హాస్యం చమత్కారంతో, అందరినీ ఆకర్షించే మనస్తత్వం. అందాన్ని ప్రేమిస్తాడు. భగత్‌సింగ్‌పై అపారమైన అభిమానం, గౌరవం.

పార్లమెంటులో బాంబువేయడానికి భగత్‌సింగ్ బదులు రాజగురును ఎంపిక చేశారు. కానీ, తర్వాత సుఖదేవ్ పట్టుదలతో మార్పు జరిగింది. అలిగి అది అవమానంగా భావించి పూనా వెళ్ళాడు.

1929 సెప్టెంబరు 30న పట్టుబడ్డాడు. జైల్లో భగత్‌సింగ్‌ను కలుసుకున్నాడు. ఆనందం పొందాడు. సోషలిజం సిద్ధాంతం ఎడల అమిత విశ్వాసం.

అందుకే – ఆ లక్ష్యసాధనలో ప్రాణాన్ని అర్పిస్తునందుకు గర్వపడ్డాడు.

"మృత్యువు విప్లవకారులకు వరప్రసాదం" అన్నాడు.

"జీవితాన్ని మాతృదేశ దాస్య శృంఖలాలు తెంచడానికి, సమసమాజ స్థాపనకు అర్పిస్తున్నందుకు గర్వపడుతున్నాను" అని అంతిమ సందేశం అందజేశాడు.

సుఖదేవ్

అందమైన ఆకారం. ముఖంలో చిరునవ్వు, నెత్తిన మరాఠీ టోపీ, 24 ఏళ్ళ యువకుడు.

1907 మే 15న లూధియానాలో జన్మించాడు. మధ్యతరగతి కుటుంబ. లాహోరు దయానంద – ఆంగ్లో – వేదిక కళాశాలలో విద్యార్థిగా, భగత్‌సింగ్‌తో పరిచయం కలిగింది. ఇద్దరి భావాలు ఒకటయ్యాయి. ఇద్దరి రాజకీయ ప్రస్థానం ఒకటిగా సాగింది. భగత్‌సింగ్‌ను అమితంగా అభిమానించాడు. గౌరవించాడు.

భారత్ నవజీవనసభ హిందుస్థాన్ సోషలిస్టు రిపబ్లికన్ అసోసియేషన్ నిర్మాణంలో అతని బాటలోనే నడిచాడు. రాజకీయ సిద్ధాంతంగా ఎంచుకున్నాడు. విప్లవోద్యమంలో చేరిన తర్వాత, ప్రతి విషయంలో నిర్మోహ మాటంగా, నిక్కచ్చిగా చెప్పడం అలవాటు. అతనికి మల్లె పూలన్నా, మొక్కజొన్న కండెలన్నా, ఎంతో ఇష్టం.

లాహోరులో రహస్యంగా బాంబులు తయారు చేసే ప్రదేశంలో జరిగిన ఒక సంఘటన.

అతను చిన్నప్పుడు చేతిమీద "ఓం! సుఖదేవ్" అని పచ్చబొట్టు పొడిపించుకున్నాడు. దాన్ని చెరిపెయ్యాలని అతని కోరిక. ఒకరోజు పచ్చబొట్టుమీద యాసిడ్ పోశాడు. అది చూసి భగత్‌సింగ్ ఆగ్రహించాడు. సుఖదేవ్ చిరునవ్వుతో" పచ్చబొట్టుపోయింది! యాసిడ్ శక్తి తెలిసింది." అన్నాడు.

పార్లమెంటులో బాంబు వేయడానికి రాజగురు - దత్‌లను పార్టీ ఎంపిక చేసింది. ఆ సమాశంలో సుఖదేవ్ లేడు. ఆ నిర్ణయం తప్పని, రాజగురు బదులు భగత్‌సింగ్ వుండాలని పట్టుబట్టి ఆ నిర్ణయాన్ని మార్పించాడు.

భగత్‌సింగ్, పార్లమెంటులో బాంబు వేసి పట్టుబడిన తర్వాత, సుఖదేవ్ రాత్రిం - బవళ్ళు ఏడ్చాడు. భగత్‌సింగ్‌కు ప్రమాదం తెచ్చింది తనేనని, అతను ప్రమాదంలో వున్నాడని ఆందోళన చెందాడు.

1929 ఏప్రిల్ 15న బాంబుల ఫ్యాక్టరీ దాడిలో పట్టుబడ్డాడు. భగత్‌సింగ్ చెంతన చేరినందుకు ఆనందించాడు. సాండర్సు హత్యకేసులో భగత్‌సింగ్‌తో పాటు ముద్దాయిగా నిలిచాడు. ఉరిశిక్ష పడినా విచారించలేదు. విషాదం కనిపించలేదు. ఉరిశిక్షలు రద్దు చేయాలని లోకమంతా కోరుతున్నప్పుడు జైలు నుండి మహాత్మాగాంధీకి లేఖరాశాడు. అందులో!

"విప్లవకారుల ధ్యేయం సోషలిజం - ప్రజాస్వామ్య వ్యవస్థస్థాపన . మా లక్ష్యానికి తిరుగులేదు. రాజీకి అవకాశంలేదు. విప్లవకారులు విధ్వంసకారులని, వారికి ఆచరణాత్మక విధానాల్లేవని, విధ్వంసంలో ఆనందం పొందుతారని మీ అభిప్రాయమా? కానీ, నిజానికి మా విధానం అందుకు విరుద్ధం" అన్నాడు.

"విప్లవకారులు ఏ పని చేసినా, ముందూ - వెనకా ఆలోచించి చేస్తారు. పరిస్థితులను గమనించి, బాధ్యతలను గుర్తెరిగి ప్రవర్తిస్తారు. ప్రస్తుతం అహింసకే, ప్రాధాన్యత యిచ్చినా, భవిష్యత్తులో విప్లవ మార్గానికే ప్రాధాన్యత వస్తుంది" అన్నాడు.

భగత్‌సింగ్, రాజగురు, సుఖదేవ్‌లకు ఉరిశిక్ష విధించిన వారికి నిర్దేశించిన వేరువేరు గదుల్లో వున్నారు. ఆ గదుల్లో వుంచడమంటే ఉరికంబానికి దారి. ఉరిశిక్షలు ఖాయమని తేలిపోయింది. వారికి చనిపోతామన్న భయంలేదు. దేశం కోసం ప్రాణాల ప్రాణాల

ర్పించడానికి సిద్ధంగా వున్నారు. కానీ, బంధుమిత్రులకు, దేశప్రజలకు ఉరిశిక్షలు రద్దు అవుతాయని, కనీసం వాయిదా పడతాయన్న చివరి ఆశ మిగిలివున్నది.

రెండు రోజుల ముందు నుండి జైలులో ఆంగ్లేయ అధికారుల హడావుడి కనబడుతున్నది.

ముగ్గురు వీరుల ఎత్తు, బరువు కొలతలు తీసుకుంటున్నారు. డాక్టరు వారి గుండె నిబ్బరం, ఆరోగ్య పరిస్థితిని పరీక్షిస్తున్నాడు. ఉరితీసే వ్యక్తి ఉరితాళ్ళను సిద్ధం చేస్తున్నాడు. ఉరికంబాన్ని పరీక్షిస్తున్నాడు. జైలులోని భారతీయ ఉద్యోగులు అదంతా గమనిస్తూ మనోవ్యథను, కన్నీటిని కనురెప్పల చాటున దాచుకుంటున్నారు. జైలులోని విప్లవకారులు క్షణం క్షణం ఆందోళనతో, ఉద్వేగం పొందుతున్నారు.

ఉరికంబ మెక్కడానికి సమయం ఆసన్నమైనదని భగత్‌సింగ్ అర్థం చేసుకున్నాడు.

ప్రాణనాథ్ మెహతా, భగత్‌సింగ్ న్యాయవాది: అంతకుమించి మంచి మిత్రుడు. ఆ న్యాయవాద వృత్తే ప్రాణనాథ్‌కు తోడ్పడింది. ఎన్నోసార్లు కలుసుకునే అవకాశం యిచ్చింది. భగత్‌సింగ్‌కు బయటి ప్రపంచానికి మధ్య సంబంధాలు నెలకొల్పింది.

మార్చి 22 నాడు మిత్రుణ్ణి చూడాలని ప్రాణనాథ్ జైలుకొచ్చాడు. భగత్‌సింగ్. రాజగురు, సుఖదేవ్‌లను చూశాడు. తిరిగి పోబోతుండగా భగత్‌సింగ్ పిలిచి తన వద్దవున్న ట్రిబ్యూస్ పత్రిక ముక్కొక్కటి చూపి, ఇది కొత్తగా వచ్చిన లెనిన్ పుస్తకమన్నాడు. ఎలాగైనా సంపాదించి తీసుకురమ్మని కోరాడు.

అతని మాటల్లో తపనుంది. దాన్ని చదవాలన్న కుతూహలముంది. సహాయపడమన్న విజ్ఞప్తి వుంది.

మృతువు సమీపిస్తున్నా - పుస్తకం కోసం ఆలోచిస్తున్నాడంటే! దాన్ని చదవాలని కోర్కె ఎంతగా వుందో అర్థం చేసుకున్నాడు. ఆకోరిక తీర్చాలనుకున్నాడు - హామీ యిచ్చి వెళ్ళిపోయాడు.

అతను వెళ్ళిన కొద్దిసేపటికి జైలు చీఫ్ వార్డర్ చతర్‌సింగ్ వొచ్చాడు. ప్రశాంతంగా వున్న భగత్‌సింగ్‌ను చూశాడు. విచారాన్ని వ్యక్తంచేస్తూ రానున్న ప్రమాదాన్ని గుర్తు చేస్తూ:

"నీకు అంతిమ ఘడియలు సమీపిస్తున్నాయి. నేను నీతండ్రి లాంటి వాణ్ణి." ఏదో చెప్పబోయి ఆగిపోయాడు.

ఏమిటో చెప్పమన్నాడు భగత్‌సింగ్.

"నావిజ్ఞప్తి ఒకటే. ఈ చివరి ఘడియల్లోనైనా మన గురువును స్మరించి - గ్రంథాన్ని పఠించు, ఇదిగో నీకోసం గుట్కా తెచ్చా" నన్నాడు. భగత్‌సింగ్ ఆశ్చర్యంగా చూసి:

"ఈ చివరి ఘడియల్లో స్మరిస్తే - నేనొక పిరికివాణ్ణని, ఇంతకాలం మరిచిపోయి చావు దగ్గరపడగానే ప్రార్థిస్తున్నానని - అతనుంటే అనుకోడా?" ప్రశ్నించాడు.

"కాబట్టి యింతకాలం ఏ విశ్వాసంతో వున్నానో - చివరి ఘడియల్లో కూడా అదే విధంగా యీ ప్రపంచం నుండి వెళ్ళ నివ్వండి. నేను నాస్తికుణ్ణని, దేవుడి ఎడల విశ్వాసం లేనివాణ్ణని, లోకులేమనుకున్నా అనుకోనీ, కానీ పిరికివాడు, దృఢసంకల్పం లేనివాడు, చావు దగ్గరపడగానే అతని కాళ్ళు వణికాయని మాత్రం అనలేరుగా? అన్నాడు.

ఇంకేమీ చెప్పలేక సానుభూతిని తెలిపి చతర్‌సింగ్ వెళ్ళిపోయాడు.

***

భగత్‌సింగ్‌ను చివరిసారిగా చూడాలని బంధుమిత్రులు ఎందరో ఆదుర్దా పడుతున్నారు. అతను కూడా తన మిత్రున్ని కలవాలని, తన భావాలు చెప్పాలని కోరుకుంటున్నాడు. కానీ ప్రభుత్వం అనుమతి నిరాకరిస్తోంది. కొద్దిమంది బంధువులకు మాత్రమే అవకాశం ఇచ్చింది. తాను కోరినవారిని కలుసుకునే అవకాశం లేనప్పుడు, మిగతా వారిని చూడనవసనం లేదని భగత్‌సింగ్ ప్రకటించాడు. తన నిరసనను ప్రభుత్వానికి తెలిపి నిరసన పాటిస్తున్నాడు.

భగత్‌సింగ్ ప్రాణానికి ప్రమాదమేర్పడిందని - ఎలాగైనా అతన్ని రక్షించుకోవాలని, జైలులోని విప్లవకారులు - బయటనున్న లక్షలాది ప్రజలు ఆదుర్దాతో వున్న సమయంలో భగత్‌సింగ్ వారికి 22.3.1931 పంపిన ఆఖరిలేఖ:

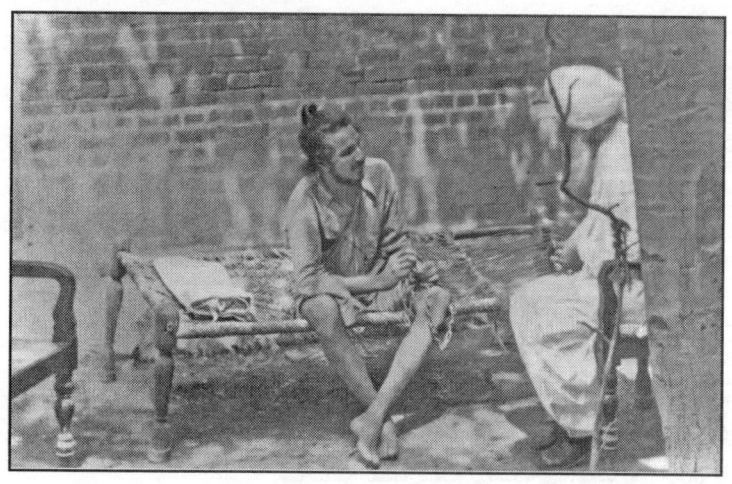

"కామ్రేడ్స్!

బతకాలని కోరుకోవడం సహజం. ఈ విషయాన్ని మనసులోనే దాచుకోలేను. కానీ, నేను బతకాలని కోరుకునేది బంధిఖానాలో బంధిగా కాదు. ఇప్పుడు నాపేరుతో విప్లవ పార్టీ (హిందుస్థాన్ రిపబ్లిక్ అసోసియేషన్)తో ముడిపడి ఉంది. ఆ విప్లవ పార్టీ, ఆదర్శాలు మహత్తర త్యాగాలే నన్ను ఉన్నత శిఖరానికి ఎక్కించాయి.నేను, బతికున్నా

ఇంతకంటే ఉన్నత శిఖరానికెక్కలేను. దేశ ప్రజలకు నా బలహీనతలు తెలియవు. ఒకవేళ ఉరికంబం నుండి బయటపడి బతికితే ఆ బలహీనతలు బయటపడవచ్చు. విప్లవపార్టీ ప్రతిష్ట దెబ్బతింటుంది. తీరని నష్టాన్ని కలిగిస్తుంది. అదే నేను ధైర్యంగా ఉరికంబమెక్కితే ఈ దేశంలోని తల్లులు తమ బిడ్డలకు భగత్‌సింగ్ లా పేరు గడించాలని దీవిస్తారు. రానున్న యువతరం మాతృదేశ దాస్య శృంఖలాలను తెంచడానికి ప్రతిజ్ఞ జేస్తారు. త్యాగానికి సిద్ధమవుతారు. వారి సంఖ్య నానాటికి పెరుగుతుంది. సామ్రాజ్యవాదులు ఎన్ని నిర్భంధాలు పెట్టినా, నిరంకుశత్వం చూపినా ఆ విప్లవ శక్తిని ఆపలేదు. నేను విచారపడుతున్న అంశం ఒక్కటే. నాభావాలను, ఆలోచనలను ఆచరణలో చూడలేకపోపోతున్నాననే. దేశం కోసం, మానవత కోసం నేను చేసింది. వెయ్యోవంతు మాత్రమే. నా బాధ్యతను సంపూర్ణంగా పూర్తి చేయకుండా పోతున్నాననే. అంతేగానీ. ఉరిశిక్ష నుండి తప్పించుకొని బతకాలన్న బలహీనత నాలోలేదు. నిజానికి నాకంటే అదృష్టవంతులెవరుంటారు? నన్ను జూసుకొని నేనే గర్వపడుతున్నాను. అంతిమ పరీక్షలో కూడా నెగ్గాలని, ఆ సమయం త్వరగా రావాలని, నామనస్సు ఆతురతతో ఎదురుచూస్తోంది." అన్నాడు.

అది మార్చి 23 వ తేదీ – ఇక మిగిలిన ఒక్కరేజే. తన మిత్రుని కోర్కెను తీర్చాలని ప్రాణనాథ్ వొచ్చాడు. ఆఖరి చూపులు చూసి, మనసారా పలకరించి, అతను కోరిన పుస్తకాన్ని అందించాలని వొచ్చాడు. భగత్‌సింగ్ ఎవరిని కలవడానికి నిరాకరిస్తున్నాడని అధికార్లు చెప్పారు. అది సాకుగా చెప్పి అనుమతి నిరాకరించారు. ఇలా జరుగుతుందని వూహించలేదు. ఏం చేయాలో ప్రాణనాథ్‌కు అర్థం కాలేదు. అది జైలు అధికారుల్లో ఒకరైన ఎన్.డి. పూరీ గ్రహించాడు. భగత్‌సింగ్, రాజగురు, సుఖదేవ్‌ల వీలునామా తీసుకోవడానికొచ్చానని – న్యాయవాదిగా ధరఖాస్తు పెట్టమన్నాడు. ఆ విధంగా అవకాశం దొరికింది. ముగ్గురినీ చూశాడు.

భగత్‌సింగ్‌కు తాను తెచ్చిన పుస్తకాన్నందించాడు. ఆనందంతో దాన్నందుకుంటూ భగత్‌సింగ్:

"ఈ రాత్రే పూర్తి చేస్తాను! రేపు ..."ఏదో అనబోయి ఆగిపోయాడు.

బహుశా రేపన్నది తనకిక వుండబోదన్నది కావచ్చు.

చివరిసారిగా వీడ్కోలు చెప్పి ప్రాణానాథ్ జైలు నుండి బయటికొస్తున్నాడు. జైలులో మార్పు కనబడుతోంది. భగత్‌సింగ్‌ను ఉరితీస్తారన్న గుసగుసలు వినబడుతున్నాయ్ – పిండే గుండె బాధతో ప్రాణనాథ్ జైలు గేటు దాటాడు.

1931 మార్చి 23 మధ్యాహ్నం – లాహోరు సెంట్రల్ జైలు నాలుగు గోడల మధ్య జరుగుతున్న సంఘటన – భారతజాతి మరువలేని దుస్సంఘటన. ఇక ఇరవై నాలుగు గంటల్లో భగత్‌సింగ్, రాజగురు, సుఖదేవ్‌లు ఉరితీయబడతారనే భయంకర సత్యాన్ని వింటున్న వేళ. కొన్ని గంటల్లోనే తమ మిత్రులు శాశ్వతంగా దూరమవుతారని, మిగతా విప్లవకారులు చీకటి గదుల్లో చింతిస్తోన్న వేళ. ఒక్కొక్క గంటను లెక్కిస్తూ కొట్టే ప్రతి

జైలు గంట మృత్యుగంటలా వూహించుకుంటున్న వేళ. అంతటా విషాదచ్ఛాయలు లుముకుంటోన్న వేళ.

జైలు బయటా, లోపల కట్టుదిట్టం చేయబడుతోంది. అధికార్లకు బాధ్యతలు పంచబడుతున్నాయ్. ఖైదీలందరిని గదుల్లోకి తోసేశారు.

బ్యారక్ నెంబరు 15, చిన్న గదిలో బంధించబడిన భగత్‌సింగ్ మాత్రం యిదేమి లెక్కించడంలేదు. ప్రశాంతంగా మిత్రుడు తెచ్చి యిచ్చిన లెనిన్ గ్రంథంలో నిమగ్న మయ్యాడు.

ఆ ప్రశాంత ఏకాగ్రతను భగ్నపరుస్తూ - పక్కగది కటకటాలు తెరచిన శబ్దం వినిపించింది. ఆ గదిలో వున్నది ధర్మపాల్. రెండవ లాహోరు కుట్రకేసు ముద్దాయి. కేసు నడుస్తోంది. ప్రతిరోజు పొద్దున్నే అతణ్ణి కోర్టుకుతీసుకెళ్తారు. సాయంత్రానికి తిరిగి తీసుకొస్తారు. ఈరోజింత తొందరగా ఎందుకొచ్చినట్లు? భగత్‌సింగ్‌కు సందేహం కలిగింది.

చూపులు లేకపోయినా - కేకలు వినిపిస్తాయ్. బిగ్గరగా మాట్లాడితే పక్కగదిలోని వాళ్ళతో మాట్లాడవచ్చు. విప్లవకారులు ఆ అవకాశాన్ని వాడుకుంటున్నారు. కారణమేమిటో తెలుసుకుందామని భగత్‌సింగ్ బిగ్గరగా అన్నాడు.

“ధర్మపాల్: ఈ రోజు మీరింత తొందరగా ఎందుకొచ్చారు?”

“జైళ్ళ ఇన్‌స్పెక్టర్ జనరల్, కమీషనర్ జైలు తనిఖీ కొస్తున్నారట?”

ఆవైపు నుండి ధర్మపాల్ గొంతు పలికింది. అర్థమయ్యింది.

“అరే పిచ్చోడా: ఆ తనిఖీ చేయబోయేది వాళ్ళుకాదు - మేమే” నన్నాడు భగత్‌సింగ్.

సమయం ముందుకొస్తోంది - కర్తవ్యం గుర్తొంచ్చింది.

ప్రాణనాథ్ అతన్ని పరిశీలిస్తున్నాడు. తృప్తిగా చూస్తున్నాడు. అదే ఆఖరి చూపన్నది తనకు తెలుసు. తాను చూస్తున్న దొక వ్యక్తినే కాదు. రానున్న కాలంలో కానున్న చరిత్రను, అందుకు సాక్ష్యాధారం కూడా తానేననుకున్నాడు. వున్న వ్యవధిలో పుస్తకాన్ని పూర్తిచేయాలి. కొన్ని గంటలే మిగిలున్నాయ్. చివరి కోర్కె అదొక్కటే తనదంటూ మరింకేమీలేదు. ఉన్న పుస్తకాలు, వస్తువులు ఇంతకుముందే వీలున్నప్పుడల్లా మిత్రులకందజేశాడు.

అదొక పుస్తకం మాత్రమే కాదు - తాను కలలు గంటున్న వ్యవస్థ చిత్రీకరణ. తనలాంటి వాళ్ళ త్యాగాలకు రానున్న ప్రతిఫలం. ఆ వ్యవస్థ ఎలా వుంటుంది? తెలుసుకోవాలన్నదే ఆకాంక్ష. ఊహాచిత్రంలో భావిభారతాన్ని చూస్తున్నాడతను, స్వతంత్ర భారతం - స్వేచ్ఛగల జాతి - సోషలిస్టు సమాజం - సుఖశాంతులతో నిండిన దేశం, భారతదేశ చిత్రపటం అతని కళ్ళముందున్నట్లుంది.

తదేక దీక్షతో - తపస్సులో లీనమైనట్లున్నాడు.

భగత్‌సింగ్ మిత్రులకు పంపిన వీడ్కోలు సందేశం:

"ప్రియమైన మిత్రులారా! జీవిత ఘడియలు సమీపిస్తున్నాయ్. తెల్లవారితే ఆరిపోయే కొవ్వొత్తి వెలుగులాగా సూర్యోదయానికి ముందే నేను అస్తమిస్తాను. కానీ, మెరుపులా మన ఆశయాలు, భావాలు యావత్ ప్రపంచాన్ని ప్రకాశింపజేస్తాయి. పిడికెడు మట్టిలాంటి నేను తనువు చాలిస్తే మాత్రం నష్టమేమిటి?" అన్నాడు.

మిగతా భారం మీదన్నాడు. ఆశించిన గమ్యానికి చేరాలన్నాడు. అయితే ఆ - "గమ్యం దూరంగా - బహుదూరంలో వుంది. దారిలో ఎన్నో ముళ్ళున్నాయ్? మరెన్నో రాళ్ళూ - రప్పలున్నాయ్. అయినా ప్రజలపై నాకు విశ్వాసముంది. సాహసం, చైతన్యంతో నిశ్చిత గమ్యంవైపు నడక సాగుతూనే వుంటుందన్నది నావిశ్వాసం. అందులోనే మన జీవిత పరమార్థముంది. ఈనాడు ఆ ఆలోచనా ప్రభావంతో నడుస్తూ అనాలని వుంది:

కవిత నతను అందించాడు
స్వరం నేను పలికించాలి
నడక సాగుతోంటే-
గొంతుమీది వినిపించాలి
నిశ్శబ్దం పాటించొద్దూ
సహచర్యం విడనాడొద్దూ
నా గొంతును వినిపిస్తాను
మీ గొంతును శృతి పలికించు"

గమ్యం చేరేదాకా పోరాటం సాగించమన్నాడు.

ఇంతలో అనుకోని అంతరాయం.

సెల్ ఇనుప ద్వారం తెరచిన శబ్దం. ఆ శబ్దం నిశ్శబ్దాన్ని హరించినా అతని చూపు కదల్లేదు. ఎదురుగా నిలిచిన ఆంగ్లేయ అధికారి గొంతు పలికింది.

"సర్దార్జీ: ఉరి తీయడానికి ఆర్డరొచ్చింది, సిద్ధంకండి" అని.

"కొద్దిగా ఆగండి: ఒక విప్లవకారుడు మరో విప్లవకారునితో మాట్లాడుతున్నాడు."

ఆవేశంతో భగత్‌సింగ్ గొంతు బదులు పలికింది.

భయంకర వార్త విన్నా తల పైకెత్తలేదు.

పుస్తకం నుండి దృష్టిని మరల్చలేదు.

భగత్‌సింగ్ మనో నిబ్బరాన్ని చూసి జైలర్ నిశ్చేష్టుడై నిలిచిపోయాడు.

కొన్ని నిముషాలు గడిచాయ్.

అనుకొన్న దానికంటే ముందుగానే సమయం ముంచుకొచ్చింది. వేళ సమీపించింది. పిలుపొచ్చింది. జైలర్ నిలుచున్నాడు. ఇక లాభం లేదనుకున్నాడు. పుస్తకాన్ని - మూసేశాడు. లేచి జైలర్ వైపు చూసి 'పద' మన్నాడు.

ముగ్గురు వీరుల్ని స్నానం చేయించి ఉరికంబానికి సిద్ధం చేస్తున్నారు. ఆ పని చేస్తున్న వాళ్ళంతా ఆంగ్లేయులుకాదు. ఎక్కువమంది భారతీయులే. కూటికోసం సామ్రాజ్యవాదుల కొలువు చేస్తున్న వాళ్ళు. మనసు చంపుకొని ప్రభుత్వ అజ్ఞలు

పాటిస్తున్నవాళ్ళు. తాము చేస్తున్నదీ – చూస్తున్నదీ రానున్న చరిత్ర కాధారమన్నది వారికి తెలుసు. అందుకే ప్రతి నిమిషం – ప్రతి విషయం జాగ్రత్తగా పరిశీలిస్తున్నారు. భద్రంగా మనస్సులో దాచుకుంటున్నారు.

ఉరికంబానికి నడిపించడానికి భగత్‌సింగ్ చేతులు కట్టబోయారు. అక్కరలేదు. ధైర్యంగా నడవగలనన్నాడు. అయినా రెక్కలు కట్టారు. అంతిమ యాత్ర ప్రారంభమవుతోంది.

భగత్‌సింగ్ గది బయట కాలుమోపి చుట్టూ ఒకసారి పరిశీలనగా చూశాడు. అంతా నిర్మానుష్యంగా వుంది. రాజగురు, సుఖదేవ్ ముందున్నారు. మిగతా విప్లవకారులు గదుల్లో బంధించబడి వున్నారు. వారినుండి వీడ్కోలు తీసుకోవాలని వారినుద్దేశించి బిగ్గరగా అన్నాడు.

"సోదరులారా! వెళుతున్నాం!"

ఆ సంకేతం విన్న విప్లవకారులు

"ఇన్‌క్విలాబ్ జిందాబాద్"

"భగత్‌సింగ్ జిందాబాద్"

"రాజగురు జిందాబాద్"

"సుఖదేవ్ జిందాబాద్"

జైలు – మూలమూలల గదుల్లో నుండి విప్లవకారుల కంఠాలు ఒక్కసారి పలికాయి. సింహగర్జనలవంటి నినాదాలతో జైలు దద్దరిల్లుతోంది.

ఆ నినాదాల మధ్య వీరులు తలెత్తుకొని సగర్వంగా ఉరికంబానికి సాగిపోతున్నారు.

ఎదురుగా ఉరికొయ్యలు నిలుచున్నాయ్. వాటికి నాగుబాముల్లా తాళ్ళు వేలాడుతున్నాయ్.

ఉరి తీసేవాడు, తీయించేవాళ్ళు దాన్ని పరిశీలించే వాళ్ళంతా సిద్ధంగా వున్నారు. పర్యవేక్షించడానికొచ్చిన ఆంగ్లేయ మేజిస్ట్రేట్ ఎదురుగా నిలుచున్నాడు.

అతణ్ణి చూసి భగత్‌సింగ్:

"మీరు చాలా అదృష్టవంతులు. భారత విప్లవకారులు ఎంత ఆనందంతో మృత్యువును ఆలింగనం చేసుకుంటారో! కళ్ళారా చూసే అవకాశం దక్కింద" న్నాడు.

వీరుడు తలెత్తుకొని ఉరికంబానికి నడిచాడు.

రాత్రి 7.33 నిమిషాలు.

వెలుతురును చీకటి కమ్మినవేళ
పసిబిడ్డలు తల్లి వొడిలో నిద్రిస్తున్న వేళ.
విశ్రాంతి కోసం ప్రాణకోటి ప్రయత్నిస్తోన్నవేళ
నల్లని గుడ్డ భగత్‌సింగ్ ముఖాన్ని కప్పేసింది.

అంతా చీకటి ఆవరించింది. ఆ చీకటి తెరల మధ్య భగత్‌సింగ్ కంఠానికి ఉరితాడు చుట్టుకుంది.

బిగుసుకుంటున్న తాడును తట్టుకుంటూ
"ఇన్‌క్విలాబ్ జిందాబాద్"
సామ్రాజ్యవాదం న....శి....ం....చా.....లి"
నినదిస్తూ వీరుని కంఠం మూగబోయింది.
రాజగురు, సుఖదేవ్‌లు కూడా వీరులుగా ఒరిగిపోయారు.

ఉరి తీయడంలో శవాలను బంధువులకు అప్పగించకుండ, దొడ్డి దారిన జైలునుండి లారీలో వేసుకొని బయటి కెళ్ళారు.

60 కిలోమీటర్ల దూరంలో వున్న ఫిరోజ్‌పూర్ సమీపంలోని హూస్సేన్‌వాలా శివారుకు తీసుకెళ్ళారు. సట్లేజ్ నది వొడ్డున, అర్ధరాత్రి కట్టెలతో చితిపేర్చారు. ముగ్గురి శవాలను చితిపై బెట్టి నిప్పంటించి పిరికిపందల్లా పారిపోయారు.

భగత్‌సింగ్ మరణంతో ప్రకృతి కూడా కంటతడి బెట్టింది.
ఉరుములు మెరుపులతో ఆకాశం ఘోషించింది.
వర్షం దుఃఖంలా పొంగొచ్చింది – చితిమంటలు ఆర్పేసింది
భగత్‌సింగ్ ఆనవాలు మిగిల్చింది.

***

24వ తేదీ ఉదయం, ఉరితీసిన శవాలకోసం బంధుమిత్రులు, వందలమంది జనం జైలు గేటుముందున్నారు. దుఃఖాన్ని ఆపుకుంటూ, ఆవేశాన్ని దిగమింగుతూ, శవాలనైనా చూసి, అంతిమ క్రియలు జరపాలను కుంటున్నారు.

గతరాత్రి భగత్‌సింగ్ ప్రాణాలు తీశారని, ముగ్గురి శవాలను దొడ్డి దారిన మాయం చేశారని తెలిసి ఆగ్రహంతో ఊగిపోయారు.

సట్లెజ్ నది తీరాన కాలీకాలని శవాలను గుర్తు పట్టారన్న వార్త వచ్చింది.

భగత్‌సింగ్ సోదరి అమర్‌కేర్, తమ్ముడు, వేలాదిమంది అక్కడికి చేరారు. కాలీకాలని శవాల అవయవాలు కొన్ని, రక్తపు మరకల దుస్తుల ముక్కలు, భూమిపై పడిన మరకలు చూశారు.

అవయవాలను, కాలిన ఛితాభస్మం, రక్తపు మరకలలో వున్న మట్టిని మూటలు కట్టుకొని, వేలాది మందితో అంతిమ యాత్ర జరిపి, దహన సంస్కారాలు నిర్వహించారు.

భగత్‌సింగ్ మరణవార్తతో...

24వ తేదీ - దేశంలోని పత్రికలన్నీ పతాక శీర్షికలతో భగత్‌సింగ్ మరణవార్తను ప్రజలకు మోసుకెళ్ళాయి. కొన్ని పత్రికలు నల్లని బార్డర్‌తో భగత్‌సింగ్ ఫోటో, వార్తను ప్రచురించాయి. ప్రజలు కట్టలు తెగిన ప్రవాహంలా రోడ్ల మీదికొచ్చారు.

లాహోరు, ఢిల్లీ, కలకత్తా, బొంబాయి, కరాచి, లక్నో, కాన్పూరు, కాశీ, మద్రాసు, నగరాలన్నిటిలో హర్తాళ్ళు జరిగాయి. ఊరేగింపులు జరిగాయి. జనసందోహం - పిడికిళ్ళు బిగించి:

భగత్‌సింగ్ అమర్‌హై

ఇన్‌క్విలాబ్ జిందాబాద్

నినాదాలు దేశమంతా ప్రతిధ్వనించాయి.

మీరట్ జైలులోని కుట్రకేసు ముద్దాయిలు వార్తవిని దిగ్భ్రాంతి చెందారు. సామ్రాజ్యవాదుల కోర్టులో నిలిచి మార్చి 24న

"ఘాతుక ఉరిశిక్షలతో విషాదచ్ఛాయలలుముకున్న తరుణంలో మేమీనాడు కోర్టులో నిలుచున్నాం.

"కామ్రేడ్ భగత్‌సింగ్, రాజగురు, సుఖదేవ్‌ల ఉరి దారుణ హత్య. సామ్రాజ్యవాదుల న్యాయానికి భయంకరమైన మచ్చుతునక, తెల్లదొరల పిరికితనానికి నిదర్శనం. బ్రిటిష్ సామ్రాజ్యవాదానికి వ్యతిరేకంగా ధైర్య సాహసాలతో తిరుగుబాటు చేసిన పరాక్రమశాలురు, సామ్రాజ్యవాదుల అనాగరిక అధికారానికి ఆహుతయ్యారు. భారతదేశ విప్లవానికై ఆసువులర్పించిన అమరవీరులకు అంజలి ఘటిస్తున్నాం.

వారి ధైర్య త్యాగాలను శ్లాఘిస్తున్నాం.

"వారి కామ్రేడ్స్, బంధుమిత్రుల ఆపార దుఃఖంలో పాలు పంచుకుంటున్నాం." అన్నారు.

భగత్‌సింగ్, రాజగురు, సుఖదేవులను ఉరి తీశారన్న వార్తవిని గాంధీజీ న్యూఢిల్లీలో మార్చి 24న:

"భగత్‌సింగ్ అతని సహచరులు ఉరి తీయబడి అమరులైనారు. వారి మరణం ఎంతోమందికి వ్యక్తిగత లోటుగా భావించబడుతున్నది. ఆ యువకుల మరణానికి నా ప్రగాఢ సంతాపం తెలియజేస్తున్నాను.

ఒప్పందం కారణంగా నైనా మరణ శిక్షలు అమలు జరపకుండా వాయిదా వేయడం వారి కర్తవ్యం. ప్రభుత్వ చర్య ఒప్పందానికి తీవ్రమైన విఘాతం కలిగించింది. ప్రజల

మనోభావాలను కాదని, మరోసారి తన అనాగరిక బలశక్తిని ప్రదర్శించింది. హింసను హింసతో ఎదుర్కొవాలనే దానికిది నిదర్శనం.

గంభీరమైన ప్రకటన చేస్తూ నీతులు వల్లించే ప్రభుత్వం, అధికారాన్ని వదులు కోవడానికి సిద్ధంగాలేదని ఇది రుజువు చేస్తుంది."

బ్రిటిష్ సామ్రాజ్యవాద ప్రభుత్వం భగత్‌సింగ్, అతని అనుచరులను ఉరితీసిన వార్త తెలిసి, బ్రిటిష్ కమ్యూనిస్టు పార్టీ ప్రకటనలో:

"రాజకీయ నేర విచారణ చరిత్రలో ఈ లాంటి ఘోరం ఎప్పుడూ ఎక్కడా జరగలేదు. కరుడుగట్టిన బ్రిటిష్ సామ్రాజ్యవాద ప్రభుత్వం కౄరత్వం నియంతృత్వానికిది నిదర్శం. ప్రజా ఉద్యమాన్ని అణిచివేయాలని, వారి హృదయాలలో భయాంధోళనలు కల్పించాలని చేసిన చర్య" అన్నది.

కరాచీలో కాంగ్రెస్ మహాసభ జరగనున్నది. గాంధీ – ఇర్విన్ ఒడంబడిక చర్చనీయాంశం కాబోతున్నది. భగత్‌సింగ్ మరణవార్త అన్నింటినీ మించిన అంశంగా మారబోతున్నది.

మహాసభ నూతనాధ్యక్షులు సర్దార్ పటేల్‌తోపాటు గాంధీజీ కరాచీ రైల్వేస్టేషన్‌లో దిగాడు. వేలాదిమంది యువకులు నల్ల జెండాలతో 'గాంధీ గో బ్యాక్' 'గాంధీ గో బ్యాక్' 'గాంధీయిజం నశించాలి.' ఉద్రేకపూరిత నినాదాలు చేస్తున్నారు. స్టేషన్ నిండా యువకులు నిండిపోయారు.

వారి ఆగ్రహాన్ని, ఆవేశాన్నర్థం చేసుకున్నాడు గాంధీజీ. వారందించిన నల్లజెండా, నల్ల గుడ్డపీలికలు అందుకున్నాడు. కొంతవరకు ప్రదర్శకుల ఆవేశం తగ్గింది.

"భగత్‌సింగ్, అతని మిత్రుల ప్రాణాలు కాపాడలేకపోయాను. అందుకే నా మీద ఆగ్రహాన్ని చూపుతున్నార"న్నాడు.

"నాకీ నల్లని జెండాను – నల్లగుడ్డ పీలికలు అందిస్తున్నారంటే నా ఉద్దేశ్యంలో దీనర్థం – ఆ ముగ్గరు దేశభక్తుల అస్థికలు ప్రతిరూపం"గా కావచ్చునన్నాడు.

అయితే: "నా శక్తి కొద్దీ వైస్రాయ్‌ను అర్థించాను. నా శక్తిమేరకు అతణ్ణి వొప్పించడానికి ప్రయత్నించాను. భగత్‌సింగ్ బంధువులతో చివరిసారిగా ఇంటర్వ్యూ నిర్ణయించిన, మార్చి 23 నాడు వైస్రాయ్‌కు వ్యక్తిగత ఉత్తరం రాశాను. అందులో నా హృదయాన్ని నింపి పంపాను. అయినా నిరుపయోగమయింది. అయితే నేను మరొకటి చేసి ఉండాల్సిందంటున్నారు. ఉరిశిక్ష రద్దు ఒడంబడికకు ఒక షరతుగా పెట్టాల్సిందని. అది నేను చేయలేకపోయాన"న్నాడు.

భగత్‌సింగ్ మరణంతో మహాసభ వాతావరణమే మారిపోయింది. స్మశాన విషాద వాతావరణాన్ని స్ఫూర్తిస్తోంది. ప్రతినిధుల్లో నిరాశ, నిస్పృహలు, ఆవేశ – కావేశాలు కనబడుతున్నాయ్.

ప్రారంభంలోనే మహాసభ భగత్‌సింగ్, రాజగురు, సుఖదేవ్‌లకు జోహార్లర్పించింది.

వందలాది వలంటీర్లు ప్రత్యేక సమావేశం జరిపి విప్లవాంజలులు ఘటించారు.

మహాసభలో మహాత్మాగాంధీ ప్రసంగిస్తూ :

"ఉరిశిక్షలు అమలు జరపడం ద్వారా ప్రభుత్వం దేశంలో ఉద్రిక్తతను రెచ్చగొట్టింది. సంప్రదింపుల, చర్చల సందర్భంలో భగత్‌సింగ్, రాజగురు, సుఖదేవ్‌లను కాపాడ్డానికి కొంతైనా అవకాశముంటుందనుకున్న నాకు దిగ్భ్రాంతిని కలిగించింది. వారిని కాపాడలేకపోయానని యువకులు నాపై ఆగ్రహాన్ని ప్రదర్శిస్తున్నారు.

గత రోజు యువకులు జరిపిన ప్రదర్శన, ఆగ్రహాన్ని కలిగించకపోగా, నాలో ఆలోచన రేకెత్తించింది. వారిపై నాకెలాంటి చెడు అభిప్రాయం లేదని స్పష్టం చేయదలిచాను. వారు నాపై చేయి చేసుకునే అవకాశమున్నా - చేయలేదు. పైగా తర్వాత వారే నాకు అంగరక్షకులుగా ఉండి కారు వరకు తీసుకెళ్ళారు ఒప్పుకోక తప్పదు. మొదట్లో, నేను వారిని చూడగానే నామీద దక్షిణాఫ్రికాలో జరిగిన దాడిలాంటిది పునరావృత మవుతుందనుకున్నా" నన్నాడు.

మార్చి 26: కరాచీ పత్రికా విలేకరుల సమావేశంలో గాంధీజీ.

"నా ప్రయత్నాల్లో విఫలమయ్యాను. భగత్‌సింగ్ అతని అనుచరుల మరణ శిక్ష రద్దు చేయించలేకపోయాను. అందుకే యువకులు నా మీద ఆగ్రహం చూపారు. ఆవేశంతో నన్ను శారీరకంగా గాయపరచడానికి అవకాశమున్నా, నిగ్రహం పాటించారు. ఎన్నో విధాలుగా నన్ను అవమానపరచవచ్చు కానీ, అలా చేయలేదు. నాకు నిరసన తెలియజేయడానికి నన్ను అగౌరపరచడానికి శాంతియుత పద్ధతినే ఎంచుకున్నారు. నల్లని గుడ్డను ముక్కలుగా జేసి అందించారు. అవి ముగ్గురి వీరుల చితాభస్మానికి ప్రతి రూపంగా భావించాను. అవినాపై విసిరేయవచ్చు. వెదజల్లవచ్చు కానీ, నా చేతుల కందించారు. నేను గౌరవంగా స్వీకరించాను. "గాంధీయిజం నశించాలి" "గాంధీ గో బ్యాక్" నినాదాలతో ఆగ్రహాన్ని వ్యక్తం చేశారు. పత్రికా విలేకరులు అడిగిన ప్రశ్నలకు:

ప్రశ్న: భగత్‌సింగ్ అతని సహచరులను ఉరి తీసిన తర్వాత ఒప్పందం విషయంలో మీలో ఏమైనా మార్పు వచ్చిందా?

గాంధీజీ: "వ్యక్తి గతంగా ఏలాంటి మార్పులేదు. ఉద్రేకత తీవ్రంగా ఉందని అంగీకరిస్తాను. ఈ ఉరిశిక్షల రద్దు ఒప్పందంలో లేవు. అయినా, నాకు సంబంధించినంత వరకు నేనొక ఒప్పందానికి అంగీకరించాను. బయటనుండి ఎన్ని వొత్తిళ్ళు వచ్చినా, నా అభిప్రాయం మారదు."

కరాచీ మహాసభలో మార్చి 26,న ప్రతినిధుల ఆగ్రహ, ఆవేశాలు, విమర్శలకు సమాధానంగా:

"మీకు నా సేవలు కావాలనుకుంటే నన్ను దూరం చేసుకోవద్దు. నన్ను అర్థం చేసుకోండి. దొంగ, హంతకుడు, దోపిడీదారుణ్ణి కూడా శిక్షించరాదన్నది నా సిద్ధాంతం. "నన్ను నేను సమర్థించుకోవాలనుకోవడం లేదు. వివరాలతో మిమ్మల్ని విసిగించ దలుచుకోలేదు. భగత్‌సింగ్ - అతని సహచరులను కాపాడటానికి నేనేమీ చేయలేదన్న దానికి నా సమాధానం - వైస్రాయ్‌ను వొప్పించడానికి నా శక్తి కొలది ప్రయత్నించాను, విజ్ఞప్తి చేశాను."

"చివరిగా వైస్రాయ్‌కు రాసిన వుత్తరంలో నా ఆత్మశక్తినంతా పెట్టాను. అయినా ప్రయోజనం లేకపోయింది. అది వొప్పందంలో భాగంగా ఎందుకు చేయలేదని నన్ను విమర్శించవచ్చు - ఆపని నేను చేయలేదు. నేనే కాదు, కాంగ్రెస్ వర్కింగ్ కమిటీ కూడా శిక్ష తగ్గింపు షరతుగా పెట్టవద్దని, అది శాంతియుత వొప్పందానికి అంతరాయం అవుతుందని భావించింది. ఔదార్యంగా ప్రభుత్వం వ్యవహరిస్తుందనుకున్నాను. కానీ, అందుకు భిన్నంగా జరిగింది. అయినా, వొప్పందాన్ని రద్దు చేయడానికి ఇది కారణం కారాదు."

29 మార్చి - నవజీవన్, గుజరాతీ సంచికలో:

"భగత్‌సింగ్ బతకాలని కోరుకోలేదు. క్షమాపణకు నిరాకరించాడు. అప్పీలుకు వ్యతిరేకించాడు. ఒకవేళ అతను బతకాలనుకుంటే అది ఇతరులకోసమే". భగత్‌సింగ్ అహింసావాది కాదు. అదే - సందర్భంలో హింసను అభిమతంగా ఎంచుకోలేదు. అవసరమైనప్పుడు మాత్రమే హింస అనివార్యమన్నాడు. అతను తన ఆఖరి లేఖలో "నేను యుద్ధం ప్రకటించినందుకు శిక్ష విధించారు. అందువల్ల నన్ను ఉరికొయ్యలకు గాక తుపాకి గుళ్ళతో కాల్చి చంపాలన్నాడు. ఆ వీరులు మృత్యువుకు భయపడలేదు. వారి ధైర్యసాహసాలకు వేయిసార్లు తలవంచి నమస్కరించాలి" అని ప్రస్తుతిస్తూ నివాళులర్పించింది.

అదే సందర్భంలో వారు అనుసరించిన మార్గం సరైనది కాదని నవజీవన్ అభిప్రాయపడింది.

మార్చి 31, బొంబాయి వర్లీ బహిరంగసభలో కార్మికులనుద్దేశించి గాంధీజీ ప్రసంగిస్తూండగా - సభికుల్లో కొందరు అల్లరి జేసి ప్రసంగానికి ఆటంకం కలిగించారు.

మీరట్ ఖైదీల గురించి అడిగారు. నన్నర్థం చేసుకోండి. నాకు అధికారముంటే ప్రతి ఒక్కరాజకీయ ఖైదీని విడుదల చేస్తాను. కానీ, అది నాచేతుల్లో లేదు. అది న్యాయం కాదని భావించి షరతుగా పెట్టలేదు. అయినా, వారి విడుదలకు శక్తికొలది ప్రయత్నిస్తాను దానికి మీరు నాతో సహకరించాలి. శాంతియుత వాతావరణం నెలకొల్పాలి. అప్పుడు వారినే కాదు, గార్వాలీలను కూడా విడుదలచేయించుకోగలం.

భగత్‌సింగ్ మరణం వూహించిందే అయినా భరించడం కష్టంగా వుంది. వివిధ జైళ్ళల్లో వున్న గదర్, కకోరి, లాహోరు, చిటగాంగ్, షెషావరు తదితర కుట్రకేసుల్లోని విప్లవకారులందరూ వీరునికి విప్లవ జోహార్లర్పించారు.

పోరాటం వూపిరిగా - మార్గం ఒక్కటిగా, శ్రామిక వర్గ సిద్ధాంతం లక్ష్యంగా - స్వాతంత్ర్యం కోసం, సోషలిస్టు రాజ్య స్థాపనకోసం తమ జీవితాలను అంకితం చేస్తామని శపథం చేశారు.

అండమాన్ జైల్లో జయదేవ్‌కపూర్ నాయకత్వాన కమ్యూనిస్టు సమన్వయ కమిటీ ఏర్పడింది. మద్రాసు జైల్లో విజయకుమార్ సిన్హా విప్లవకారులకు రాజకీయ గురువైనాడు.

గదర్ వీరులు బాబా గురుముఖ్ సింగ్, సోహన్‌సింగ్ భాక్నా, పృధ్వీసింగ్ ఆజాద్, భగత్‌సింగ్ అనుచరులు అజయకుమార్ ఘోష్, వినయకుమార్ సిన్హా, జయదేవ్ కపూర్, శివవర్మ గయాప్రసాద్, చిటగాంగ్ యోధులు అనంతసింగ్, గణేష్‌ఘోష్ అంబికా చక్రవర్తి, వీరనారి కల్పనాదత్ (జోషి). పెషావరు సైనికవీరుడు ఠాకూర్ చందర్ సింగ్, కకోరివీరులు – ఒక్కరేమిటి విప్లవకారుల్లో అత్యధికులు భారత కమ్యూనిస్టు పార్టీలో చేరారు. (అజయ్‌ఘోష్ అనేక సంవత్సరాలు భారత కమ్యూనిస్టు పార్టీ ప్రధాన కార్యదర్శిగా వున్నారు.)

"యువకుడైన భగత్‌సింగ్ దేశప్రజల అభిమానాన్ని పొందాడు. అనతికాలంలో పేరు ప్రతిష్టలతోపాటు యువతకు ఆదర్శమయ్యాడు. దేశంలో నూతన జాగృతిని కలిగించాడు. అతను నిస్వార్థ దేశభక్తుడు. శత్రువును బహిరంగంగా ఎదుర్కొన్నాడు. అతనొక విప్లవజ్వాల. – అనతికాలంలోనే అది దేశ నలుదిశలకు వ్యాపించింది. – చీకటిని తొలగించింది.

మామూలుగా అహింసా వాదాన్ని ప్రబోధించే మహాత్మాగాంధీ కూడా ఇప్పుడు భగత్‌సింగ్‌ను ప్రశంసిస్తున్నాడు. దేశంకోసం ప్రాణాన్ని అర్పించిన వీరుడు భగత్ సింగ్"

– జవహర్‌లాల్ నెహ్రూ

"భగత్‌సింగ్ ఒక వ్యక్తికాదు. ఒక ఆదర్శం – ఒక విప్లవం, మార్గదర్శి. అతను రగిలించిన విప్లవ జ్వాలను ఎవరూ ఆపలేరు."

– సుభాష్ చంద్రబోస్

"భగత్‌సింగ్ అతని అనుచరులు సాధారణ నేరస్తులుకారు. దేశం కోసం, దేశభక్తితో, పోరాడిన వీరులు. వారి ఆదర్శాలు మహోన్నతం. జాతి గౌరవాన్ని పెంచాయి".

– మదనమోహన మాలవ్యా.

"భగత్‌సింగ్‌ను మించిన దేశభక్తుడు మరొకడులేడు. ఉన్నత ఆశయాలు, ఆదర్శాలకోసం పోరాడిన వీరుడు."

– పండిత మోతీలాల్‌నెహ్రూ.

"హిందుస్థాన్ సోషలిస్టు రిపబ్లికన్ అసోసియేషన్ నిర్మాత, విప్లవకారుడు, భగత్‌సింగ్ ఉద్యమ సహచరుడు"

"నేనెరిగిన భగత్‌సింగ్ టెర్రరిస్టుకాడు అనార్కిస్టు కాడు అతను కమ్యూనిస్టు, ఇంటర్నేషనలిస్టు"

– సచీంద్రనాథ్ సన్యాల్:

"నిష్కల్మషుడు, నిర్మొహమాటంగా చెప్పడం అతని అలవాటు. సహచరులకు ఆత్మీయతను పంచాడు. అందరి అభిమానాన్ని పొందాడు. ఎవరికి బాధ కలిగిన తన బాధగా భావించేవాడు. నిత్యం పుస్తకాలు చదవడంలో మునిగిపోయేవాడు. సోషలిజం అతని జీవిత లక్ష్యంగా ఎంచుకున్నాడు. సోవియట్ యూనియన్ గురించి అధ్యయనం చేసిన మాలో ప్రథముడు.

కర్తార్‌సింగ్ అతనికి ఆదర్శం. అతని ప్రస్థావనవస్తే అతనిలో ఆవేశం, కళ్ళల్లో వెలుతురు కనిపించేది. అతని ముఖం ఎర్రబారేది. కర్తార్‌సింగ్ గురించిన ప్రస్థావన వస్తే మా ఇద్దరి మనస్సులు ఊగిపోయేవి. శరీరం పులకరించేది. కర్తార్‌సింగ్‌ను నేను చూడలేదు. కానీ, భగత్‌సింగ్ మా కళ్ళముందు ఆ రూపంలో కనిపించాడు".

- అజయ్ కుమార్ ఘోష్

"భగత్‌సింగ్ మృత్యువును కూడా శాసించగల ధైర్యశాలి. త్యాగానికి, దృఢ సంకల్పానికి సంకేతం. అతని సోషలిస్టు సిద్ధాంతం. ఇన్‌క్విలాబ్ నినాదం భారతదేశ యువతకు సమర నినాదమైనది"

- శివవర్మ

భగత్‌సింగ్ జీవించింది 23 సంవత్సరాలు. 12 సంవత్సరాల వయసులో రాజకీయ ఓనమాలు నేర్చుకున్నాడు. 15 సంవత్సరాల వయసులో "వందేమాతరం" అంటూ జెండాపట్టాడు. సహాయ నిరాకరణోద్యమ విరమణతో నిరాశ చెందాడు.

ప్రత్యామ్నయ మార్గం కోసం ఆలోచించాడు. చిన్నాన్న అజిత్‌సింగ్ మార్గదర్శి అయ్యాడు. సారాబా ఆదర్శమయ్యారు. మజీనీ, గరీబాల్డీ, బకునిన్, క్రొపోట్‌స్కిన్ రచనలు ప్రేరణ కలిగించాయి. హిందుస్థాన్ రిపబ్లిక్ అసోసియేషన్ సభ్యుడైనాడు. కకోరి కుట్రకేసులో నలుగురు సహచరులు ఉరికంబమెక్కారు. ఆ మార్గం సరైనది కాదని తెలుసుకున్నాడు.

మార్క్సిజం - లెనినిజం విప్లవ మార్గమని గ్రహించాడు. 21 సంవత్సరాల వయసులో, హిందుస్థాన్ సోషలిస్టు రిపబ్లిక్ అసోసియేషన్ నాయకుడయ్యాడు. అప్పటికి అతనెవరో దేశ ప్రజలకు తెలియదు. చెవిటివాడికి వినిపించాలంటే పెద్ద శబ్దం కావాలన్న ఫ్రెంచి అరాచకవాది, విప్లవకారుడు అగస్టో వాయిలెంట్‌ను గుర్తు జేసుకున్నాడు.

అసెంబ్లీలో బాంబువిసిరి, ఆంగ్లేయ పాలకుల చెవుల తుప్పు వదిలించాడు. భారత ప్రజల్ని నిద్రలేపాడు. ఇన్‌క్విలాబ్ నినాదం వినిపించాడు.

జైళ్ళు, కోర్టులు విప్లవకారుడికి అడ్డంకి కానన్నాడు.

-116 రోజుల ఆమరణ నిరాహార దీక్షతో చరిత్ర సృష్టించాడు

మహాత్మాగాంధీ అంతటి పేరు గడించాడు.

సాండర్సు హత్యానేరం, రాజద్రోహనేరం, ప్రాణానికి ప్రమాదం రానున్నదని తెలిసినా. కోర్టులో సామ్రాజ్యవాదుల నిజస్వరూపాన్ని నగ్నంగా చూపెట్టాడు. న్యాయ శాస్త్రాలను అస్త్రాలుగా చేసుకున్నాడు. సామ్రాజ్యవాదం నుండేకాదు. స్వదేశ దోపిడీదార్లనుండి కూడా విముక్తి పొందాలన్నాడు. క్షణం వృధా కాకుండా పుస్తక పఠనంలో నిమ్నగమైనాడు. మార్క్సు. ఎంగెల్స్, లెనిన్, హెగెల్, ట్రాట్‌స్కీ కాట్‌స్కీ, బకునిన్, బుఖారిన్, క్రొపోట్‌స్కిన్, తదితరుల రాజకీయ సిద్ధాంత గ్రంథాలు చదివాడు.

రాజకీయాలే కాదు. నవలలు, కవితలు, సాహిత్య గ్రంథాలంటే అభిరుచి.

చార్లెస్ డికెన్సు, విక్టర్ హ్యూగో, ఆస్కార్‌వైల్డ్, మాక్సింగోర్కి, డొస్టో విస్కీ, మార్జెల్, నవలలు.

బైరన్, విట్‌మన్, వర్డ్సువర్త్, ఉమర్ ఖయ్యాం, థామస్ జాఫర్‌సన్, అల్బర్ట్ సింక్లైన్ కవితలు.

ఇబ్సన్ నాటకాలు చదివాడు.

జాన్‌రీడ్సు "సెవన్‌డేస్ దట్‌షుక్" వరల్డ్, లినోయ్‌డ్ ఆంద్రివ్ "సెవన్ దట్ వర్ హ్యాంగ్‌డు, డోస్కోవిస్కీ "నేరమూ శిక్ష" విక్టర్ హ్యూగో "బీదలపాట్లు" అతన్ని ఎక్కువగా ప్రభావితం చేశాయని సభీంద్రనాథ్ అన్నాడు.

సంవత్సరాల జైలు జీవితంలో 300కు పైగా గ్రంథాలు చదివాడు. చదివిన పుస్తకాల్లో నచ్చిన పంక్తులు, 200 పేజులు డైరీలో నిక్షిప్తం చేశాడు.

అందులో ఒకటి "స్వేచ్ఛా వృక్షానికి నిరంతరం దేశభక్తుల, దేశద్రోహుల రక్తం అందించాలి. అదే దానికి సహజమైన ఎరుపు"

అన్నది థామస్ జఫర్‌సన్ రచనలోని పంక్తి.

అతను సాహిత్య ప్రియుడే కాదు. కళాకారుడు - కళాభిమాని, పాటలంటే ప్రాణం.

ఒకరోజు, బాంబుకేసు విచారణ జరుగుతున్నప్పుడు న్యాయవాది ఆసఫ్ అలీ, అతని భార్య అరుణా ఆసఫ్ అలీ, జైలుకు ఇంటర్వ్యూకొచ్చారు. సెల్‌లో భగత్‌సింగ్ మధురమైన గాత్రంతో, ఉద్వేగంతో పాట పాడుతున్నాడు. పాటకు దర్వుగా చేతికున్న ఇనుప సంకెళ్ళను వాయిస్తున్నాడు. అది చూసి ఆశ్చర్యపోయానని ఆసఫ్ అలీ గుర్తుచేసుకున్నాడు.

అంత చిన్న వయసులో, ఇంతపేరు గడించిన వ్యక్తి మరొకరు లేదంటే అతిశయోక్తి కాదు. సిద్ధాంత పరిపక్వత, దృఢ సంకల్పం, దేశభక్తి, అసమానతలు, అవమానాలు లేని వ్యవస్థ కోసం అభాగ్యులు, ఆర్తనాదాలు లేని వాళ్ళ కోసం జీవితాన్ని అంకితం చేసిన విప్లవకారుడతను.

భౌతికంగా లేకపోయినా
భావాలతో జీవిస్తాం
విప్లవ విత్తనాలం మేము
మళ్ళీ మళ్ళీ మొలకెత్తుతాం -

అన్న కర్తార్‌సింగ్ వారసుడిగా
అదే వయసులో,
అదే జైలులో
అదే ఉరికంబంపై

వొరిగిన వీరుడు భగత్‌సింగ్
సంవత్సరాలు గడుస్తున్నా
తరాలు మారుతున్నా
అతని వయసు పెరగదు
వృద్ధాప్యం రాదు

ఎల్లప్పుడూ –
నవయువకుడిగా
యువతకు ఆదర్శంగా నిలుస్తాడు.
ఇన్క్విలాబ్ నినాదం వినిపిస్తాడు
కర్తవ్యం గుర్తుజేస్తాడు.
చరిత్రలో చిరస్థాయిగా
నిలిచిపోతాడు.
***

అమరవీరుడా! అనన్య శూరుడా!
అమరజీవీ భగత్‌సింగ్
అందుకో లాల్ సలాం
అమరవీరుడా భగత్‌సింగ్

కండబలం గుండెబలం చూపినవాడా
తెల్లదొరల గుండెల గురిచూసినవాడా
ఇన్క్విలాబ్ నినాదం అందించినవాడా
ఉరికొయ్యలు ముద్దాడుతు నినదించినవాడా   ।।ఇన్।।
భయమెరగని భారతీయుడా
భరతమాత వీరపుత్రుడా
అందుకో మా లాల్‌సలాం.

జాతిప్రగతికోరి ప్రాణమర్పించిన వాడా
నీ జాతికి సందేశం అందించినవాడా
భరతజాతి మనసులలో నిలిచినవాడా
భగత్‌సింగ్ పేర చరిత నిలిపినవాడా   ।।ఇన్।।

నీవెవ్వడురా? ఇక్కడ
మాదేశం వదలండని
కత్తిచూసి కదనానికి కదలినవాడా
కర్తార్‌సింగ్ వారసుడై నిలిచినవాడా

యుద్ధాలకు బెదరొద్దని
ప్రాణాలకు దడవొద్దని

చెరసాలలు ఉరికొయ్యలు
అడ్డంకులు కాలేవని
ఇన్‌క్విలాబ్ మరవద్దని బోధించినవాడా
ఇంటింటా క్రాంతి జ్యోతి వెలిగించినవాడా ।అమర॥

కుల, మతాలు దేవుళ్ళు
కలవారల సృష్టేనని,
మనుషులంత ఒకటేనని
అంతరాలు తొలగాలని
లెనిన్ బాట నడవాలని తలచినవాడా,
సమసమాజ కలలు గంటు కనుమూసినవాడా
ఇన్‌క్విలాబ్ జిందాబాద్
భగత్‌సింగ్ అమర్‌హై

భగత్‌సింగ్ ఉరికంబంపై వొరిగిపోయాడా?

ప్రఖ్యాత న్యాయవాది, రాజ్యాంగ నిపుణుడు ఎ.జి. నూరానీ “ది ట్రయల్ ఆఫ్ భగత్‌సింగ్” రచనలో అనేక అనుమానాలను వ్యక్తం చేశాడు. భగత్‌సింగ్ కేసు విచారణ, ఉరిశిక్ష విధించిన తీరు, అమలు అన్నీ అనుమానాస్పదంగా వున్నాయన్నాడు. భగత్‌సింగ్‌ను టెర్రరిస్టుగా ముద్రవేశారు. సాండర్సు హత్య విచారణ, సాక్ష్యాలు అన్నీ చట్ట విరుద్ధంగా జరిగాయి.

భగత్‌సింగ్ ఉరిశిక్షరద్దు – గాంధీ ఇర్విన్ చర్చల్లో డిమాండుగా ఎందుకు పెట్టలేదు? ఉరిశిక్షను యావజ్జీవ శిక్షగా మార్చాలని, కాంగ్రేసు వర్కింగ్ కమిటీ చేసిన నిర్ణయాన్ని, గాంధీజీ ఎందుకు డిమాండుగా పెట్టలేదు? భగత్‌సింగ్ – గాంధీజీ కంటే పాపులారిటి పొందినందుకా? అని ప్రశ్నించాడు.

గాంధీజీ అహింసా సిద్ధాంతంకంటే – భగత్‌సింగ్ సిద్ధాంతానికి ప్రజాదరణ ఎక్కువగా వున్నందుకా?

గాంధీజీ – భగత్‌సింగ్ తనకు పోటీదారుగా భావించాడా? అన్న సంశయాలను వ్యక్తం చేశాడు.

ఏం జరిగింది?

1931 మార్చి 16:

లాహోరులోని గవర్నర్ జాఫ్రీ అధికార నివాసంలో ప్రభుత్వ, పోలీసు ఉన్నతాధికారుల సమావేశం జరిగింది. గవర్నర్‌తో పాటు, ముఖ్యకార్యదర్శి డి.జె. బోయిడ్, హోంశాఖ కార్యదర్శి చార్లెస్ స్టెడ్, ఇన్‌స్పెక్టర్ జనరల్ ప్రిజన్సు ఎఫ్ ఎ బార్కర్, లాహోరు డిప్యూటి కమీషనర్ ఎ.ఎ. లేన్ రోబర్ట్సు, సీనియర్ పోలీసు సూపరింటెండెంట్ హోమిలన్ హర్డింగే, పోలీసు ఇనెస్పెక్టర్ జనరల్ ఖాన్ బహదూర్ షేక్ అబ్దుల్ అజీజ్. (భగత్‌సింగ్ నేర విచారణ ప్రత్యేక అధికారి పాల్గొన్నారు.)

అప్పటికి నెలరోజుల క్రితం విశ్వవిద్యాలయం స్నాతకోత్సవ సభలో పాల్గొన్న గవర్నర్ జాఫ్రిపై విప్లవకారుడు హరికృష్ణ తల్వార్ కాల్పులు జరిపాడు. కాల్పుల్లో గవర్నర్ స్వల్ప గాయాలతో బయటపడ్డాడు.

కొన్ని వారాల క్రింత ఖాన్ బహదూరషేక్ అబ్దుల్ అజీజ్‌పై కూడా మరో వ్యక్తి కాల్పులు జరిపాడు. అతను కూడా స్వల్ప గాయాలతో బతికాడు.

సమావేశంలో భగత్‌సింగ్ ఉరిశిక్ష అమలు, తీసుకోవలసిన జాగ్రత్తలపై చర్చించారు.

ఆఖరి ఘడియలు

మార్చి 23:

ఉదయం 10 గంటలకు, భగత్‌సింగ్ న్యాయవాది, మిత్రుడు ప్రాణ్‌నాథ్ మెహతాకు చివరిసారిగా కలుసుకునేందుకు అనుమతి లభించింది. ప్రాణ్‌నాథ్, భగత్‌సింగ్‌తో మాట్లాడాడు. అతను తెచ్చిన లెనిన్ పుస్తకం ఇచ్చాడు. భగత్‌సింగ్ తాను రాసిన కొన్ని కాగితాలు ప్రాణ్‌నాథ్‌కు ఇచ్చాడు.

ప్రాణ్‌నాథ్ వెళ్ళిపోయిన కొద్దిసేపటికి, స్టెడ్, బార్కర్, రోబర్ట్సు, హర్డింగే, జైలు సూపరింటెండెంట్ చోప్రాతో కలిసి భగత్‌సింగ్ దగ్గరికొచ్చారు. ప్రభుత్వావారు క్షమాభిక్ష కోరితే ఉరిశిక్ష తప్పు తుందన్నారు: భగత్‌సింగ్ క్షమాభిక్ష కోరే ప్రసక్తే లేదన్నాడు. వారు

బయటికెళ్ళి, జైలు చీఫ్ వార్డన్ చత్తార్‌సింగ్‌ను పిలిచారు. భగత్‌సింగ్, రాజగురు, సుఖదేవ్‌లకు ఉరిశిక్ష అమలు జరగనున్నదని తెలియ జేయమన్నారు. చత్తార్‌సింగ్ దిగ్భ్రాంతి చెందాడు. ఆ విషయంలో తానెలా తెలియజేయాలని ఆవేదన చెందాడు. అశ్రునయనాలతో, వెళ్ళి, గద్గద స్వరంతో వారికి నిర్ణయం తెలియజేశాడు.

జైలులోని భారతీయ ఉద్యోగులు విషాదంలో మునిగిపోయారు.

గదులు శుభ్రం చేసే ముస్లిం స్వీపర్ బెబె, భగత్‌సింగ్ సెల్ దగ్గరికొచ్చాడు. అతన్ని చూసి భగత్‌సింగ్, ఉరికంబానికి వెళ్ళేముందు ఈరోజు రాత్రి నీవు తెచ్చే అన్నం తినాలని వుంది! తేగలవా? అన్నాడు.

బెబె కళ్ళనీళ్ళు తుడుచుకుంటూ తప్పక తెస్తానన్నాడు.

ఇంటికాడ వంట చేయించుకొని వచ్చాడు. అప్పటికి జైలు వాతావరణం మారిపోయింది. భద్రతా కారాణాలతో జైలు సిబ్బందిని కూడా లోపలికి అనుమతించలేదు. మధ్యాహ్నం నుండి, జైలు బయట, షేక్ అబ్దుల్ హమీద్ (అదనపు జిల్లా జడ్జి) రాయ్ సాహెబ్ లాలా నాధూరాం (నగరజడ్జి) సుదర్శన్‌సింగ్, పోలీసు డిప్యూటి సూపరింటెండెంటు కసూర్ అమర్‌సింగ్ (పోలీసు, డిప్యూటి సూపరింటెండెంట్, లాహోరు) జె. ఆర్. మోరిస్ (పోలీస్, డిప్యూటి సూపరింటెండెంట్, లాహోరు) జె. ఆర్ మోరిస్, (డిప్యూటి సూపరింటెండెంట్, హెడ్‌క్వార్టర్సు). అమర్‌సింగ్, డిప్యూటి పోలీసు సూపరింటెండెంటు, లాహోరు, వందలాదిమంది సాయుధ బలగాలు మోహరించి వున్నాయి.

స్టెడ్, బార్కర్, రోబర్ట్సు, హర్డింగె, చోప్రా (జైలు సూపరింటెండెంటు) ఖాన్ సాహెబ్ మహమ్మద్ అక్బర్ (జైలు డిప్యూటీ సూపరింటెండెంటు) మాత్రం జైలులోపల వున్నారు. ఉరితీసే వ్యక్తి మస్సీ (లాహోరు సమీపంలోని షాహిద్రానివాసి ఉరికి ఏర్పాట్లు చూస్తున్నాడు. సాయంత్రం 7గం॥ల సమయం. భగత్‌సింగ్, రాజగురు, సుఖదేవ్‌లను ఉరికంబానికి నడిపించారు. ముగ్గురు నినాదాలు చేస్తూ నడిచారు. ఉరికంబం దగ్గరికి నగర డిప్యూటి కమీషనర్ ఎ.ఎ. లానే, చేరుకున్నాడు. అతన్ని చూడగానే భగత్‌సింగ్!

"నీవు చాలా అదృష్టవంతుడివి. భారత విప్లవకారులు ఎంత ఆనందంతో మృత్యువును ఆలింగనం చేసుకుంటారో? చూసే అవకాశం నీకు దక్కింది" అన్నాడు.

భగత్‌సింగ్, రాజగురు, సుఖదేవ్ ముఖాలకు నల్లగుడ్డ ధరించడానికి నిరాకరించారు. ముగ్గురు ఒకరినొకరు కౌగిలించుకున్నారు. బలవంతంగా ముసుగులు వేశారు.

"సామ్రాజ్యవాదం నశించాలి" ముగ్గురు వీరులు నినదించారు. ఉరితీసే మస్సీహ ముందుగా భగత్‌సింగ్. తర్వాత రాజగురు, సుఖదేవ్, కాళ్ళకింది లీవర్ తొలగించాడు.

ఆ సమయంలో లెఫ్టినెంట్ కల్నల్ హార్టర్ నెల్సన్, (కింగ్ ఎడ్వర్డు మెడికల్ కాలేజీ, ప్రిన్సిపాల్) లెఫ్టినెంట్ కల్నల్ సోధీ, (సివిల్ సర్జన్) జైలు లోపలేవున్నారు కానీ, ఉరికంబం దగ్గరకు రాలేదు.

ఉరితీసిన తర్వాత, సివిల్ సర్జన్, మరణాన్ని ధృవీకరిస్తూ పత్రంపై సంతకం చేశాడు.

రాత్రి 10 గంటల సమయం సుదర్శన్‌సింగ్ (డిప్యూటి, పోలీసు సూపరింటెండెంట్ కసూర్) అమర్‌సింగ్ (డిప్యూటి, పోలీసు, సూపరిండెంట్, లాహోరు) మూడు ట్రక్కుల్లో నిండివున్న బ్లాక్‌వాచ్ రిజిమెంటు సైనిక వాహనాల, మధ్య ఒక ట్రక్కుల్లో భగత్‌సింగ్, రాజగురు, సుఖదేవ్ శవాలతో, వెనుక ద్వారం నుండి బయట పడ్డాడు.

బయట వేలాదిమంది జనం ఆవేదనతో, ఆంధోళన చెందుతున్నారు.

దాగిన రహస్యాలు మరికొన్ని

భగత్‌సింగ్ మరణించిన 75 సంవత్సరాల తర్వాత మరికొన్ని రహస్యాలు వెలుగులోనికొచ్చాయి.

"షహీద్ భగత్‌సింగ్ మరణం - మరుగున పడిన వాస్తవాలు" పేరుతో కుల్వంత్‌సింగ్ కూనర్, జి ఎస్. సింధ్రా సంయుక్తంగా రచించిన గ్రంథం వెలువడింది. యునిస్టార్ బుక్సు - ఛండీగర్ దానిని ప్రచురించింది. ఫేస్‌బుక్‌లో సైతం పెట్టబడింది. ఆనాటి ప్రభుత్వ పత్రాలు, నాటి బ్రిటిష్ మిలిటరీ, పోలీసు, నిఘా విభాగంలో పనిచేసిన ఉన్నతాధికారులు వెల్లడించిన రహస్యాల ఆధారంగా వాస్తవాలు తెలిశాయని రాశారు.

వారు వెల్లడించిన వాస్తవాలను 2005 డిశంబరు 11న లండన్ సండేట్రిబ్యునల్ ప్రచురించింది.

సాధారణంగా ఉదయం 8 గంటలకు ఉరిశిక్ష అమలు జరుపుతారు. శవాలను వారి బంధువులకు అప్పగిస్తారు. కానీ, అందుకు భిన్నంగా ముందురోజే, సాయంత్రం 7 గంటలకు జైలులోపల ఇన్‌క్విలాబ్ నినాదాలు వినిపించాయి. వారిని ఉరికంబానికి తీసుకెళ్ళారు. శవాలను వారి బంధువులకు అప్పగించలేదు. శవాలను రహస్యంగా జైలు బయటకి తీసుకెళ్ళారు. గోప్యంగా దహనం చేశారు. కారణం? భగత్‌సింగ్, రాజగురు సుఖదేవ్‌ల మరణం "ఆపరేషన్ ట్రోజాన్ హార్సు" మిలటరీ కోడ్ ప్రకారం అమలు జరిగింది.

సాయంత్రం 7. 15 నిమిషాలకు భగత్‌సింగ్, రాజగురు, సుఖదేవ్‌లను ఉరికంబానికి తీసుకెళ్ళారు. ఇన్‌క్విలాబ్ నినాదాలతో వారు ధైర్యంగా నడిచారు. ఉరికంబం మీద నిలిపారు. నల్లని గుడ్డతో ముఖాలను కప్పారు. మెడలో ఉరితాళ్ళు వేశారు. సాయంత్రం 7.33 నిమిషాలకు ముందుగా భగత్‌సింగ్ కాళ్ళకింది చెక్కను ఉరితీసేవాడు తొలగించాడు. కొన్ని క్షణాల్లో ఉరితాడును తొలగించాడు. అదే పద్ధతిని మిగతా ఇద్దరికి అనుసరించాడు.

ముగ్గురు స్పృహ కోల్పోయారు. ప్రాణాలతో వున్నారు. ఉరితీసిన తలారీని పట్టుకొని పక్కగదిలోనికి తీసుకెళ్ళారు.

నిమిషాల్లో అతని శవం బయటికొచ్చింది. భగత్‌సింగ్, రాజగురు, సుఖదేవ్‌లతో పాటు తలారీ శవాన్ని లారీలోని కెక్కించారు.

లాహోరుకు 3 కిలో మీటర్ల దూరంలో వున్న మిలటరీ కంటోన్మెంటుకు తీసుకెళ్ళారు.

ముందు భగత్‌సింగ్, తర్వాత ఇద్దరు స్పృహలో కొచ్చారు.

అక్కడ సాండర్సు అల్లుడు ప్రస్తుతం గవర్నర్ పి.ఎ., మిగతా కుటుంబ సభ్యులు ఆయుధాలతో వున్నారు.

భగత్‌సింగ్, రాజగురు, సుఖదేవ్‌లను వారి ముందు నిలిపారు.

ముందుగా భగత్‌సింగ్, తల, ఛాతిలో కాల్చారు.

ముగ్గురుని కాల్చిచంపి సాండర్సు కుటుంబ సభ్యులు సంతృప్తిని, ఆనందాన్ని పొందారు.

గాయాలతో రక్తసిక్తమైన శవాలను లారీలో తీసుకొని మట్టి రోడ్డులో, 6 కిలోమీటర్లు బియాస్ నదివద్దకు తీసుకెళ్ళారు. చితిపై పెట్టి నిప్పంటించారు. కాలీకాలని శవాలు, ఛితాభస్మం కొంత తీసుకెళ్ళి సట్లెజ్‌నది వొడ్డున పడేశారు. ప్రజలను తప్పుదారి పట్టించాలనుకున్నారు.

కానీ భగత్‌సింగ్, రాజగురు, సుఖదేవ్‌ల శవాలను ప్రజలు గుర్తించారు. ఘనంగా నివాళు లర్పించి దహన సంస్కారాలు చేశారు.

భగత్‌సింగ్ ఉరికంబమ్మీద వొరిగిపోలేదు రాక్షసత్వంగా హత్య చేయబడ్డాడు. అన్నది వారి వాదన.

భగత్‌సింగ్ స్మృతి చిహ్నాలు

1961 - భగతసింగ్ మరణించిన 30 సంవత్సరాల తర్వాత హుస్సేనివాలలో భగత్‌సింగ్ - రాజగురు - సుఖదేవ్‌ల స్మృతి చిహ్నం ఏర్పాటుచేయబడింది. (ఇండియా పాకిస్థాన్ విభజన జరిపిస్తున్నప్పుడు లాహోరు జిల్లాలో అంతర్భాగంగా పాకిస్థాన్‌లో చేరింది. జరిగినప్పుడు భారత ప్రభుత్వం 12 గ్రామాలు పాకిస్థాన్‌కు ఇచ్చి హుస్సేనీ వాలాను భారత భూభాగంలోనికి తెచ్చింది.)

1965. జూలై 19: బటకేశ్వర్ దత్త స్మారక స్థూపం సూలేమాంకిలో ఏర్పాటు జరిగింది.

1968: భగత్‌సింగ్ 50వ వర్థంతి సందర్భంగా, అతని స్వగ్రామం ఖౌట్‌కార్లకలన్‌లో మ్యూజియం నిర్మాణం జరిగింది. అందులో భగత్‌సింగ్ అస్తికలు, రక్తసిక్తంగా వున్న గుడ్డ పేలికలు, జైలులో వాడిన వస్తువులు, నోట్ బుక్ వగైరావున్నాయి.

1968 భారత్‌ప్రభుత్వం భగత్‌సింగ్ పోస్టల్ స్టాంపు విడుదల జేసింది.

2005 పాకిస్థాన్: ప్రభుత్వం లాహోరు జైలు ప్రాంతంలో షాద్‌మాన్ చౌక్ స్కేర్ ను

భగత్‌సింగ్ చౌక్‌గా నామకరణం చేసింది. కానీ, కొందరు దాన్ని వ్యతిరేకిస్తూ కోర్టులో పిటిషన్ వేశారు.

2008. ఆగస్టు 15: భారత ప్రభుత్వం – పార్లమెంటు ప్రాంగణంలో 18' అడుగుల కాంస్య విగ్రహం, పార్లమెంటు హాలులో భగత్‌సింగ్, బి.కె. దత్ చిత్రపటాలు ఆవిష్కరించింది.

2009. **భాట్‌కార్ కలాన్‌లో** స్మారక చిహ్నం నిర్మాణం జరిగింది.

కేంద్ర, రాష్ట్ర ప్రభుత్వాలు పట్టించుకోకపోయినా, దేశ వ్యాపితంగా పట్టణాల్లో, గ్రామాల్లో యువకులు చిన్న చిన్న భగత్‌సింగ్ విగ్రహాలు ఆవిష్కరించుకున్నారు. మురికివాడల్లో నివసించే ప్రజలు తమ వాడలకు భగత్‌సింగ్ పేరుపెట్టుకున్నారు.

1954 నుండి షహీద్ –ఎ – ఆజాద్ భగత్‌సింగ్

1963 షహీద్ భగత్‌సింగ్

2002 షహీద్

2006 ది లెజెండ్ ఆఫ్ భగత్‌సింగ్

రంగ్‌దెబసంతీ పేరుతో హిందీలో చలన చిత్రాలు నిర్మించబడ్డాయి. భగత్‌సింగ్ పై వివిధ భాషల్లో అనేక రచనలు నాటకాలు, నాటికలు, అశేషంగా పాటలు వచ్చాయి.

భగత్‌సింగ్ మరణించి ఇన్నేళ్ళు గడిచినా, అతను చిరస్మరణీయుడుగా నిలిచిపోయాడు.

భగత్‌సింగ్ సహచరుడు అజయ్‌కుమార్‌ఘోష్

వీరు భారతకమ్యూనిస్టు పార్టీ ప్రధాన కార్యదర్శిగా 1963లో తుదిశ్వాస విడిచారు.

భగత్‌సింగ్
పుట్టిన ఇల్లు

భగత్‌సింగ్
చదివిన ప్రాథమిక పాఠశాల

భగత్‌సింగ్
చదివిన హైస్కూలు

కె. ప్రతాపరెడ్డి

169

భగత్‌సింగ్

డి.ఎ.వి.
కళాశాలలో

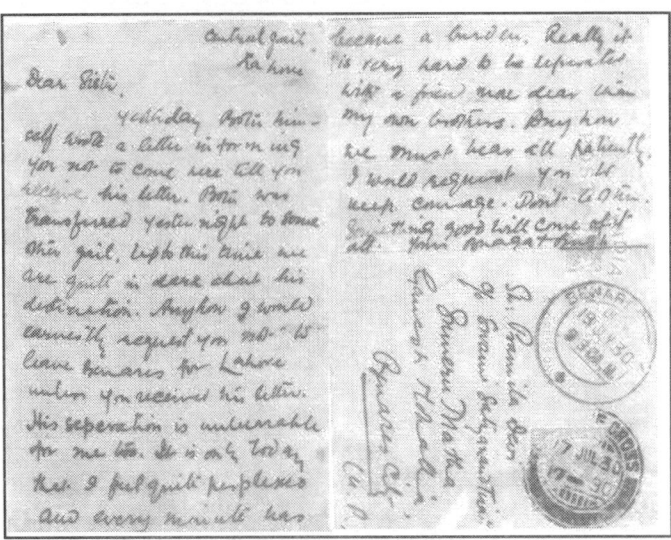

Central Jail
Lahore

Dear Sister,

Yesterday Batu himself wrote a letter informing you not to come here till you receive his letter. Batu was transferred yesternight to some other jail. Upto this time we are quite in dark about his destination. Anyhow I would earnestly request you not to leave Benares for Lahore unless you received his letter. His separation is unbearable for me too. It is only today that I feel quite perplexed and every minute has become a burden. Really it is very hard to be separated with a friend more dear than my own brothers. Anyhow we must bear all patiently. I would request you to keep courage. Don't bother. Something good will come after all. Yours Bhagat Singh

బి.కె.దత్ చెల్లెకు రాసిన ఉత్తరం

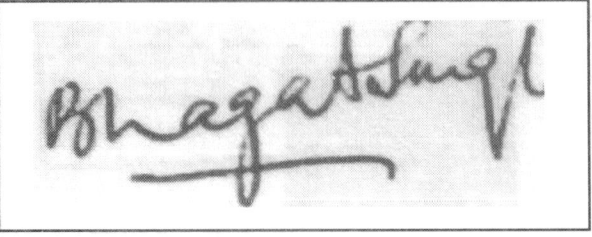

Bhagat Singh

WARRANT OF EXECUTION ON SENTENCE OF DEATH

[illegible] of the Criminal Procedure Code.

In the Court of the LAHORE CONSPIRACY CASE TRIBUNAL Lahore, constituted under Ordinance No: III of 1930

TO THE SUPERINTENDENT OF THE CENTRAL JAIL AT LAHORE

WHEREAS Bhagat Singh, son of Kishan Singh, resident of [illegible], Lahore, one of the prisoners in the Lahore Conspiracy Case, having been found guilty by us of offences under section 121 and section 302 of the Indian Penal Code and also under section 4(b) of the Explosive Substances Act read with section 6 of that Act and with section 120-B of the Indian Penal Code at a trial commencing from the [illegible], 1930, and ending with the 7th October 1930, is hereby sentenced to death.

This is to authorise and require you, the said Superintendent, to carry the said sentence into execution by causing the said BHAGAT SINGH to be hanged by the neck until he be dead at Lahore on the [illegible] day of October, 1930, and to return this warrant to the High Court with an endorsement certifying that the sentence has been executed.

Given under our hands and the seal of the Court this 7th day of October, 1930.

PRESIDENT OF THE TRIBUNAL.

MEMBER OF THE TRIBUNAL. MEMBER OF THE TRIBUNAL.

I hereby certify that the sentence of death passed on Bhagat Singh has been duly executed, and that the said Bhagat Singh was accordingly hanged by the neck till he was dead, at [illegible] on [illegible] the 23rd day of March 1931, that the body remained suspended for a full hour, and was not taken down until life was ascertained by a medical officer to be extinct; and that no accident, error or other misadventure occurred.

Superintendent of the Jail at

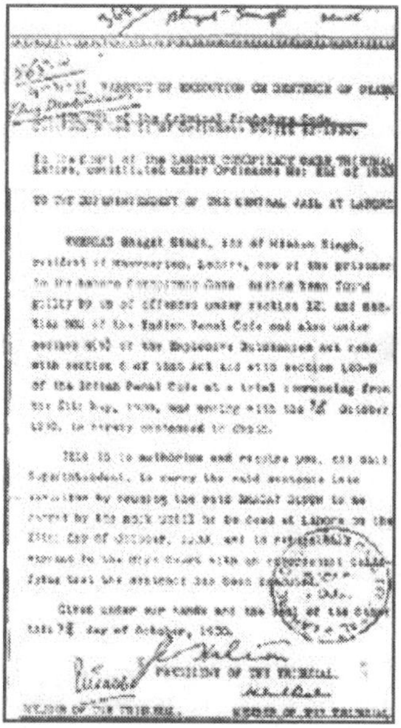

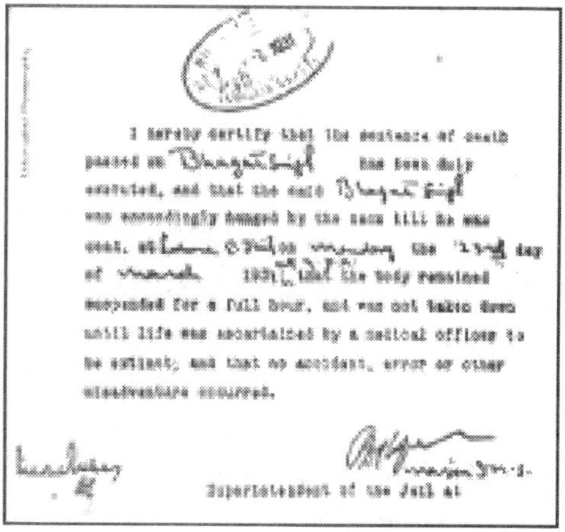

కాలీకాలని శవాలకు
దహన సంస్కారం

Meerut gangrape twist: 'Husband' enters scene

Sandeep.Rai@timesgroup.com

Meerut: The probe into the gangrape & conversion' case here got a fresh twist on Friday with the emergence of the 'husband' of the 20-year-old survivor'. The police claimed that the man Kaleem, with whom she was in a relationship, had accompanied her to a hospital in July for a surgery

hours talking to this man before her disappearance on July 23," said SSP Onkar Singh.

"The police has arrested Kaleem," Singh said. Interestingly Kaleem has not been mentioned anywhere in the FIR filed after the woman first went public with her complaint. All the accused have been arrested, except Sanaul lah who

Protesters defacing Mulayam Singh Yadav's nameplate at his residence to protest the Meerut 'gangrape & conversion' row

REDS BOMB INDIAN LEGISLATURE

BLAST FOLLOWING SHARP PARLIAMENTARY CRISIS CAUSES INJURY TO MANY

THOSE INJURED

Among the injured was Sir George Schuster, finance member of the governor general's executive council. He, and the other injured were taken to a hospital. Sir John Simon, head of the crown committee for constitutional reform in India was standing with the president of the assembly when the explosion occurred, but was not injured.

Others injured were Sir B. Raghvendra, Mr. Shankar, Rao Das, Mr. Dalal (seriously), I. N. Roy, deputy secretary of the Indian central committee, who was sitting in the officers' gallery. Roy bled profusely.

Patel, president of the assembly had just ruled that discussion should not be allowed on the public safety bill until Saturday when the trial of alleged Communist conspirators recently arrested should be concluded. The government contested Patel's power to bar discussion.

Sir John Simon had just completed a summary of investigation of facts and opinion which British authorities regard as the most important...

అసెంబ్లీలో బాంబు

నిరాహారదీక్ష చేస్తున్నవారికి బలవంతంగా ట్యూబ్ద్వారా ద్రవపదార్థం ఎక్కించుట

1. DURGA BHABHI
2. MAHABIR SINGH
3. KEDAR NATH SAIGAL
4. AJOY GHOSH
5. BHAGVATI CHERAN
6. YASHPAL
7. BEJOY KUMAR SINHA
8. SUKHDEV RAJ

సుఖదేవ్ జన్మస్థలం – తల్లి

సుఖదేవ్ స్థూపం

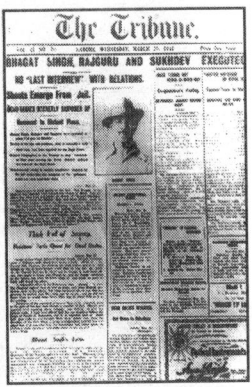

ఆజాద్ కుటుంబం

The Tribune.

BHAGAT SINGH, RAJGURU AND SUKHDEV EXECUTED

NO "LAST INTERVIEW" WITH RELATIONS.

Shouts Emerge From Jail.

భగవతీచరణ్ హోరా దుర్గాబాబి - కొడుకు

జైలులో భగత్‌సింగ్

భగత్‌సింగ్ వాడిన వస్తువులు – మ్యూజియంలో

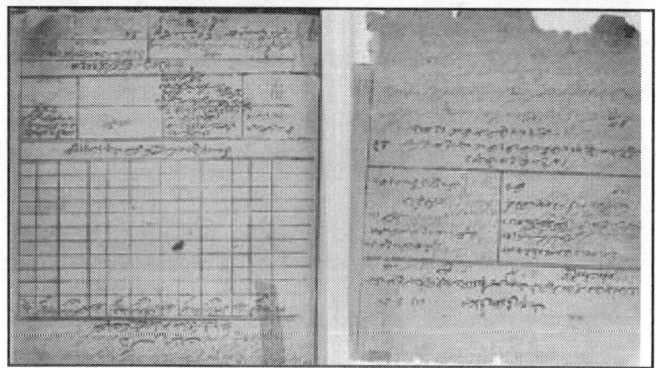

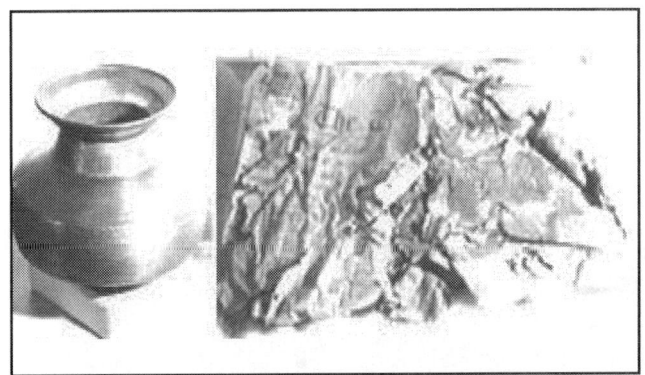

జైలులో
భగత్‌సింగ్ వాడిన
వస్తువులు

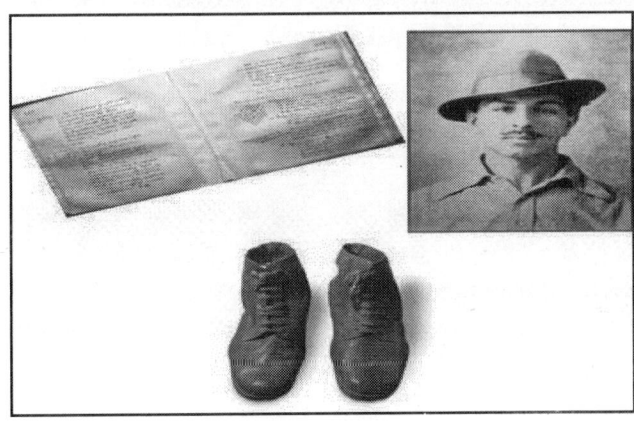

భగత్‌సింగ్ గ్రామంలో

భగత్‌సింగ్ – సుఖదేవ్ – రాజగురు స్మృతి చిహ్నం

భగత్‌సింగ్ స్థూపం వద్ద అతని సోదరి

పార్లమెంటు ఆవరణలో భగత్‌సింగ్ స్మారక చిహ్నం

హుస్సేనివాలాలో స్మారక చిహ్నం

భారతప్రభుత్వం
విడుదల చేసిన
కరెన్సీనోటు, నాణెం, పోస్టల్ స్టాంప్

భగత్‌సింగ్ పేరిట స్థాపించబడిన స్టేడియం

భగత్‌సింగ్ పేరుతో స్థాపించిన కళాశాల

రచయిత ఇతర రచనలు

రాలిన రత్నాలు

వీరతెలంగాణ సాయుధ సమరం

స్వాతంత్ర్య సమరవీరులు

గదర్ వీరగాథ

గదర్ విప్లవం

మేడే ఇతిహాసం

చే గువేరా   (సంక్షిప్త జీవితం పరిచయం)

చే గువేరా జీవితం – ఉద్యమం

విప్లవసేనాని ఆరుట్ల రామచంద్రారెడ్డి

రావి నారాయణరెడ్డి జీవితం – ఉద్యమం

తెలంగాణ పులి బిడ్డ బద్దం ఎల్లారెడ్డి – జీవితం

బొమ్మగాని ధర్మభిక్షం జీవితం

వీర తెలంగాణ జనపదం

బందూక్ – నవల

ఖానూన్ – నవల

నీ కవిని బతికించుకోవాలిరా – కవితల సంకలనం

ధ్వని – పాటల సంపుటం

ప్రతిధ్వని – పాటల సంకలనం

ఎర్రపావురాలు (చలన చిత్ర రచన)